அகாலம்

அகாலம்
கே.என். செந்தில் (பி. 1982)

பெற்றோர்: நடராஜன் – கண்ணம்மாள். சொந்த ஊர் அவிநாசி. மேலாண்மையியலில் இளங்கலைப் பட்டம் பெற்றிருக்கிறார். திருப்பூரில் வரி ஆலோசனை அலுவலகம் நடத்துகிறார். சிறுகதைத் தொகுப்புகள் 'இரவுக் காட்சி' (2009), 'அரூப நெருப்பு' (2013) ஆகியன. 'விழித்திருப்பவனின் கனவு' (2016) முதல் கட்டுரைத் தொகுப்பு.

இளம் படைப்பாளிக்கான ஸ்பாரோ விருதை 2014இலும் சுந்தர ராமசாமி விருதை 2016இலும் பெற்றிருக்கிறார். *கபாடபுரம்* என்னும் இணைய இதழைத் தொடங்கி நடத்தி வருகிறார்.

தொடர்புக்கு:

> 92, முனியப்பன் கோவில் வீதி, அவிநாசி.
> கைபேசி: 9750344855
> மின்னஞ்சல்: knsenthilavn7@gmail.com

கே.என். செந்தில்

அகாலம்

காலச்சுவடு பதிப்பகம்

அன்பார்ந்த வாசகருக்கு,

வணக்கம்.

காலச்சுவடு நூலை வாங்கியமைக்கு நன்றி.

நூலின் உள்ளடக்கம், உருவாக்கம், அட்டைப்படம் இன்ன பிற அம்சங்கள் பற்றிய உங்கள் கருத்துகளையும் ஆலோசனைகளையும் காலச்சுவடு வரவேற்கிறது. தகவல், எழுத்து, வாக்கியப் பிழைகள் தென்பட்டால் கட்டாயம் தெரிவித்து உதவுங்கள். நூல் தயாரிப்பில் கடும் குறைபாடு இருப்பின் மாற்றுப் பிரதி உங்களுக்குக் கிடைக்கக் காலச்சுவடு ஏற்பாடு செய்யும்.

மின்னஞ்சல்: publisher@kalachuvadu.com

காலச்சுவடு நாகர்கோவில் தலைமையகத்துக்கும் கடிதம் அனுப்பலாம்.

தங்கள்
எஸ்.ஆர். சுந்தரம் (கண்ணன்)
பதிப்பாளர் – நிர்வாக இயக்குநர்

அகாலம் ❖ சிறுகதைகள் ❖ ஆசிரியர்: கே.என். செந்தில் ❖ © செந்தில்நாதன் ❖ முதல் பதிப்பு: டிசம்பர் 2018, நான்காம் (குறும்) பதிப்பு: டிசம்பர் 2022 ❖ வெளியீடு: காலச்சுவடு பப்ளிகேஷன்ஸ் (பி) லிட்., 669, கே.பி. சாலை, நாகர்கோவில் 629001

akaalam ❖ Short Stories ❖ Author: K.N. Senthil ❖ © Senthilnathan ❖ Language: Tamil ❖ First Edition: December 2018, Fourth (Short) Edition: December 2022 ❖ Size: Demy 1 x 8 ❖ Paper: 18.6 kg maplitho ❖ Pages: 152

Published by Kalachuvadu Publications Pvt. Ltd., 669 K.P. Road, Nagercoil 629001, India ❖ Phone: 91-4652-278525 ❖ e-mail: publications@kalachuvadu.com ❖ Printed at: Adyar Students xerox Pvt. Ltd., No. 275 Habibullah Road, Triplicane high Road, Opp Triplicane Post Office, Triplicane, Chennai 60000

ISBN: 978-93-86820-89-1

12/2022/S.No. 857, kcp 4208, 18.6 (4) 1k

கவிஞர் சுகுமாரனுக்கு

பொருளடக்கம்

முன்னுரை: ஐம்பெருங்கதைகள்	11
இரண்டாமிடம்	15
அகாலம்	29
போக்கிடம்	52
சகோதரிகள்	87
இல்லாமல் போவது	114

முன்னுரை

ஐம்பெருங்கதைகள்

ஐந்தாண்டுகளுக்குப் பின் வெளியாகும் என் மூன்றாவது கதைத் தொகுப்பு இது. இக்காலங்களில் மனதில் தோன்றி சில நாட்களுக்குள் மறைந்து போனவை, உள்ளேயே தங்கி மனதிற்குள்ளேயே எழுதிப் பார்த்து வாசித்து இன்றோ நாளையோ அடுத்த வாரமோ எழுதி விடலாம் என எண்ணி, விளக்க முடியாத திருப்தியின்மையால் ஒத்திப்போட்டுக் கை கழுவியவை. வேறுவழியேயில்லையெனச் சிலவற்றை எழுதிச் சென்று அது எங்கேனும் முட்டி நகராமல் நின்று விடும். அதனுடன் மல்லுக்கட்ட வேண்டாம், அதற்கு விருப்பம் இருப்பின் தானாவே எழுந்துவரும் என அப்படியே அங்கேயே விட்டுவிட்டவை என அநேகம் இருக்கும். விலகிச் சென்றவை குறித்த பராதிகளோ இதோ என நினைத்து எட்டாமலே போய்விட்டவை பற்றிய ஏக்கங்களோ எப்போதும் இருந்ததில்லை. மாறாக வந்துசேர்ந்து முழுப்பிரதியாக ஆன கதைகளின் கலை மதிப்பு சார்ந்த அச்சமும் தயக்கமுமே இருந்து வந்திருக்கிறது. அவற்றில் மேலேறி விரட்டிமுடிக்க வைத்தவைகளே இந்த ஐந்து கதைகளும். இக்கதைகளின் மீதேகூட மூன்றாவது நபர் போன்ற விலக்கமும் அந்யத்ய நண்பன் போன்ற நெருக்கமும் மாறிமாறி வந்து சென்றபடி உள்ளது.

சட்டென்று' எங்கிருந்தோ தோன்றிவிடுகிற காட்சியோ சம்பவத்தின் பின்னணியோ மனிதர்களின் முகங்களோதான் எழுதுவதற்கான தொடக்கமாக

இருந்திருக்கின்றன. மேலுள்ள பத்தியில் கூறிய முறைபாடுகளுக்குப் (*Process*) பின்னும் அது குன்றா இளமையுடன் இருந்து படைப்பூக்க மனநிலையை நோக்கி உசுப்பிய பிறகு உருவானவையே இந்தக் கதைகள். இவற்றைத் தொகுத்து நூலாக்கும் துணிவை அளித்ததில் இக்காரணிகளுக்கே பிரதானமான இடமுண்டு. எழுதுவது என்பதே வதையும் பரவசமுமான வேறொரு உலகோடு தொடர்புடையது என்பது மேலும்மேலும் உறுதிப்பட்டுக் கொண்டேயிருக்கிறது. இந்தப் புனைவுலகில் புழங்கிவிட்டு வெளியேறி இங்குவந்து விழுந்தால் இவ்வுலகு வழங்கும் கசப்புகளையும் புன்னகைகளையும் அணிந்து கொள்ளச் சிறிது நேரம் ஆகத்தான் செய்கிறது.

கதைகள் எழுதாமல் பல மாதங்களைக் கடந்திருக்கிறேன். அதில் எவ்வித நெருக்கடியையும் உணர்ந்ததேயில்லை. ஆனால் எழுதத் தலைப்பட்டு அமர்ந்தால் பாத்திரங்களின் யூகிக்க இயலாத போக்குகளுக்கும் மோதல்களுக்கும் பிறகு, இரவுகளை உறங்காமல் விடிய வைத்திருக்கிறேன். நாவல் எழுதுகிறவனின் மன அவசங்களை கூறுவதாகப் பலருக்கும் தோன்றக்கூடும். ஆனால் இதிலுள்ள கதைகள் பெரிய நாவலுக்கான களன்கள் என்பதை வாசகர்கள் உணர்ந்திருக்கக்கூடும். அவ்வாறு சொல்லியும் இருக்கிறார்கள். ஒற்றைத் தருணமோ ஒற்றைச் சம்பவமோ இல்லாமல் வேறுவேறான வாழ்க்கைகளுக்குள் கிளைபிரிந்து சென்று தன் எல்லைகளை விரிவாக்கியபடியே இருந்ததாக இவற்றிற்கு வந்த வாசக எதிர்வினைகள் கூறின. வளர்த்திச் செல்வதை விடவும் சரியான இடத்தில் நிறுத்த, எழுகிறவனுக்கு தெரிந்திருக்க வேண்டும் என நினைக்கிறேன். மேலும் இத்தொகுப்புக் கதைகளை நாவலுக்கான பயிற்சிக் களமாகக் கருதியிருக்கவில்லை. இவ்வாறு தோன்றி இப்படி நிற்க வேண்டும் என்பது இதன் விதி. அவ்வளவே.

இதழ்கள் கால நிர்ணயம் செய்து கதைகள் கேட்கையில் வியந்து போவேன். அவர்கள் ஒரு வாரம் மிஞ்சினால் பத்து நாட்கள் என்பார்கள். என்னளவில் மிகக்குறைந்த கால அளவு அது. முதல் தொகுப்பிலுள்ள கதைகள் ஒவ்வொன்றையும் இப்போதை விட விரைவாகப் பத்துப்பதினைந்து தினங்களுக்குள் முடிந்து விட்டதை நினைத்துக்கொள்கிறேன். மூன்றாவது தொகுப்பில் இதைச் சொல்லலாம் என்று தோன்றுகிறது. 2005இல் முதல் கதை என்று கொண்டால் இரண்டாம் தொகுப்புக்குப் பின் எழுதும் காலம் மெதுவாக அதிகமாகி ஒரு மாதத்தை முழுமையாக விழுங்கியிருக்கிறது. இத்தொகுப்பிலுள்ள சில கதைகளை முடிக்க இரு மாதமாக மேலும் அது நீண்டு சென்றது. பிறகு இந்தக் காலக் கணக்குகளைச் சொல்வதுகூட அந்த மனநிலையை சுட்டத்தானேயன்றி வேறெதற்குமல்ல. ஆனால் எழுத அமர்ந்தால் சரசரவென எழுதிச் செல்வதே வழக்கம். மனதின் வேகத்திற்குக்

கை ஒத்துழைக்காதபோது அவை தாளின் ஓரத்தில் குறிப்புகளாக மாறிவிடும். அதுகாறும் மனதில் அசைபோட்டு வைத்திருந்தவை பிரதியில் வேறொன்றாகச் சற்றும் எதிர்பாராதத் தளமாற்றங்களை அடையும்போது அப்படைப்பினுள் நிகழும் ரசவாதம் அளிக்கும் இன்பமே எழுதுவதின்மீது மோகங்கொள்ள வைக்கிறது போலும். எழுத எடுத்துக்கொள்ளும் கூடுதல் காலத்திற்கு நேர நெருக்கடியைக் காரணமாகச் சொல்லலாம் என்றாலும் மன அமைப்புக்கும் ஒருவகையில் பங்குண்டு. இத்தொகுப்புக் கதைகள் முன்பை விடவும் சற்றே கூடுதல் அவகாசத்தை எடுத்துக்கொண்டன.

மெய்ப்பு நோக்கும் முன் மீளவும் ஒரு முறை விலகி நின்று வாசித்த போது சில எண்ணங்கள் தோன்றின. இரண்டாம் தொகுப்புக் கதைகள் பெரும்பாலும் கூரைகளுக்கு வெளியே நடந்தவை என்றால் இவை குடும்பம் என்னும் அமைப்பிற்குள் அதன் நானாவித பரிமாணங்களுக்குள் சென்றிருக்கின்றன என்பதைக் கண்டேன்.

இலக்கியம் சார்ந்து என்னவாக இருக்கிறேனோ அவை எல்லாவற்றிற்கும் தொடக்கமாக இருந்த இப்போதும் மானசீகமாக உரையாடுகிற சுந்தர ராமசாமியை இத்தருணத்தில் மாறாத அன்புடனுடம் மதிப்புடனும் நினைவுகூர்கிறேன். இக்கதைகள் வெளிவந்த போது நுட்பமாக வாசித்து, அழைத்துக் கருத்துக்களைப் பகிர்ந்ததோடு என்மீது தனிப்பட்ட அன்புகொண்டிருக்கும் கமலாம்மாவுக்கு அன்பும் நன்றியும்.

இத்தொகுப்பைப் பிரியத்திற்கும் மதிப்பிற்கும் உரிய கவிஞர். சுகுமாரனுக்கு மனநிறைவுடன் சமர்ப்பிக்கிறேன்.

எப்போதும் உடனிருந்து கொண்டிருக்கும் இளையராஜாவுக்கு அன்பும் பணிவான வணக்கங்களும்.

இத்தொகுப்பில் இடம்பெற்ற நான்கு கதைகள் வெவ்வேறு ஆண்டுகளில் *காலச்சுவடு* இதழ்களில் பிரசுரமானவை. 'சகோதரிகள்' மட்டும் என் வலைப்பூவில் பதிவேற்றப்பட்டது. அதையொட்டிய விவாதத்தின் பொருட்டு தன் வலைப்பக்கத்தில் கதையின் மீதான தன் வாசிப்பை முன்வைத்தும் விரிவாக வேறு பலவற்றையும் பேசிய ஜெயமோகனுக்கு அன்பும் நன்றியும்.

இக்கதைகளின் முதல்பிரதியை வாசித்து அதன் நிறைகுறை களைச் சுட்டிக்காட்டிப் பிரதியை மேம்படுத்த உதவிய க. மோகனரங்கன், குணா கந்தசாமி, சுகுமாரன் ஆகியோருக்கும் இலக்கியம் வழி அறிமுகமாகித் தனித்த நெருங்கிய நண்பர்களான இசை, ஜான் சுந்தர், சாம்சன் போன்றவர்களுக்கும் அன்பும் நன்றியும். நல்லவையன்றிப் பிறிதொன்றறியாத வே. பாபுவின் ஆன்மாவைப் பிரியத்துடன் நினைத்துக்கொள்கிறேன்.

என்னைக் காத்துவரும் பெற்றோரையும் தங்கையையும் இங்கு மீண்டும் ஒருமுறை அன்புடன் நினைத்துக்கொள்கிறேன்.

முழுத்தொகுப்பை வாசித்து பின்னட்டைக் குறிப்பை எழுதித் தந்தவர் குணா கந்தசாமி. போலவே கதைகளை வாசித்த பின் அதன் பின்னணியையும் சூழலையும் உணர்ந்து அட்டையை அபாரமாக வடிவமைத்துத் தந்தவர் சந்தோஷ்குமார்(அகன் குழந்தையப்பன்). அழைத்துக் கேட்டதும் உடனடியாக ஒப்புக் கொண்டு பின்னட்டைக்கான புகைப்படத்தை எடுத்துத் தந்து உதவியர் ஷரண் பிரசாத். இம்மூவரும் கதையின் வாயில்களுக்கு வழி செய்து தந்தவர்கள். இவர்களுக்கு அன்பும் நன்றியும்.

இந்த ‘அன்பும் நன்றியும்’ என்ற சொற்களின்மீது படிந்துள்ள சம்பிரதாயத்தின் சருமம் உரிந்து மெய்யான அழகுடன் ஒளிர வேண்டும் என விரும்புகிறேன்.

இந்நூல் உருவாக்கத்தில் பங்குகொண்ட ஹெமிலா, கலா முருகன் ஆகிய இருவருக்கும் நூலைச் சிறப்பாக வெளியிடும் காலச்சுவடு பதிப்பகத்துக்கும் அதே அன்பும் நன்றியும்.

கே.என். செந்தில்

அவிநாசி
29.11.2018

இரண்டாமிடம்

மருந்துச்சீட்டுகள் நைந்துபோய்க் கையோடு வந்துவிடும் என்று பட்டது. இன்னும் ஒன்றிரண்டு முறை திருப்பினால் அது இரண்டாகவும் நான்காவும் கிழியக்கூடும். வீட்டுக்காரம்மாவின் கண்டிப்புகளையும் மீறி அடிக்கப்பட்ட ஆணியில் தொங்கவிடப்பட்டிருந்த அழுக்கேறிய பையினுள் அவர்களுக்கு மிச்சசொச்ச நம்பிக்கைகளை அளித்தபடி நோட்டீஸ்கள் போல அவை குவியலாகக் கிடந்தன. கையிருப்பைக் காலிசெய்து கடன்காரர்களைச் சம்பாதித்துத் தந்த அந்த மருந்துப்பட்டியல்கள் தங்கள் தலைவிதியின் கையெழுத்துக்களாக அவர்களுக்குத் தோன்றின. ஒரு பிண்டம் போல அசைவேதுமின்றி மனோகரனின் கிழிந்த லுங்கியின் மேல் பையன் கிடந்தான். அந்த எண்ணம் எழுந்த அதே கணத்தில் மின்சாரம் போனது. ராதாவின் மனம் சட்டென இருண்டு விட்டது. நொடியும் தாமதிக்காமல் வேகமாகப் போய் வற்றிப் போகவிருந்த விளக்கில் எண்ணெய் ஊற்றி விளக்கேற்றிக் கன்னத்தில் போட்டுக் கொண்ட போது எதிரேயிருந்த கடவுளர்களின் முகங்கள் தெரியாதவாறு கண்ணீர் கட்டி நின்றது. ரித்தீஷைப் பழையபடிக்கு மீட்க உறுதிபூண்டு உடம்பை வருத்தும் வேண்டுதல்களுக்கு அந்த தெய்வங்களிடம் அவள் பிராத்தித்துக் கொண்டிருந்தாள்.

ஆனால் பிரியாவின் வேண்டுதல்களோ வேறாகயிருந்தன. வீட்டுக் காம்பௌண்ட் சுவரை யொட்டி வளர்ந்திருக்கும் செம்பருத்தியை தினமும் பறித்துப்போய்த் தெருக்கோவில் பிள்ளை யாருக்கு வைத்து வணங்கி வருவாள். எனவே அவள் கோரிக்கைகளை அவர் உடனடியாக

நிறைவேற்றினார். லீலா டீச்சர் ஸ்கூலுக்கு வரக்கூடாதென நினைத்து வேண்டிய நாளில் அப்படியே நடந்தது. பர்வீன் அவளாகவே வந்து பேச வேண்டும் என்ற விண்ணப்பத்தை ஒரு மணிநேரத்திலேயே அவர் ஈடேற்றினார். தன் தம்பிக்குச் சரியான தண்டனையைத் தரும்படி நாள்தவறாமல் அவரிடம் போய் கேட்டாள். அவன் பிறந்ததினக் கோலாகலங்களைக் கண்டபின் நெடுநேரம் அதைச் சொல்லியே வேண்டி நின்றாள். அதற்கும் மறுநாளே அவனுக்குக் கடுமையான காயச்சல் கண்டது.

பிரியா தன்னைச் சுற்றிலும் அரைவட்டமாகக் காலி பாட்டில்களை வைத்துக் குத்தவைத்து அமர்ந்து அவளுடைய குட்டி தம்ளரில் நீரை மொண்டு நிரப்பிக்கொண்டிருந்தாள். கையிலிருந்து ஒழுகிய நீர் நெளிந்து போவதைப் பார்த்ததும் பர்வீன் வீட்டில் கண்ட சாவி கொடுக்கப்பட்ட ரயிலை நினைத்துக்கொண்டாள். அம்மா சாமிப் படத்தின் முன் நிற்பதைக் கண்டுகொள்ளாதவள் போல எழுந்தபோது கால் தட்டி பாட்டில் கவிழ்ந்து நீர் உருண்டோடியது. ராதா முகம் விரிய வந்து "தண்ணிக்கு நாய் மாதிரி அவஅவ லோலோன்னு அலையறா... அதுல ஒனக்கு வெளையாட்டுக் கேக்குதா..?" என வெளியே இழுத்து "உங்கப்பனைச் சொல்லோனும்டீ... கடைக்குப் புதுசா கலர் எறக்கும் போதெல்லாம் ஒனக்குத் தூக்கீட்டு வந்து கொடுக்குதுல்ல..." என்றபடியே வீடெங்கும் பார்வையைச் சுழல விட்டாள். "பாப்பா... மாடு மாதிரி யேன் நிக்கற... போய் சாக்க எடுத்து அது மேல போடு" என்றாள். பிரியா அம்மாவையும் தம்பியையும் மாறி மாறி முறைத்துப் பார்த்தபடியே நிற்பதைக் கண்டு கன்னத்தைப் பிடித்திழுத்து முதுகில் அறைந்தாள். அவள் வயிறு அதிர வாய்விட்டு அழுவதற்கும் சைக்கிள் சத்தம் வாசலில் கேட்பதற்கும் சரியாக இருந்தது.

செருப்பைக் கூட கழட்டிவிட அவகாசமின்றி உள்ளே ஓடிவந்த மனோகரன் பையனுக்கு ஸ்வெட்டரைப் போட்டுவிடும்படி பரபரத்த குரலில் சொன்னான். தான் அழுவதை ஏனென்று கூட கேட்காத அப்பாவைக் கண் எடுக்காமல் பிரியா பார்த்து நின்றாள். சற்றுமுன் அவனுக்கு நன்கு பரிச்சியமானவர் சொன்ன ஆஸ்பத்திரிக்குப் பையனைத் தூக்கிப்போகத் துடித்துக் கொண்டிருந்தான். ஈரத் துணியால் அவ்வப்போது பையனைத் துடைத்துவிட்டபோதும் அந்த உடம்புச் சூடு அப்படியே தான் இருந்தது. என்றபோதும் மனோகரனின் சொல்லிலிருந்த உறுதியில், அவளுக்குள் வறண்டு விட்டது என நினைத்திருந்த நம்பிக்கையின் சுனையிலிருந்து சிறிது நீர் கசிவதாகத் தோன்றியது. எப்போதும் இம்சிக்கும் அதே முள் அன்றும் அவளைக் குத்தி அங்கேயே நிற்கச் செய்தது. தடுமாறிய குரலில் "ஏங்க . . .

பணம்..!" என்றாள். அவன் சைக்கிள் சாவியைத் துழாவியபடியே "வாயை மூடிட்டு இருடீ... ஏற்பாடு பண்ணிட்டுத் தான் வந்திருக்கேன்" என்று கத்திவிட்டு சாவி கிடைக்காத ஆத்திரத்தில் கையில் சிக்கிய அவள் வாரச்சீட்டுக் கட்டும் அட்டையைக் கசக்கி எறிந்தான்.

அழுகை நின்று காய்ந்த கன்னத்தைத் தேய்த்தபடியே அப்பாவை நெருங்கியபோது அவள் நிற்பதே கவனத்தில் பதியாமல் எறும்புப் புற்றுக்குள் கால் வைத்தவனைப் போல அதற்குள் வைத்த இடம் மறந்துபோன சாவியைத் தேடிக் குதித்துக் கொண்டிருந்தான். இன்னும் காயாமல் கிடக்கும் ஈரத் தரையில் அந்தக் கசங்கிய சீட்டு உருண்டு செல்வதை ராதா பார்த்தாள். மகனை விடவும் அந்தச் சீட்டின் மேல் கவனம் குவிந்தவளாகப் பார்வையைத் திருப்பாது நின்றிருந்தாள். பாயின் அடியிலிருந்து சாவி கிட்டியதும் அதை வசவு வைத்தபடி வெளியே போய் அவளை உரத்த குரலில் அழைத்தான். அவள் உள்ளே வேகமாகச் சென்று திருநீற்றை எடுத்து வந்து மகனது நெற்றியில் இட்டபின் மனோகரன் திரும்பிய நேரத்தில் அந்தக் கசங்கிய சீட்டைப் பாய்ந்தெடுத்து ஜாக்கெட்டுக்குள் திணித்துச் சைக்கிளில் ஏறி அமர்ந்தாள்.

மணமாகி வந்த சில மாதங்களிலேயே பட்டும்படாமல் மனோகரனின் அம்மா அவளிடம் தள்ளிப்போன நாட்களின் கணக்குகளைக் கேட்டாள். பின் அது ஒரு வருடமாக ஆனது. வீட்டுக்கு விலக்காகித் தலைக்குக் குளித்துப் பல்லைக் கடித்தபடி வலியை மறைத்துக் குளியலறையிலிருந்து வருகையில் எவரிடமோ சொல்வதுபோல வார்த்தையிலேயே சூடிழுப்பாள். அது ஐந்து வருடமாக நீண்டபோது அவளது பார்வைக்குப் பயந்து ராதா பாத்திரங்களைத் தொட அஞ்சி வீட்டின் மூலையில் வழியும் கண்ணீரைத் துடைக்க மறந்து குறுகிப் படுத்திருப்பாள். மூன்றாவது முறையாக வயிற்றைக் கழுவிவிட்டு வந்த இரண்டாவது மாதத்தில் பதினைந்து நாட்கள் தள்ளிப்போனதை மெதுவாக அவன் காதில் சொன்னாள். அதுவரை எவ்வளவு புலம்பி மறுகி துடித்த போதும் பெரிதாக அலட்டிக் கொள்ளாத மனோகரன் உடல் பரபரக்க எழுந்து கூத்தாடிச் சத்தமிட்டுச் சிரித்ததைக் கண்டு அவனை அடக்க அருகிலிருந்த வெள்ளை முள்ளங்கியை எடுத்து வாயினுள் திணித்தாள். அவன் அதை கேரட் போலக் கடித்துத் தின்றதைக் கண்டு "லூசு... அது பச்சை. துப்பு வெளியிலே." என்றாள். "பச்சையாவது செகப்பாவது. இப்போ எதைக் கொடுத்தாலும் திம்பேன்டீ." என அவள் கன்னம் பிடித்துக் கிள்ளி மூக்கின் மேல் விழுந்து கிடந்த முடியைக் காதோரம் ஒதுக்கிவிட்டுக் கழுத்தில் முத்தினான். அவள் அத்தைக்குக் கேட்டுவிடுமோவென

மெதுவாக விசும்பி மூக்கை உறிஞ்சிக் கண்ணீரை அடக்க முயன்றும் அது துளிர்த்து நின்றது. அவனுள்ளும் ஏதோ உடைவது போலப் பட்டது. எழுந்து போன சில நிமிடங்களுக்குப் பிறகு அவளுக்குப் பிடித்தமான பக்கத்துவீட்டு அனுக்குட்டிக்குக் கைக்கொன்றாக ஜிலேபி வாங்கித் தந்து அவளிடம் விட்டுப் போனான்.

விஷயம் உறுதியான பின் எந்தக் கேள்விக்கும் எதிர் நின்று முகம்தூக்கி மாமியாரிடம் பதில் சொன்னாள். ஜாடைமாடையான குத்தல்களுக்குச் சரிக்குச் சரிநின்று எகிறியது கண்டு ஈஸ்வரி "ரொம்ப ஆடாத ... சுளிக்கிக்கப் போகுது ... குத்தம் குறையா இல்லாம பொறக்கோணும்ன்னு வேண்டிக்க ..." என்றாள். ராதா நிமிஷமும் தாமதிக்காமல் ஆங்காரமாகச் சத்தமிட்டுக் கைக்குக் கிடைத்ததை எடுத்து எறிந்தாள். மனோகரன் திட்டித் தீர்த்து ஈஸ்வரி இரவு முழுக்க அழுதபடியிருந்ததைக் கண்ட போதும் ராதாவுக்குச் சமாதானம் ஆகவில்லை. அடுத்த வாரமே நான்கு வீடுகள் தள்ளித் தனியே குடி போனாள். உள்ளூர அவள் நடுங்கிக் கொண்டேதான் இருந்தாள். அந்த அச்சம் உடும்பு போல அவள் மனதைக் கவ்விக் கொண்டுவிட்டது. பரிசோதனைகளுக்குச் செல்லுந்தோறும் அக்கேள்விகளின் முனையிலேயே அவள் மனம் நின்றுகொண்டிருக்கும். அவளுடைய வேண்டுதல்கள் அனைத்திலும் அந்த ஒற்றை வாக்கியமே நிறைந்திருந்தது. இரவில் திடுமென அவளது மனம் அதை எண்ணிச் சீரற்று துடித்தால் மனோகரனின் கழுத்தை இறுகக் கட்டிக்கொள்வாள். அவனது நன்றாக மழிக்கப்பட்ட கன்னத்தின் வாசனையை முகர்ந்தபடி உறங்கிப்போவாள்.

கடுங்குளிர் கூட உறைக்காமல் ராதாவின் அம்மாவோடு கண்ணாடித் தடுப்புக்கு வெளியே காத்திருந்தபோது நர்ஸ் வந்து பீதியின் ரேகைகள் ஓடிக்கொண்டிருந்த அவன் முகம் பார்த்துக் குறும்பாகச் சிரித்தாள். அவர்களைக் கடந்துபோன வயது கூடிய நர்ஸ் "கல்கண்டா? சாக்லேட்டா?" எனக் கேட்டு நின்றதற்கு, "சாக்லேட்க்கா ..! ஆனா அண்ணன் கேக்கே வாங்கித் தருவாருன்னு நெனைக்கிறேன் ... ஏனுங்ணா ..!" என்றாள் முகத்தை அப்பாவியாக வைத்தவளாக. அவனது புரியாத முகத்தைக் கண்டு "ஏம்பா ... ஒனக்குப் பொண்ணு பொறந்திருக்குன்னு சொல்றா ..!" எனப் பெரிய நர்ஸம்மா சொன்னதைக் கேட்டதும் உள்ளே உந்திய ஆனந்தத்தில் கண்ணீர் படர்ந்தது. "கேக்கு கேட்டதுக்கு ஏந்தம்பி அழுகுற? சாக்லேட்டே போதுமெடு ..." எனக் கண்ணைச் சிமிட்டிக் காட்டினாள். அது கேட்டு அந்தச் சின்ன நர்ஸ் கலகலவெனச் சிரித்த சத்தம்

அவன் மன அறையெங்கும் பல நாட்களுக்கு எதிரொலித்துக் கொண்டேயிருந்தது. அப்போது தொட்டிலில் கண்முன் கிடக்கும் மகளைக் கண்டு வெறுமனே மெல்லச் சிரித்தான். ஆனால் அந்த மருத்துவமனையின் உயரத்துக்கு அவன் வளர்ந்து நின்றிருந்ததை மனோகரன் மட்டுமே அறிவான்.

விடிந்த பின் மெதுவாக வந்த ஈஸ்வரி துணியை விலக்கிப் பார்த்து "ம்ம்ம் . . ." எனக் கனைத்தபடியே தலையசைத்த பின் "எந்தக் கொழந்தயா இருந்தாத்தான் யென்ன?" என யாரையோ கேட்பது போலக் கேட்டாள். அதுவரை தன்னைக் கண்டாலே பயத்துடன் நின்று பேசும் ராதாவின் அம்மா சாவகாசமாக நடந்து வந்து அருகிலமர்ந்து வெற்றிலைக்குச் சுண்ணாம்பு கேட்டபோது ஒரு கணம் திடுக்கிட்டு விழித்த பின் முகத்தை வேறு பக்கமாகத் திருப்பியபடியே தந்தாள். அந்த வராண்டா முழுக்க கேக் வாசம் வீசுவதைச் சிரிப்புடன் கவனித்தபடி "அப்படியே புள்ள ராதா மாதிரி இருக்கு . . . ஏங்க்கா . . !" எனச் சொன்னபின் நிதானமாக சம்பந்தியின் முகத்தைப் பார்த்தாள். ஈஸ்வரி மெதுவாக எழுந்து போய் மகனிட மிருந்து கேக்கை வாங்கியபடி அருகிலிருந்த நர்ஸம்மாவிடம் "எம் பையன உரிச்சுட்டுப் பொறந்திருக்கா எம் பேத்தி" என ராதாவின் அம்மாவை ஒரு கண்ணால் பார்த்தவாறு கேக்கை வாய்கொள்ளாமல் திணித்து அண்ணாந்து மென்றபடி தன் மேல் அமர்ந்த கொசுவை அவளைப் பார்த்தபடியே ஓங்கி அடித்து "கெரகம் . . . யெங்க போனாலும் தொரத்தீட்டு வந்திருது..." என்றாள். ராதாவின் அம்மா இருண்ட முகத்துடன் கால் பெருவிரல் நகத்தைப் பார்ப்பவளைப் போலத் தலை குனிந்தாள்.

சைக்கிளை ஸ்டேண்டு போட்டு நிறுத்தும் சத்தம் கேட்டுப் பிரியா உள்ளிருந்து எட்டிப் பார்த்தபடியே நின்றுகொண்டாள். மருந்துப்பையைக் கையில் பற்றியபடி குழந்தையைக் கைமாற்ற நீட்டிய போது அவன் விலகி "போய் எங்கையாவது எறிஞ்சுட்டு வந்துரு . . . கருமம் புடிச்சது . . . பொழைக்கவும் மாட்டேங்குது... சாகவும் மாட்டேங்குது ... த்தூ... இன்னும் ஒரு வாரம் செக்கப்புக்கு வரச்சொல்றான் . . . பணத்தைப் புடுங்கீட்டுதான்வுடுவான் . . . எவங்கிட்ட இருக்குது? . . ." என்று கத்தியவாறு பழைய இரும்புக் கட்டிலில் சத்தம் எழ போய் விழுந்து எதையும் காணச் சகிக்காமல் கண்களை இறுக மூடிக்கொண்டான். அவனுக்குக் கொடூரமாகப் பசித்தது. அவளிடம் அதை எப்படிக் கேட்பதெனத் தெரியாமல் புரண்டபோது விளிம்பில் அமர்ந்திருந்த மகளின் மேல் கால்பட்டதும் வெடுக்கென எழுந்தமர்ந்து "கெரகமே... வூட்ல

இத்தன எடமிருக்குது... இங்கேயே தான் வந்து நொட்டோணுமா...” எனச் சீறினான். ராதா குறுக்கே புகுந்து “எவனோ ஏதோ சொல்லீட்டான்னா! நடந்திருமா..? அதுக்கு இருக்கிறவங்க மேலெல்லாம் யேன் எறிஞ்சு வுழுகிறா? ... பணந்தானே... இந்தா” என வேகமாகப் போய்ப் பெட்டியிலிருந்த சிறிய சையினை அவன் முகத்துக்கெதிரே நீட்டினாள். எதுவும் பேசாது தலையணையில் முகத்தைப் புதைத்துக்கொண்டான். பின் மகனது கையிலும் கழுத்திலும் திருஷ்டிக்குணத்திற்கும் ஏட்டுக்குணத்திற்கும் மந்திரித்துச் சிவப்பிலும் கறுப்பிலும் கட்டப்பட்ட கயிறுகளின் மீது அவள் திருநீற்றைப் பூசினாள். பூசாரியிடம் எடுத்துப்போய் வேப்பிலையில் சிறகடித்து வந்தும் காய்ச்சல் குறையாததை டாக்டரிடம் சொன்னதும் சிரித்தவாறு ஒரு பாட்டிலைத் தந்து அதிலிருந்து தினமும் ஆறு சொட்டுகள் தருமாறு சொல்லி அனுப்பினார். ஒரு நாள் விட்டு ஒரு நாள் எடுத்து வந்து காட்டச் சொன்னபோது மனோகரன் கேட்காதவன் போல நிற்பதைக் கண்டு அவள்தான் தலையசைத்துவிட்டு வந்திருந்தாள்.

சோற்றைக் கண்டதும் வட்டிலை நோக்கிக் குனிந்த அவனது தலை மேலும் மேலும் கீழே இறங்கிப் பெரிய ஏப்பத்தோடு நிமிர்ந்தது. அந்த ஏப்பத்தின் சத்தம் கேட்டு பிரியா குழந்தையில் பயந்து அழுதிருக்கிறாள். ராதா பையனுக்கு மருந்து கலக்கிக் கொடுக்கும் போதும் அவள் மீந்ததை உண்ணும் போதும் அவளைப் பார்ப்பதையே தவிர்த்தான். அவளுக்கு அது வினோத மாக இருந்தும் வெளிக்காட்டிக் கொள்ளவில்லை. அவன் பெரிய மேட்டில் பெடலை எக்கி மிதிக்கும் போது அவள் மார்புகள் அவன் முதுகில் உரசி அழுந்தியபடியே வந்தது. அவளுக்கு அது பற்றிய உணர்வே இருக்கவில்லை. அவ்வளவு இக்கட்டான மனநிலையிலும் அவனுள் கிளர்ந்தெழுந்த உணர்ச்சியை விரட்ட முடியவேயில்லை. எப்படி வளைந்து ஓட்டினாலும் பல நாட்களுக்குப் பின்னான அதன் ஸ்பரிசம் அவனை இம்சித்தது. அவளைக் கூட வேண்டும் என்ற எண்ணம் உடல் முழுக்கப் பரவியதும் அவன் சைக்கிளின் கைப்பிடியை இறுகப்பற்றி முறுக்கினான். அது நடக்காது என்பது தெரிந்ததும் அந்த எண்ணத்தை விரட்டுவது போல ஓயாமல் மணி அடித்தான். ஓரமாக நின்றிருந்த நாயைச் சபித்துக் காறித்துப்பினான். சற்றுமுன் கடிந்து சத்தமிட்டதன் காரணம் இதுவென அவள் அறிந்தால்? தன் மனதிற்குள் தன் மீதே கசப்பு, நுரை போலத் திரள்வதை உணர்ந்தான்.

பாதித் தூக்கத்தில் விசும்பொலி கேட்டு ராதா கண் கசக்கி விழித்தபோது மனோகரன் பையனுக்கருகே நிற்பதைக் கண்டாள். “எஞ்சாமி... டேய் தம்பி..!அப்பா தெரியாம

சொல்லிப்போட்டன்டா... வுட்டுட்டுப் போயிராதடா..." என்று காய்ச்சலுடன் உறங்கும் பையனின் காலை மெதுவாகப் பற்றிக் கண்ணீர் வழிய நின்றுகொண்டிருப்பதைக் கண்டாள். அவள் விளக்கிட்டு அருகில் வந்ததும் அவன் தைரியம் பெற்றவனாக "அப்பா இருக்கறண்டா ... சாமி உனக்கு ..." எனச் சொல்லச் சொல்ல மேலும் அவனை அழுகை ஆட்கொண்டது. ராதா கண்ணைத் துடைத்தபடி "போய்ப் படு" எனச் சொல்லிமுடித்த அடுத்த கணம் "இன்னேரத்துல எவன் வூட்டுலடா லைட்ட் போட்டுட்டுக் கூத்தடிக்கிறீங்க ..." என்ற வீட்டுக்காரம்மாவின் சத்தம் கேட்டு மூர்க்கத்துடன் வெளியே பாய எத்தனித்த போது அவன் கையைப் பிடித்து வாய் பொத்தி அடக்கப்பட்ட கண்ணீருடன் படுக்கையில் தள்ளினாள்.

கரும்பலகையில் நான்காம் வகுப்பு 'ஆ' பிரிவு என்பதற்குக் கீழே ராஜாமணி டீச்சரின் விரல்கள் முன்னகர்ந்து தாவி செல்லச் செல்ல அது எழுத்துக்களால் நிரம்புவதைப் பிரியா கண்டாள். அவள் தன் தம்பியின் நினைவில் சூழப்பட்டு அமர்ந்திருந்தாள். வகுப்பின் நடுவில் ஒன்றுக்குப் போகக் கேட்டு எழுந்து போனதுகூட யாரென்று பார்க்கவில்லை. இரவில் அப்பாவின் அழுகையைச் சமாதானப்படுத்தி அம்மா மீண்டும் அவளருகே மூக்கை உறிஞ்சியபடி புரண்டு படுத்துத் "ஏங்குட்டி ..." எனத் தன்னைக் கட்டிக்கொண்டு மெல்லத் தட்டிவிட்ட போது அம்மா அழுகிறாள் என அறிந்தாள். அம்மாவும் அப்பாவும் முன் போல இல்லாமல் சாதாரணமாக அவளை நடத்தத் தொடங்கியதை உணர்ந்த தருணத்தை மனதிற்குள் மீண்டும் கொண்டு வந்தாள். அவ்வளவு வளர்ந்த பின்பும் அவளைத் தூக்கி நடந்த அப்பா, அதை மறந்தவராக ஆனார். வெட்கத்தால் சிணுங்கி "எறக்கி வுடுப்பா ..." என முகத்தை அவன் தோளில் புதைத்தபடி நழுவும் போது கூட கீழே வந்துவிட்ட மகளை இன்னும் அவன் மேலேற்றிக் கொள்வான். தம்பி இல்லாமல் போனால் பழைய நாட்கள் மீண்டும் –அதைவிடக் கூடுதலாகவே –திரும்பிக் கிடைக்கும் என நினைத்தாள். அதையே கடவுளிடமும் வேண்டிக்கொண்டாள். அந்த வேண்டுதலை வகுப்புச் சினேகிதிச் சொப்னாவிடம் திக்கித்திணறி சொன்னபோது அவளுக்குப் பிரியா தந்த தேன்மிட்டாய்கள் தீரும்வரை கேட்டுவிட்டு "இரு ... இரு ... உங்கம்மாகிட்ட சொல்றேன்" என்றதும் பிரியா பயந்து போய் சொப்னாவை நீண்ட நேரம் கெஞ்சிக் கூத்தாடிச் சரி கட்டினாள். அதிலிருந்து இனி ஒருவரிடமும் இது பற்றி வாய்திறக்கக் கூடாது என்றும் தினமும் வாங்கிவரும் தேன்மிட்டாய்களைச் சொப்னாவிடமே தந்துவிடுவதுமான இரு முடிவுகளுக்குப் பிரியா வந்தாள்.

ஆனால் வீட்டில் தன் தம்பியைக் காண்பதையே தவிர்த்தாள். இப்படி எழ முடியாதவாறு படுக்கையில் கிடப்பான் என அவள் நினைக்கவேயில்லை. அம்மாவின் நிறைமாத வயிற்றைக் காணும் தோறும் "தம்பி பாப்பா" என்று தான் சொல்லித் திரிந்தாள். மூன்று வீடு தள்ளியிருக்கும் பர்வீனின் தம்பியை விட அவன் அழகாக இருப்பான் எனத் தனக்குள்ளாகச் சொல்லிக்கொண்டாள். உடன் படிக்கும் சுரேஷின் முன்பல் விழுந்து சிரிக்க வெட்கப்பட்டு நின்றபோது அவனது பாட்டி சாணியுருண்டையில் பல்லைப் பொதித்து வீட்டின் மேல் எறிந்ததன் காரணத்தை அந்தப்பாட்டியிடமே கேட்டபோது பிரியாவின் கன்னத்தை மெல்ல இழுத்தபின் "அப்பத்தான் சீக்கிரமா பல்லு மொளைக்கும்..." என்றாள். அதை அம்மாவிடம் சொன்னதும் வாரியணைத்துக் கட்டிக்கொண்டாள்.

சுற்றங்களால் வாங்கி வரப்பட்ட விதவிதமான இனிப்புகளைச் சந்தோஷத்தோடு வகுப்புக்கு எடுத்துச் சென்றாள். அதைக் கண்டு கணக்கு பிரீயடில் தலையில் கொட்டிய பிரசாத்தும் தொட்டுவிளையாட்டுக்குச்சேர்த்துக் கொள்ளாத நந்தினியும் தன் பெயரை வேண்டுமென்றே போர்டில் எழுதிவைத்த தன்யாவும் நெருங்கி வந்து அமர்ந்ததும் டிபன் பாக்சைப் பட்டென மூடினாள். அவர்கள் முன்னாலேயே தனபாலுக்கும் சுமதிக்கும் பிட்டுத் தந்த போது "ஏய் . . . ப்ளீஸ்ப்பா . . . ஸாரிப்பா . . ." என எவ்வளவோ கெஞ்சிக் கேட்டபோதும் அவர்களுக்கு சிறு இணுங்கைக் கூடத் தராமல் எதுவும் கேட்காதவள் போல அமர்ந்திருந்தாள். அந்தக் கோபம் அவள் அம்மாவிடமிருந்து அவளுக்கு வந்திருப்பதாக ராதா இல்லாத சமயத்தில் மனோகரனிடம் ஈஸ்வரி சொல்லியிருக்கிறாள். குழந்தையில் கேட்டது கிடைக்கத் தாமதமானால் உடம்பு நடுங்க வீடதிரக் கத்துவாள். அப்போது யாரேனும் போய்த் தூக்கினால் சிறிய நகத்தால் முகத்திலும் கழுத்திலும் கீறி உடம்பைச் சிவக்க வைத்து விடுவாள். மனோகரன் கொஞ்சியபடி அருகில் போனால் மட்டுமே அதிகமான சிணுங்கலுடன் அவனை அடிப்பாள். அவன் ஓயாமல் முத்துவான். அப்படிப்பட்ட அப்பா அவளைக் கண்டு கொள்ளாமல் இருப்பதை அவளால் தாங்கவே முடியவில்லை.

குழாயடியிலிருந்து தொங்கிய முகத்துடன் காலெல்லாம் புழுதி படர பிரியா வீட்டிற்குள் நுழைந்தாள். ஒரு வாரமாகத் தண்ணீர் வராமல் போக்குக் காட்டிக் கொண்டிருந்தது. "உஸ் . . . புஸ் . . ." என்ற சத்தம் கேட்டு தெருவில் ஆட்கள் திரண்டு வசையபாடியவாறே முண்டியடிப்பார்கள். பின் அதிலிருந்து வெறும் காற்று மட்டும் வருவதைக் கேட்டுப் பின்னால் நிற்பவர்களின் சிரிப்பொலி கலைந்த குரல்களாக

மாறி முன்னால் வந்தவர்களுடன் சேர்ந்து புலம்பலாகவும் சாபமாகவும் ஆகி தெருவையே நிறைக்கும். அம்மா இரண்டு நாட்களாகக் குளிக்காமல் உடம்பைச் சொரிந்து கொண்டு அலைவதைக் கேலி பேசிய அப்பா முகம் கழுவியபடி சைக்கிளை எடுப்பதை அவள் பார்த்திருந்தாள். மாலை "கடப்பாரை" மொந்தத்தில் தண்ணீர் வருவதாக வீட்டுக்காரம்மாவின் சத்தம் கேட்டு ராதா துவைத்த சோப்பு நுரை படர்ந்த கைகளோடு பிரியாவுக்குக் கூலியாக இரண்டு ரூபாயைத் தந்து குடத்தையும் கொடுத்தனுப்பினாள்.

குஷியாகி ஓடிய போது பள்ளி முடித்து சினேகிதிகளோடு போட்டி போட்டு ஓடி வருவது போலப் பெரிய பெரிய அக்காக்களும் அம்மாக்களும் பாட்டிகளும் திபுதிபுவென ஓடுவதைப் பார்த்தாள். கீழே விழுந்தும் அடிப்பட்டது கூட உறைக்காமல் பைப்பை நோக்கிச் செல்லும் தடித்த அக்காவின் பின்னாலேயே ஓடினாள். அவளைக் கொஞ்சியும் மிரட்டியும் அவளுக்குப் பின்னால் வந்தவர்கள் குடத்தை அவளுக்கு முன்னால் நகர்த்தியபோது வெறுமனே முறைக்க மட்டுமே அவளால் முடிந்தது. பனி பெய்ய ஆரம்பித்த பின்பும் அவளது குடம் இரண்டடி மட்டுமே வரிசையில் முன்னகர்ந்திருந்ததைக் கண்டதும் அழுதபடியே வந்து அம்மாவிடம் சொன்னாள். ராதா வேலையை அப்படியே போட்டுவிட்டு வந்து பெரிய குரலில் பொதுவாக வசவு வைத்து சத்தமிட்டதும் அங்கு சிறு சண்டை மூண்டு அடங்கிய பின் அந்தக் குடம் மேலும் பல அடிகள் முன்னோக்கி நகர்ந்தது. அதே கோபத்தில் திரும்பி பிரியாவின் கன்னத்தைப் பிடித்து இழுத்து "வூட்டுக்குப் போய்த் தொலை சனியனே..." என முதுகில் இரண்டு வைத்து அனுப்பினாள். எவர் தடுத்தும் நிற்காமல் நேராக வீடு சேர்ந்ததும் தொட்டிலிலிருந்து கேட்ட அவனது சிணுங்கலும் சிறு அழுகையும் பிரியாவை அப்படியே அவனை நோக்கித் திருப்பியது.

கொசுவலையை விலக்கியபடி தொட்டிலைத் திறந்தாள். அவன் எதிர்ப்பைக் காட்டிக் கால்களால் தொட்டிலை உதைத்தான். வலியெடுத்த கன்னத்தை நீவிய போது கண்ணீர் துளிர்த்தது. கோபத்தோடு அவன் கை மீது பட்டென அடித்தாள். வீறிட்டு அழத் தொடங்கியவுடன் அவன் முகத்தையே பார்த்தபடி உறைந்து போனவளாக நின்றாள். அம்மாவின் மொத்த கவனத்தையும் தன் மீது திரும்ப வைக்க வேண்டும் என்று தோன்றியது. அப்பா அவள் பக்கம்தான் என்றாலும் அவர் கூட இப்போதெல்லாம் தன்னைத் தூக்கி வைத்துக் கொள்வதில்லை. அப்பா அம்மாவைக் காட்டி முன்னர் கேட்டபோது "தங்கச்சி பாப்பா" எனச் சொல்லியிருக்கலாமோ? என்று நினைத்துக்

கொண்டாள். அவளே வர மறுத்தாலும் மடியில் இழுத்துப் போட்டு எச்சில் பதிய முத்தமிட்டுக் கொண்டேயிருக்கும் பாட்டி கூட அவனையே தூக்கி வைத்துச் சீராட்டியதைக் கண்டு அப்பா யாரிடமும் ஒரு போதும் கேட்கக் கூடாதெனச் சொல்லித்தந்திருந்தை எரிச்சலை மறைத்தபடி பாட்டியிடம் "எப்போ பாட்டி வீட்டுக்குப் போவ?" என்று கேட்டாள். அடுத்த அரைமணி நேரத்தில் காரணமேதும் சொல்லாமல் சிடுசிடுப்பான முகத்துடன் கிளம்பிச் செல்லும் அத்தையை ராதா புரியாமல் பார்த்தபடி நிற்பதை ஓரத்தில் நின்று பிரியா கவனித்துக்கொண்டிருந்தாள்.

நிசப்தம் சூழ்ந்திருப்பதை உணர்ந்ததும் அவனது அழுகை நின்று விட்டிருந்ததை உணர்ந்தாள். பனியில் நனைந்து காய்ச்சலில் விழுந்ததாகக் குழாயடியில் யாரோ பேசியது நினைவுக்கு வந்தது. சற்றும் தாமதிக்காமல் அவனைத் தூக்க முடியாமல் தூக்கிப் போய் நடுங்க வைக்கும் பனியில் நின்றாள். காற்றில் கூடியிருந்த குளிர்ச்சியால் அவள் கால்களை மாற்றி நின்றாள். அவன் ஒரு நிமிடத்திலேயே தும்மல் போட்டு நிறுத்திய பின் அடுத்தடுத்து விடாது தும்மினான். அவனது கைகால்கள் வெடவெடவென நடுங்குவதைக் கண்டதும் தைரியம் வற்றியவளாக சுற்றிலும் கண்ணை ஓட்டினாள். யாரையும் காணோம். அவன் முகத்தைக் கண்டதும் வெறுப்புடன் தலையைத் திருப்பிக்கொண்டாள். எதுவும் நிகழாதது போல அவனைப் பழையபடி தொட்டிலில் இட்டபின் புத்தகத்தின் முன் அமர்ந்தாள். அதனுள்ளிலிருந்து அவ்வப்போது எழும் தும்மல்களைக் கேட்காதவள் போலப் பாடத்தைச் சத்தமாகப் படித்தாள். ஓசை எழ சைக்கிளை நிறுத்தும் அப்பாவையும் இடுப்பிலொன்றும் கையிலொன்றுமாக நிரம்பிய குடத்துடன் மூச்சு வாங்க நுழையும் அம்மாவையும் ஓரக்கண்ணால் பார்த்தபடியே தலை கவிழ்த்துக்கொண்டாள். அந்த இரவே அவன் ஓயாமல் அழுதான். அவனுக்குச் சங்கில் புகட்டியதை அப்படியே கக்கினான். குரல் வறண்டு போய் இருமலுக்கிடையே ஒலித்த அந்த அழுகையைக் கேட்கமுடியாதவாறு ஆகியது. நடுநிசியில் அவனை ராதா கொஞ்சியபடியே தூக்கிய போது உடம்பில் அனல் போலக் காய்ச்சல் அடிப்பதை உணர்ந்தாள்.

காலிக்குடத்தைத் தூக்கிக் கொண்டு குழாயடிக்குப் போகவே ராதா பயந்தாள். எவரேனும் பையனைப் பற்றிக் கேட்டு அபசகுனமாக ஏதேனும் சொல்லி விடுவார்களோ? என உள்ளூர மருகிக் கிடந்தாள். ஆளில்லாச் சமயமாகப் போன போது மளிகைக்கடைக்காரி "பையன் எப்படி இருக்கறான்.? நானும் வரோனும்ன்னு தாம் பாக்கறேன். எங்க?" எனச் சலித்தபடியே ஆறு காலிக் குடங்களை இறக்கி வைத்து ஓரமாக அமர்ந்து

மூக்கைச் சீந்தி எறிந்தாள். “பரவாயில்லைக்கா ...” என்றபடியே ராதா குடத்தை நகர்த்தி அடுத்ததை வைக்கும் இடைவெளியில் “எதுக்கு நீயி ஆப்ரேஷன் பண்ண.? பையனுக்கு ஏதாவதுன்னா ஒத்தப்புள்ளையோட காலந்தள்ளுவயா?!” என்றபடி குடத்தின்மீது வந்தமர்ந்த காகத்தைச் சதை தொங்கும் கையை வீசி விரட்டினாள். குடத்தினுள் சத்தத்துடன் மேலேறி வரும் நீரைப் போலத் தன்னுள் கொதிப்புடன் ஏறி வந்த கோபத்தை அடக்கிப் பாதி நிரம்பிய குடத்துடன் வீட்டிற்கு ஏறக்குறைய ஓடினாள். கைவிரல்களில் நெட்டை முறித்து மளிகைக்கடைக்காரியின் குடும்பத்தையே சபித்தபின்பும் அவள் மனம் ஓயவில்லை. சட்டென நினைவு வந்தவளாகத் துணியில் மஞ்சளைத் தடவி ஒன்றே கால் ரூபாயை முடிந்து மனமுருக வேண்டி உண்டியலில் இட்டாள். ஏற்கனவே போடப்பட்ட காணிக்கையோடு அது நான்காவதாகப் போய் விழுந்தது. பையனின் பிறந்தநாளைய திருஷ்டிதான், இவ்வளவு அல்லல்களுக்கும் காரணமாக இருக்கக் கூடும் என்ற நினைப்பு நீக்கவும் மீண்டும் அவளுக்குள் எழுந்தது.

அந்த ஏற்பாடுகளைக் கண்டு ராதா திகைத்து நின்றாள். ஓர்க்ஷாப்பில் பழைய பைக்கிற்குச் சொல்லி வைத்து அதற்காகவெனச் சேர்த்து வைத்திருந்த பணத்தை எடுத்து இறைத்திருந்தான். பலூன்களும் கேக்குகளும் மூன்று பொரியல் களுடன் கூடிய பாயசமுமாக வீடே அமர்க்களப்பட்டது. போட்டோக்காரன் ஓயாமல் படம் எடுப்பது கண்டு பெட்டி யிலிருந்த நூல் போன்ற செயினை எடுத்து ராதா கழுத்தில் போட்டுக்கொண்டாள். பிரியாவுக்கு எங்கு நிற்பது என்றே தெரிய வில்லை. அந்தச் சிறிய வீட்டிற்கு வெளியே மேலும் இரு மடங்கு ஆட்கள் சிரித்த முகத்துடன் நின்றுகொண்டிருப்பதைக் கண்டதும் செலவுகள் மேலும் எகிறிச் செல்லக் கூடும் என யூகித்து ராதா பேதலித்த முகத்துடன் திரிந்துகொண்டிருந்தாள். திடீரென வீறிட்டெழுந்த பையனின் சத்தத்தை, அவனை ஆள் மாற்றி ஆள் தூக்கிக் கொஞ்சியும் நிறுத்தமுடியவில்லை. எட்டிப்பார்த்தபடி படிக்கட்டில் நிற்பவர்களை விலக்கி, வீட்டுக்காரம்மா ஊரில் இல்லாதது நல்லதாகப் போயிற்று என நினைத்தபடியே வந்து அவன் போட்டிருந்தத் துணியை ராதா கழட்டி எறிந்து காற்றிற்குக் கொஞ்சம் வழி செய்து தந்த பிறகு அழுகை ஓய்ந்த சில வினாடியில் சிரிப்புத் தவழ்ந்தது. அந்தத் துணியை மடித்து வைத்தபடியே மனோகரன் புலம்பலான குரலில் அதன் விலையைச் சொன்னதைக் கேட்டதும் சுற்றியிருந்தவர்களின் முகங்களை ஆச்சரியத்தின் அலை வந்து ஒரு நிமிடம் அடித்துச் சென்றதை ராதா பார்த்தாள். அந்த வீட்டின் வாடகைக்கு மிக அருகில் வரும் தொகை அது. உள்ளூர பொங்கும் பெருமையை

வெளியே காட்டிக் கொள்ளாமல் அவன் கண் மையை ராதா உதட்டோரச் சிரிப்புடன் சரி செய்தாள். "அற்பனுக்கு வாழ்வு வந்தா அர்த்த ராத்திரியில குடை பிடிப்பானாமா..." என அன்றிரவு அத்தை தலையிலடித்துக் கொண்டு பிலாக்கணம் வைத்தபோது எதுவும் பேசாது எச்சில் பாத்திரங்களைக் குனிந்த தலை நிமிராமல் விளக்கி வைக்கவே அவளால் முடிந்தது. அதற்கடுத்த இரண்டாவது நாளில் பையனுக்குக் காய்ச்சலும் வயிற்றுப் போக்கும் ஏற்பட்டது.

எச்சில் ஒழுகிய வாயோடு பாட்டியைக் கட்டிக் கொண்டு படுத்திருந்தவளை அந்தக் காலைநேரத்தில் மனோகரன் உலுக்கி எழுப்பி வேகமாகத் தயார்படுத்தி அழைத்துச் சென்றான். அவனுடைய அம்மாவின் கேள்விகளுக்குப் பதிலேதும் சொல்லாமல் பிரியாவைத்தூக்கித் தோளில் போட்டபடி குஷியோடு நடந்தான். குழந்தையைப் பார்த்து அது பையனென அறிந்ததும் தன் முகம் சட்டென சுடர "அப்பனே..!" எனக் கூவி கூரை நோக்கி இரு கைகளையும் உயர்த்திக் கன்னத்தில் போட்டுக்கொண்டாள். அருகில் சென்று "தொரை... தொரசாமி..." எனக் காதருகே போய் அழைத்தாள். மனோகரனுக்குப் பிறகு பிறந்து ஐந்து வயதிலேயே போய்ச் சேர்ந்த அவளது இளைய மகனின் பெயர் அது. அந்த நினைவால் தூண்டப்பட்டவளாக வாயைப் பொத்தியபடி வெளியே போனாள். பிரியா மெல்ல நெருங்கி தொட்டிலில் கிடந்தவனைக் கண்டு சிரித்தபடியே அப்பாவைத் தலைதூக்கிப் பார்த்தாள். குளிர்ந்த கைவிரல்கள் அவள் தலையைக் கோதியபடியே ராதா "தலையைச் சீவிக் கூட்டியாரக் கூடாதா?" என்று கேட்டபோது அவன் பதிலேதும் சொல்லாமல் பையனின் முகத்திலேயே கவனம் குவிந்தவனாக முடியாத சிரிப்பு உதட்டோரத்தில் தேங்கி நிற்க ஒரு வித மோனநிலையில் நின்றுகொண்டிருந்தான்.

தன்னுடைய நிலை அவர்களிருவரிடமும் வேறாக மாறியதற்குப் பின் பிரியா ஒரு முறை சாமிப் படத்தின் முன் நின்று "இப்போ கேட்டிருந்தா யெனக்கு எந்தப் பாப்பாவும் வேணாம்ன்னு தான் சொல்லியிருப்பேன்..." எனச் சொல்லிக் கொண்டாள். அதுவரை அவளுக்கென இருந்த பெருமைகள் இல்லாமல் போனதை அவளால் ஏற்கவேமுடியவில்லை. பிறந்த குழந்தையாக ஆஸ்பத்தியிலிருந்து வீட்டிற்கு அந்தத் தெருவிலேயே குதிரை வண்டியில் வந்திறங்கியதை அவ்வப்போது தன் சினேகிதிகளிடம் பெருமை பேசியிருந்திருக்கிறாள். மூன்று பெண் குழந்தைகளோடிருந்த மனோகரனின் முதலாளி தன் காரை ஓட்டி வந்து வாசலில் நிறுத்தினார். தம்பிப்பாப்பாவை அலுங்காமல் தூக்கியபடி பின்னாலிருந்து அம்மா இறங்குவதற்கு

முன் கூட்டம் தெருவை அடைத்துவிட்டது. எவ்வளவு அடம் பிடித்தும் உள்ளே ஏற இடம் கிடைக்காமல் பிரியா அப்பாவுடன் சைக்கிளில் வந்திறங்கிய போது அந்தக் காரைச் சுற்றிலும் ஈக்கள் போல அந்த வீதிச் சினேகித சினேகிதிகள் வட்டமிட்டு ஓடிக்கொண்டிருப்பதைக் கண்டு அந்தப் பக்கமே திரும்பாமல் நேராக வாசலில் கிடந்த ஆரத்தியை ஓரே தாவலில் தாண்டி வீட்டின் உள்ளே போனாள்.

பிரியாவுக்குக் குழப்பமாக இருந்தது. அப்படி வேண்டிக் கொண்டது சரிதானா? என அதே சாமிகளிடம் போய்க் கேட்டாள். அம்மா பார்க்காத போது நந்தியின் காதில் போய் ஏதோ சொல்லிவிட்டு ஓடி வந்தாள். தன் செய்கையை மன்னித்திருப்பார் என நினைத்துக்கொண்டாள். ஏனெனில் அவளைக் கண்டால் படுத்திருந்தபடியே அவன் துள்ளுவான். விளையாட்டு வேடிக்கைகளால் அவள் குஷிப்படுத்துந்தோறும் வாயில் நீர் வழியச் சிரிப்பான். அம்மாவுக்குப் பிறகு அடையாளம் கண்டது அவளைத் தான். வீடெங்கும் குட்டியானை போல ஏதேதோ உளறியபடியே தவழ்ந்து போகும்போது அவளுடைய குரல் கேட்டால் அந்தத் திசை நோக்கி வேகமாக வருவதை அம்மாவே வியந்து போய்ப் பார்த்திருக்கிறாள். ஆனாலும் அவன் வருகையால் அவளுடைய இடம் மெல்ல காலி ஆகிக் கொண்டிருப்பதை உணர்ந்து கொண்டேயிருந்தாள். அந்த எண்ணத்தை விரட்டுவதற்குப் பதிலாகத் தனிமையில் அதையே யோசித்து யோசித்து மேலும் வளரவிட்டாள்.

ஊரிலிருந்து வரும் பாட்டி கூட தன்னை மடியிலிடுவதைத் தவிர்த்து அவனையே கொஞ்சிக் கொண்டிருந்தது கண்டு முட்டி வந்த அழுகையை அடக்கிக் கொண்டாள். நிறத்திலும் உடல்வாகிலும் இருந்த வேறுபாட்டைப் பிறர் கூறிச் சிரிக்கும் போது வேறுவழியின்றி கூடவே பல்லைக் காட்டிவிட்டு அம்மாவிடம் வந்து சொல்வாள். ராதாவும் வேண்டுமென்றே உடன் சிரித்தாள். அது பிரியாவிடம் ஆழமான காயத்தைத் தோற்றுவித்து விட்டது. ஆனால் அப்பா எப்போதுமே அவள்பக்கம் தான். ஓடிப்போய்ப் பிரியத்தோடு கட்டிக்கொள்வாள். அன்றிரவு ராதா எவ்வளவு சொல்லியும் கீழே இறங்காது மனோகரனின் மடியில் அமர்ந்துதான் உண்டாள். அந்த அப்பா தான் தனக்கு நேற்று சாதாரண கவுனை எடுத்துக் கொடுத்துவிட்டுத் தம்பிக்கு விலை கூடியதை எடுத்திருந்திருக்கிறார். அதனால் தான் தன்னை யாரும் கவனிக்கவில்லை என்று நினைத்துக்கொண்டாள். அவனது குழறிய பேச்சைக் கேட்டு ஆளாளுக்குத் தூக்கிச் செல்லம் கொஞ்சினர். “அவோ ரெண்டு வயசுல தானக்கா பேசுனா... ஆனா இது இப்பவே ஆளு பக்கத்துல இல்லைனா

யென்ன மெரட்டு மெரட்டுதுங்கறீங்க..! ம்ம்ம்..!" எனப் பெருமையோடு அவனை முகத்தோடு முகம் வைத்துக் கொண்டாள். "ம்ம்... அப்படீன்னா... நல்லா படிப்பு வருமெடு..! !" எனச் சொன்ன பக்கத்து வீட்டு அக்காவின் கையில் மேலுமொரு கேக் துண்டை ராதா எடுத்துத் தந்தாள்.

வற்றி நிறமே மாறிப்போயிருந்த தம்பியை பிரியா மெதுவாகத் தொட்டாள். இப்படியாகும் என நினைத்திருக்கவேயில்லை. வீட்டில் ஓயாது சண்டைகள் நடந்துகொண்டேயிருந்தது. அவள் பிள்ளையாரிடம் மாற்றி வேண்டிக் கொள்ளத் தொடங்கினாள். யாரும் பார்க்காதபோது பிள்ளையாரின் காதில் போய் நந்தியிடம் சொன்னதை மறந்து விடும்படி வேண்டிக்கொண்டாள். தம்பி எதுவும் வேண்டாமல் வாயை இறுக மூடிக் கத்தும் போது ஆத்திரத்தில் ராதா வரம்பின்றிக் கண்டபடி திட்டித்தீர்ப்பதைக் கேட்டபோது அது தனக்குச் சந்தோஷத்தைத் தராததை முதன்முதலாக உணர்ந்தாள். எதனாலோ இயக்கப்பட்டவளைப் போல அவளாகப் போய் அவன் நெஞ்சை மெதுவாக நீவி விட்டாள். அம்மா அழுகையை அடக்கியபடியே வெளியே வந்த போது ஈஸ்வரி "முலப்பாலை மறக்கடிக்காதன்னு எத்தன தடவை சொன்னேன்... மருந்தக் குடிக்கறதுக்குக் கூட சத்தில்லாம இப்படி சுணங்கிக் கிடக்கறானே..!" என்ற போது ராதா உசுப்பப்பட்டவளாக "நீயி எம் பையனைப் பார்த்து, அல்பாய்ஸ்சுல எப்பவோ செத்துப் போனவன் பேரைச் சொல்லி எப்போ கூப்பிட்டயோ அப்பவே யெனக்குத் தெரியும். இப்படி ஏதாவது வரும்ன்னு..." என்றபடியே "யாரையச் சாகடிக்கோணும்ன்னு இன்னும் உசுரோட இருக்கற..!!" எனக் கத்தினாள். "ஐய்யோ... ஐய்யோ..!! எப்படி கேக்கற பாருடா மனோகரா..." எனத் தலையில் ஓங்கி ஓங்கி அடித்தபடி..."அடியே அவனைச் சொல்லதடீ... பாவி... விளங்காம போயிருவ..." என வாரிச் சுருட்டி எழுந்து "தொரசாமி... எந்தங்கமே..!" என உரக்கக் கூவினாள். "நானு குத்துக்கல்லாட்டம் இருக்கீல எம் பேரனுக்கு ஒன்னு கணக்கா ஒண்ணு ஆக வுட்டுடுவனா... என்னயத் தூக்கீட்டு போயிருன்னு குறுக்காட்டி நின்னுட மாட்டானா..!!" என்றபோது அந்த ஒப்பாரி அழுகையாக வெடித்தது. ராதா அதற்குப் பின் அத்தையுடன் எதுவுமே பேசவில்லை. மனோகரன் ஏதும் சொல்லாமல் சட்டையைப் போட்டபடி வெளியே போனான். மறுநாள் ராதா வெளிக்கிளம்புகையில் பையனைத் தூக்கி வந்து தன்னிடம் தந்து விட்டு நடந்து போவதை ஈஸ்வரி ஆச்சரியம் சூழ்ந்த முகத்துடன் பார்த்துக்கொண்டேயிருந்தாள்.

நான்காவது முறை எடுத்துப் போய் வந்த பிறகு காய்ச்சல் முற்றிலும் நீங்கிவிட்டிருப்பதை ராதா பார்த்தாள். இந்த டாக்டரின் பெயரைச் சொன்ன அண்ணனை அப்போது மனோகரன்

நன்றியோடு நினைத்துக்கொண்டான். வேகமாக சைக்கிள் மிதித்துச் சென்ற மாலையில் அவராகக் கைதட்டி அழைத்து அவனது சடை போன்ற முடிக்கும் புதர் மண்டியது போன்ற தாடிக்கும் சிரித்தபடியே காரணம் கேட்டபோது "வேண்டுதலுங்ணா..." எனப் பையனின் நிலைமையை அடிக்குரலில் சொன்னான். கைப்பிடியில் தாளமிட்டுக் கொண்டிருந்த விரலைச் சட்டென எடுத்து முகம் மாறியவராக சிறு யோசனைக்குப் பின் முகவரி சொல்லி அனுப்பினார். ரித்தீசுக்கு நேற்றே வயிற்றுப் போக்கு நின்றுவிட்டிருந்ததும் சிறிது சிறிதாகப் பாலும் நன்கு பிசைப்பட்ட பருப்புச்சோறும் உண்ணத் தொடங்கினான். "ஏஞ்சாமி..." என்றபடியே மனோகரன் அவனை நெருங்கினான். ராதா ஆசையுடன் அருகில் வந்து "குட்டிப்பையா..! தம்பி..." என்றதும் குரல் தழுதழுத்து அடைத்துக்கொண்டது. நீண்டநாட்களுக்குப் பிறகு மெல்லச் சிரித்தான். கைகளை மேலே தூக்கி ஆட்டினான். ராதா சந்தோஷத்தைத் தாங்க மாட்டாதவளாக "அத்தே..!" என்றபடியே வாசலுக்கு ஓடினாள். ஈஸ்வரி பயந்த முகத்துடன் அப்படியே எழுந்து வந்து பையனைக் கண்டு முகம் மலர்ந்து விபூதியை எடுத்து வந்து கையிலும் காலிலும் பூசி விட்டாள். பிரியா பக்கத்தில் வந்து அப்பாவுக்குப் பின்னால் மறைந்தபடி நின்றாள். அவளைக் கண்டதும் அவன் துள்ளினான். படுக்கையிலிருந்து தூக்கச் சொல்லி எம்பினான். அவளைப் பார்த்ததிலிருந்து அந்தச் சிரிப்பு ஓயாமல் தொடர்வதைப் பிரியாவைத் தவிர மற்ற மூவரும் வியப்பு அகலாமல் பார்த்து நின்றனர். "ஏம் பாப்பா... போ... அவன் உன்னைத் தானே கூப்பிடுறான்..." என அப்பா அவளைப் பின்னாலிருந்து மெல்ல இழுத்து முன்னால் விட்டார். அவள் அம்மாவை முகம் தூக்கிப் பார்த்தாள். அம்மா முன்பு அவசரமாக வெளியே போன இருமுறையும் அவன் வாயில் விடச் சொன்ன ஒரு சொட்டு மருந்தை பிரியா அந்த இரு முறையும் தராமல் வேண்டுமென்றே கீழே சிந்தி ஈரம் காயத் துடைத்துவிட்டதை ராதா அறியமாட்டாள். மலர்ந்த முகத்துடன் "இருடா... உங்கக்கா வந்துட்டா... ரொம்பத் தான் ஆடறான்..." எனப் பொய்யாகச் சத்தமிட்டது கேட்டு மூவரும் தங்களுக்குள்ளாகச் சிரித்துக்கொண்டனர். ஆதுரத்துடன் பிரியாவின் தலையை வருடியபடியே "என்னன்னு தான் பக்கத்துல போய்க் கேளு சாமி..." என்றாள். பிரியா அவன் அருகில் போனதும் மீண்டும் சிரித்து "ம்ம்ம்ம்" எனக் குரலெழுப்பிப் படுத்திருந்தவாறே முன்னும் பின்னும் ஆடினான். கைகளை அவளை நோக்கி வீசிக்காட்டினான். பிரியா அப்படியே திரும்பி "அம்மா..." எனச் சத்தமிட்டவளாக ராதாவின் இடுப்பை இறுகக் கட்டிக்கொண்டாள்.

அகாலம்

காதிற்குள் குளவி புகுந்து பறப்பது போன்ற சத்தம் கேட்டு யசோதா பயந்து, ஊளை எழுப்பி, தலையை வேகமாக உலுக்கியபடி வெளியே வந்து நிலைப்படியில் நின்று விருந்தாளிக்காகக் காத்திருப்பது போன்ற பாவனையில் வீதியின் இருபுறத்தையும் மாறி மாறிப் பார்த்தாள். கைவிரல்கள் புதையுமளவிற்குப் பள்ளம் விழுந்திருந்த கழுத்தெலும்பு மீது கிடந்த சாயம்போன பாசிமணியை வாயில் வைத்துக் கடித்தபடியிருந்தாள். அம்மாவின் கட்டில் அசைவை, குரல் கனைப்பைக் கேட்டுக் குரோதத்துடன் உள்ளே திரும்பிப் பார்த்தபின் பாசிமணிகளில் ஒன்று நொறுங்கப் பற்களைக் கடித்துக் காறித்துப்பினாள். பட்டியிலிருந்து திறந்து விடப்பட்டவை போல ஒன்றையொன்று இடித்துத் தள்ளி முட்டி மோதியபடி ஒன்றுக்கொன்று சம்பந்தமில்லாத சொற்கள் அவளிடமிருந்து தெறித்து விழுந்தன. திராவகத்தைக் குடித்துக் குடல் வெந்து புண்ணாகி அன்ன ஆகாரம் இல்லாமல் சீதா வலியால் பினாத்தியபடி கட்டிலில் கிடந்தாள். குத்தகைக்காரனின் ஏற்பாட்டில் இதுவரை போடப்பட்ட ஊசிகள் எந்தப் பலனையும் அளிக்கவில்லை. வலி தாங்காமல் தன்னைக் கொன்றுவிடும்படி பிறரிடம் கைகூப்பி இறைஞ்சிய போது யசோதா தன்னையே வெறிப்பதைக் கண்டு கண்களை மூடியதும் கண்ணீர் சலேரென அவள் காதிற்குள் இறங்கியது. குத்தகைக் காரனின் வீட்டிலிருந்து யசோதாவுக்கு வந்த, ஒரு வாய் கூட தின்னப்படாத ஆப்பத்தின் மீது எறும்புகள் வரிசை கலையாமல் சென்று கொண்டிருந்தன. சில

சமயம் தொண்டையும் வயிறும் எரிய அதைத் தாங்கமாட்டாமல் கீதா எழுப்பும் ஓலம் கேட்டு யசோதா அங்கிருந்து ஓடிவிடுவாள். நெற்றியைத் திருநீறு மறைத்திருக்க ஒற்றைக் காதில் பூவைச் சொருகியபடி அவ்வீட்டைக் கடந்துசெல்லும் வயோதிகரைக் கண்டதும் யசோதாவின் முகம் மலர்ந்து விட்டது. ஆட்டுக்குட்டிப் போல மனம் துள்ளியது. கண்ணீர் நிரம்பிய கண்களைத் துடைக்க மறந்து அப்பாவை நினைத்துக்கொண்டாள். இன்னும் இரண்டொரு நாட்களில் வந்துவிடுவதாகக் கனவில் அவர் வந்து சொல்லியிருந்ததை வீட்டுக்கு வந்து செல்லும் நர்ஸம்மாவிடம் கூட சொல்லக்கூடாதென குளியலறைக் கண்ணாடியிடம் ரகசியமான குரலில் கட்டளையிட்டிருந்ததை எண்ணிச் சிரித்துக் கொண்டாள். அப்பா வரும் போது நந்தகுமாரையும் இழுத்து வந்துவிடுவதாகச் சொன்னபோது அவளுக்கு வெட்கமாக இருந்தது. நந்து வந்ததும் சாமிநாதனையும் முருகேசனையும் ஒரு எட்டுப்போய்ப் பார்த்துவிட்டு வந்துவிட வேண்டும் என தன் உள்ளங்கையைப் பார்த்துச் சொல்லிக் கொண்டபோது தன் பெயரைப் பச்சை குத்திய கையை முருகேசன் என்ன செய்திருப்பான் என ஒரு கணம் அவளுக்குள் யோசனை ஓடியது. மீண்டும் அம்மாவின் இருமல் உள்ளேயிருந்து கேட்டது. ஓடிப்போய் தன் மூத்திரம் காய்ந்த பாயின் மேல் அம்மாவின் அருகில் சுருண்டு படுத்துக்கொண்டாள்.

அப்பா கோவில்களிலேயே பொழுதைக் கழிக்கத் தொடங்கி விட்டிருந்தார். அந்த வீட்டின் சகல வரவு செலவுக் கணக்குகளும் சந்திரனின் கைகளுக்கு மாறிவிட்டிருந்தன. சதாசிவத்தின் உடைகளும் தோற்றமும் மெல்ல மாற்றமடையத் துவங்கின. வேட்டி வெள்ளையிலிருந்து காவிக்கு மாறிற்று. யந்திரம்போல அவரது வாய் "சிவ... சிவ..." என முணுமுணுக்கத் தொடங்கியது. பாரியான அவர் உடம்பின் மேல் திருநீற்றின் மணம் எப்போதும் கமழ்ந்துகொண்டிருக்கும். இரவில் நட்சத்திரங்கள் மின்னும் வானம் பார்த்துக் கயிற்றுக்கட்டிலை வெளியே போட்டுக் கறுப்பில் வெள்ளையோடத் தொடங்கியிருந்த தாடியை விரல் களால் அளைந்தவாறு கட்டை விரலால் பிற விரல்களைத் தொட்டு எண்ணி தலையை அசைப்பதும் மறுப்பதுமாகக் கிரகங்களை ஆராய்வார். ஏற்கனவே தீர்மானிக்கப்பட்டிருக்கும் நிரல்களின் அடிப்படையில் விதிக்கப்பட்டிருப்பதே இப்பிறவி என அவர் ஆழமாக நம்பினார். ஒரு ஜாதகத்தைப் பார்த்த சில நிமிடங்களிலேயே அவர்களின் ஸ்திதியைக் கணக்கிட்டு விடும் ஆற்றல் அவருக்கிருந்தது. ஜாதகத்தின் கட்டங்களைக் கணக்கிட்டு தன் முன் துக்கம் உறைந்த முகத்துடன் கண்ணீரை மறைத்தபடி அமர்ந்திருப்பவர்களிடம் ஒருபோதும் பொய் சொல்லத்

துணிந்ததில்லை. கட்டங்கள் ஒருவனைக் கொண்டுபோய்ச் சேர்க்கும் இடத்தைத் துல்லியமாக இல்லையென்றாலும் தோராயமாகவேனும் அவரால் கண்டுகொள்ள முடியும். பரிகாரங்கள் என்பவை வெறும் ஆறுதல்கள்தான் என்பதை நெருக்கமானவர்களிடம் மட்டும் சொல்லியிருக்கிறார். அவர் மணம் முடிக்க ஆசையன்றித் தனியாகப் பொங்கி தின்று கோவில் சத்திரத்தில் ஜாதகம் பார்த்தபடி கிடந்தார். படுக்கையில் கிடந்த அம்மாவின் ஓயாத நச்சரிப்பும் புலம்பலும்தான் அவரைச் சம்சாரி ஆக்கிற்று. தட்டிப்போன வரன்களுக்குப் பின்னே தன் தலைநரை காரணமாக இருக்கக்கூடுமோ என நினைத்துக் கறுப்புச் சாயம் பூசி அதைச் சரிகட்டிய பின்னும் முன்தள்ளி நின்ற தொந்தியைக் குறைக்க முடியாமல் தவித்தார். பின்னர் தொளதொளப்பான சட்டைகளைப்போட ஆரம்பித்தார். பெண்ணுக்கென அவர் அலைந்து களைத்துப் போயிருந்தார். நெடுந்தொலைவு சென்று இறங்கியதுமே அந்த வரன் கைகூடி விடும் என அவருக்குத் தோன்றியபடியே நடந்தது.

பேசவே பயந்த வாயில்லாப் பூச்சி ஒருவனின் முதல் தாரத்து மகளான கீதாவை அவனது இரண்டாம் தாரம் ஏறக்குறைய சதாசிவத்தின் காலில் விழுந்து கூட்டிப்போகச் சொன்னாள். கீதாவைத் தனியே அழைத்து அவள் ஏதோ சொன்ன போது, இருண்ட முகத்துடன் தலையை ஆட்டிய பிறகு வந்து நின்றவளைப் பிரம்மமுகூர்த்தத்தில் மணம் முடித்து உடன் கூட்டி வந்தார். கீதா அங்கு வந்த பின் அந்த ஊரில் பிறந்த குழந்தைகளுக்கு அவர் சொல்லச் சொல்ல கோலிக் குண்டுகள் உருண்டோடுவது போன்ற அவளுடைய கையெழுத்தில் எழுதிய ஜாதகங்கள்தான் சாமிப் படத்திற்கு முன் வைத்து வணங்கியபின் உரியவர்களிடம் கொடுக்கப்பட்டன. அவளுக்கு எழுதுகையில் புள்ளியே வைக்க வராது, வட்டம்தான் போடுவாள். அவர் அதைக் கேலி பேசிச் சிரிக்கையில் அவர் போலவே பேசிக் காட்டி, பன்னீர் தெளிப்பது போலப் பேனாவை உதறி அவர்மேல் மை படும்படி செய்வாள். ஆனால் சாந்தமும் கம்பீரமும் கலந்த அவரது குரலைத் தன்னால் போலி செய்ய முடியாதென்பதை அவர்கள் தனித்திருக்கையில் ஒப்புக்கொள்வாள். அதற்கேற்றாற்போல பாம்பும் சாகாமல் தடியும் முறியாமல்தான் அவர் பலன்கள் சொல்வார். மணப்பொருத்தத்திற்கு வருபவர்களிடம் மட்டும் தேங்காய் உடைப்பது போலப் பட்டென்று உடைத்துப் பேசி விடுவார். மங்கிய பலன்களும் கேடுகாலமும் கொண்ட நட்சத்திரக்காரர்களுக்கு அதற்கேற்ற ஆலயங்களைச் சுட்டி வழிபாட்டு முறைகளைச் சொல்லி அனுப்பி வைப்பார். அதே வேளையில் யோக ஜாதகங்களுக்கு ஒரு ‘க்கு’ வைத்து எச்சரிக்கை

மணி அடிக்கவும் தயங்கியதில்லை. தன்னுடையது யோக ஜாதகம் என்னும் மிதப்பு –வெளியே காட்டிக்கொள்ளாது போனாலும்– எப்போதும் அவருக்கு உண்டு. தன் முன் அமர்ந்திருப்பவர்களை நோக்கி,

“நேரம் உச்சத்துல இருந்துச்சுன்னு வைய்யி எதுக்கால புலி வந்தா கூட மோந்து பாத்து நக்கிக் குடுத்துட்டுப் போயிரும், அதே நேரம் மோசமாயிட்டுதுன்னா எந்தக் கிரகம் நம்மை அடிச்சுட்டு உளுக்காட்ட எங்கிருந்து வருதுன்னே சொல்ல முடியாது. நம்மளைய படச்சவனுக்கே இதுதான் நிலமை. யேன்ஞ் சொல்றேன்னா யானை மிதிச்சு பொழச்சவனும் இருக்கான். எறும்பு கடிச்சு செத்தவனும் இருக்கான் பாத்துக்குங்க” எனச் சொல்லி அனுப்புவார்.

ஏனெனில் அவர் நேரத்தைச் சோற்றை விடவும் பிரதான மாகக் கருதினார். தான் வாங்க வேண்டாம் எனச் சொல்லியும் கேட்காமல் சொத்துக்களை வாங்கி இன்னல்களுக்குள் சிக்கி அல்லல்பட்டு ஓடி வருபவர்களைப் பார்த்து மெல்லிய புன்னகையை உதிர்த்த பின் ஒலிக்கும் அவரது குரல் அசரீரி போலவே இருக்கும். பின் அவர்கள் அவரின் சொல்லைக் கனவில் கூடத் தாண்ட மாட்டார்கள். சுற்றியிருக்கும் தெருக்களில் சாவு விழுந்தால் அந்தப் பிணம் கூட அவர் சொன்ன நேரத்திற்குப் பிறகு தான் காட்டிற்கு எடுத்துச் செல்லப்படும். அந்த அளவிற்கு அவர் சொல் வாக்கு போல எடுத்துக் கொள்ளப்பட்டது. ஆனால் அந்த வாக்கு செல்லாக்காசு போலாகி இப்படிப் பின்னப்பட்டுக் கற்தூணில் அமர்ந்திருக்கிறோமே என்னும் நினைப்பை அப்போது ஒலித்த கோவில்மணி கலைத்தது. இதோ கர்ப்பகிரகத்தைக் கழுவத் தூக்கிச் செல்லப்படும் குடத்திலிருந்து நீர் ஒழுகுவது போலத் தன் அபிலாஷைகள், கனவுகள் எல்லாம் ஒழுகிக் காய்ந்து விட்டிருப்பதை உணர்ந்து ஒரு கேவல் தொண்டைக்குழியிலிருந்து எழுந்து தணிந்தது.

தன் அம்மா இருக்கும் வரை கனவுகளுக்குச் சொல்லும் அர்த்தங்களை அவர் மனம் அவ்வப்போது அசைபோட்டபடி யிருக்கும் என்றாலும் வேண்டியவர்களுக்கு என்றால் மட்டும் சதாசிவம் வாய்திறப்பார். அவரது தம்பி புடைத்த இரு பைகளைச் சுமக்க முடியாமல் சுமந்து, சித்திரை வெயிலில் ஒழுகிய நெற்றி வியர்வையைக் கைக்குட்டையால் துடைத்தபடியே வந்து வாசலில் நின்ற கோலம் உள்ளங்கைச் சூடு போல மனதில் ஆறாமல் கிடக்கிறது. அரேபிய நாடொன்றில் நீண்ட காலம் இருந்து வேலை பார்த்துத் திரும்பியிருந்தான். அவன் தோற்றத்தில் கூடியிருந்த மெருகைக் கண்டு “அந்த சந்திரனா!” என வியப்பு

தீராமல் பார்த்துவிட்டுத் தன் தொந்தியின் மேல் சுற்றப்பட்டிருந்த வேட்டி நெகிழ்ந்து அவிழும் அளவிற்குக் குத்தகைக்காரனைப் பிடித்துக் கொண்டு சிரித்து நிலைதவறி அவன் கொண்டுவந்து இறக்கியிருந்த நெல்மூடையின் மேல் விழப்போனார். குத்தகைப் பணத்தை வைக்கப்போயிருந்த அவரது மனைவியை "கீதா ... கீதா ... வந்து இந்தக் கூத்தக் கொஞ்சம் பாரேன்" என்றார். அவர் பின் மதியத்திற்கு மேல் ஜாதகங்கள் பார்ப்பதில்லை.

அவள் தரைக்கு நோகாமல் நடந்து வந்து நின்றதும் "யாருன்னு தெரியுதா?" என வியப்புடன் கேட்டு விட்டு அவன் பெயரை ஏலம் விடுபவனைப்போலப் பெரிதாகச் சத்தமிட்டு அதிரும்படிச் சொன்னார். உடனே குத்தகைக்காரன் ஒதுங்கினான். அவருக்குப் பேசும் போது பல்சந்து வழியாக எச்சில் தெறிக்கும். கேள்விக்குறியோடு கீதாவின் புருவங்கள் நெளிந்து நெற்றியில் சில கோடுகள் தோன்றி மறைந்தன. அவள் மிகச் சாதாரணமாக மூன்றாம் நபரைப் பார்ப்பது போல நின்று உள்நகர்ந்தாள். அவள் உள்ளே போவதற்குள், குச்சி போன்ற உடம்பில் தொளதொளப்பான கால்சராயினுள் சட்டையைத் திணித்து வளராத மீசையோடு பெரிய கண்களை உருட்டியபடி நிற்கும் அவனது புகைப்படத்தின் நினைவு வந்ததும் திரும்புவது தெரியாமல் திரும்பி அவனைப் பார்த்தாள். மரநிழல் படர்ந்திருந்த திண்ணையில் சாய்ந்து வெற்றுடம்பில் வந்து அமரும் ஈக்களை ஈரிழைத்துண்டினால் விரட்டியபடி குத்தகைக்காரனுடன் சதாசிவம் பேசியபடியே, எதிர்வீட்டு ஓட்டுக் கூரையின் நிழல் விழுந்திருந்த இடத்தைக் கண்டு நேரத்தைக் கணக்கிட்டதும் மனம் இருண்டு முகத்தில் கருமை படர்ந்தது. அதை வெளியே காட்டாமல் "சித்தே ஒக்காரு. பேசிட்டிருந்துட்டு உள்ளார போலாம்" எனக்கூற வாயெடுப்பதற்குள் எச்சில் கையோடு தன்னை இமைக்காமல் பார்த்தபடி மெல்லுவதற்கு மறந்து வாய் முழுக்கச் சோற்றோடு கீதாவின் பின்னால் நின்ற யசோதாவைக் கண்டதும் விடுவிடுவென உள்ளே போய் ஆசையோடு தூக்கி வைத்துக் கொண்டான். சதாசிவம் பதட்டமான உடலசைவுகளுடன் பரபரவென எழுந்து போய் பஞ்சாங்கத்தைப் புரட்டி ராகு காலத்தில் அவன் நுழைந்திருப்பது கண்டு ஆயாசம் படர மூடி வைத்தார். சொம்பு நீரை அப்படியே விழுங்கி மீண்டும் ஒருமுறை குளிக்கச் சென்றார். சில ஸ்லோகங்களை வாய்க்குள் முனங்கியபடி நீரை மொண்டு எவ்வளவு முறை மேலே ஊற்றிக் கொண்ட போதும் உள்ளே அப்பிய இருள் அப்படியே கிடந்ததை உணர்ந்தார். ஒரு வாரத்திற்கு முன்பு தான் பாம்பு தன்னைத் துரத்துவது போலக் கனவு கண்டு தூக்கம் கலைந்து மனம் படபடக்க வெளியே வந்தபோது கருப்பு நாயொன்று தெரு நடுவில்

வந்து விட்டிருந்த பெருக்கானை உற்றுப் பார்த்து உறுமியபின் பெரிய ஊளையொன்றை எழுப்பி நகர்ந்தது நினைவுக்கு வந்தது. “கெனாவுல பாம்பு கொத்தியிருந்தா நல்லதுடா தம்பி... தொரத்துச்சுன்னா கேடுகாலம்னுதாண்டா அர்த்தம்” என்ற அம்மாவின் சொற்கள் மனதிற்குள் எதிரொலிப்பதைக் கேட்டார். அன்று பார்க்க வந்திருந்த ஜாதகங்களில் பாதியைத் திருப்பி அனுப்பினார்.

சந்திரனின் வருகையைப் பார்த்தால் நிரந்தரத் தங்கலுக்கு வந்தது போலல்லவா இருக்கிறது? என நினைத்தவாறு மேலும் யோசனைகள் கிளை பிரிந்து சென்றபோது பல்லியின் சயனம் கேட்டுப் பெருமூச்சொன்றை விட்டபடியே வேகமான தலையைத் துவட்டியபடி திருநீறு இட்டு முன்னறைக்கு வந்தபோது சந்திரன் யசோதாவுடன் சரிக்குச் சமமாக அமர்ந்து பேசுவதைக் கண்டு அவனைக் கோவிலுக்குச் கூட்டிச் செல்லக் கிளப்பினார். கொஞ்ச தூரம் போய் மீண்டும் திரும்பி வந்து அவர் கண்கள் கீதாவைத் துழாவிய போது அவள் அவன் வாங்கி வந்திருந்தவைகளை வியப்பு அகலாத கண்களுடன் பார்த்து ஒவ்வொன்றாக எடுத்து வெளியே வைப்பதையும் ஜிகினா சுற்றப்பட்ட சாக்லேட் யசோவின் கையில் இருப்பதையும் கண்டு சந்திரன் மேல் படர்ந்த எரிச்சலை அடக்கிக்கொண்டார். முன்னால் போய்கொண்டிருந்தவனைக் கண்டு அந்த மரத்தை அவன் கடப்பதற்குள்ளாக அவனை முந்திக் கொண்டால் இந்த ராகு காலம் பற்றிய மனபாரத்திலிருந்து தப்பித்துவிடுவேன் என சிறுபிள்ளை போல நினைத்துக்கொண்டு வேட்டியை ஏற்றிக் கட்டிக்கொண்டு ஏறக்குறைய ஓடினார். சந்திரனின் முதுகசைவில் பழைய நாட்கள் நேற்று போல அவ்வளவு துல்லியமாக அவர்முன் ஓடின.

அப்பா, அம்மாவோடு சுமார் எட்டு வருடங்கள் பேசாதிருந்த பின் உண்டான சமாதானத்தின் சாட்சியாக வந்து பிறந்தவன். எதிலும் அவரைவிட முன்னே போக வேண்டும் என்னும் முனைப்புடனேயே திரிந்தவன். சிறுவயது முதலே சந்திரனை அவருக்குப் பிடிக்காது. வீட்டிலிருந்த பணத்தைத் திருடி மீசை முளைக்காத வயதிலேயே சிகரெட்டும், நாளுக்கு இரண்டு சினிமாவுமாக ஊதாரித்தனத்தில் திளைத்தவன். அப்பாவின் அறையிலிருந்து ஜாதகக் கட்டங்களோடு முட்டி மோதி சோர்வாகப் படுக்கைக்கு வரும்போது ஊரெல்லாம் திரிந்து விட்டு அகாலத்தில் வந்து கதவை உடைப்பது போலத் தட்டும் தன் இளைய மகனை அப்பாவுக்குத் தெரியாமல் கடைசி அறைக்கு அழைத்துப் போய் அம்மா சோறிடுவதைப் பலமுறை கண்டிருக்கிறார். திறக்கத் தாமதித்தால் அவன் போடும் சத்தம் தெருவின் கடைசி வீட்டுக்காரனின் கனவையும் கலைத்து

விட்டு தான் திரும்பி வரும். சினேகிதர்கள் அவனைத் தேடி வீடு வரும் போது அப்பா அந்த இடத்தை விட்டே நகர்ந்துவிடுவார். சாதாரணமாக விடிந்த ஒரு காலையில் அம்மா போட்ட கூப்பாடு கேட்டு வீட்டுப் பந்தல் கழியின் மேல் கால் தூக்கிய நாய் மிரண்டு போய் ஓடிற்று. அவளது இரட்டை வட கழுத்துச் சங்கிலி காணாமல் போயிருந்தது. கூடவே சந்திரன்போன இடமும் தெரியவில்லை. எங்கெங்கோ அலைந்து திரிந்து வெற்றிலையில் மை வைத்து கேட்டு விட்டு வந்த மூன்று மாதத்திற்குப் பின் அரபு நாடொன்றிலிருந்து கொஞ்சம் பணமும் முகவரியும் வந்து சேர்ந்தபோது ஆனந்த கூத்தாடி பாயசம் வைத்து வாயில் நுரைதள்ள பெருமை பேசித் திரிந்தாள். ஒரு வருடம் கழித்து வந்து அம்மாவின் கழுத்தில் தேர்வடம் போன்ற தங்கச் சங்கிலி போட்ட கையோடு வீட்டையும் புணருத்தாரணம் செய்துவிட்டுத் திரும்பிச் சென்றான். சதாசிவத்திற்கென வாங்கி வந்திருந்த டேப் ரெக்கார்டரோடுதான் அப்பா தன் இறுதிக் காலத்தில் வாழ்ந்து விட்டுச் செத்துப்போனார். அம்மாவும் போய்ச் சேர்ந்த பின் அவன் வருகை அப்படியே நின்று போயிருந்தது. திடுமென இப்படித் தகவல் கூடச் சொல்லாமல் பத்து வருடங்களுக்குப்பின் வந்து சேர்வான் என அவர் நினைக்கவேயில்லை. அம்மாவின் ஜாடையில் யசோதா இருப்பதாகச் சந்திரன் சொன்னபோது சதாசிவம் உதிர்த்த சிரிப்பில் பெருமையும் பூரிப்பும் கலந்திருந்தது.

யசோதா குழந்தையாக இருந்தபோதும் சிறுபெண்ணாக வளர்ந்த பின்பும் அவள் கன்னத்தைச் செல்லமாகக் கிள்ளி வாயில்போட்டுக் கொள்ளாத உறவினர்களோ தெருவாசிகளோ சொற்பத்திலும் சொற்பம். எந்தக் கூட்டத்திலும் பளிச்செனத் தனித்துத் தெரியும்படியான அழகையும் துறுதுறுப்பையும் கொண்டிருந்தாள். யார் கைநீட்டினாலும் அவர்களிடம் தாவிச் சென்றுவிடும் பழக்கத்தைக்கூட கீதா தான் கட்டுப்படுத்தினாள். யசோதாவிற்குத் தன் அப்பாவின் நினைவு தலைதூக்காமல் இருக்க சிறுவயதில் சந்திரனால் மேலும் மேலும் செல்லம் கொடுத்து வளர்க்கப்பட்டாள். தன்னை வெளி அறையில் படுக்க வைத்துச் சித்தப்பாவோடு தாள்போட்டுக் கொண்ட அம்மாவின் மீது அந்தச் சிறுவயதிலேயே யசோதாவிற்கு ஒரு வித கசப்பு வந்து விட்டிருந்தது. தொந்தரவான பொருள் போல் அவளை அம்மா கருதுவதை நினைத்துத் தனிமையில் அழுதிருக்கிறாள். நடுநிசியில் ஒன்றுக்குபோகக் கதவு தட்டி எழுப்பிய போது அவிழ்ந்த கூந்தலோடு பொத்தான்கள் கழன்ற ஜாக்கெட்டின் மேல் அலட்சியமாகச் சேலையைச் சுற்றியபடி வந்து அவளை இழுத்துப்போய்த் தள்ளிவிட்டாள். விழுந்து

கை சிராய்ப்பின் வலியால் அழ திறந்த வாய்மேல் பளீரென அடித்தாள். அந்த இருட்டிலும் தொடைச் சதையைத் தேடிப் பிடித்து நிமிண்டினாள். அதற்குப்பின் யசோதா பாயிலேயே ஒன்றுக்குப் போனாள். வாயோரத்தில் காய்ந்த எச்சிலுடன் படுக்கையிலிருந்து எழும்போது அவளை எரிச்சலுடன் கடிந்து பேசிய அடுத்த வினாடியில் கீதா சிரித்த முகத்துடன் காப்பியை ஆற்றி சித்தப்பாவுக்குத் தருவதைப் பலமுறை கண்டிருக்கிறாள்.

சந்திரனிடம் நகை அடகு வைக்க வருகிறவர்கள் கீதாவைக் காண வேண்டி வீடு முழுக்கக் கண்களைச் சுழட்டுவார்கள். அவர் பீங்கான் குப்பியினுளிருக்கும் திராவகத்தினுள்அந்தத் தங்கத்தைப் போடுவார். சுத்த தங்கமாக அடியில் போய்த் தங்கும். குறிப்பிட்ட அளவு சேர்ந்த பின் உருக்கி எடுத்துப் போய் விற்று வருவார். அங்கு அமர்ந்திருப்பவர்களைச் சித்தப்பா என்ன செய்வதெனத் தெரியாமல் வேறுபக்கமாகப் பார்வையை மாற்றி மனத்துடிப்பைச் சரிசெய்யத் தெரியாமல் திணறுவார். பின் பெரிதாகக் கனைத்தபடி அவர்களுக்கும் முன்பே வாசலுக்குப் போய் நின்று கொள்வார். அவர்கள் வேறுவழியின்றிக் கிளம்பிச் சென்றபின் இருவரும் அர்த்த பூர்வமான பார்வையைப் பார்த்து உள்ளே நுழைவார்கள். அவர்கள் முத்தமிட்டுக் கட்டிப்பிடித்துக் கிடப்பதை யசோதா பலமுறை கண்டிருக்கிறாள். அங்கிருந்தால் அம்மா அடிக்கக்கூடும் எனப் பயந்து அவள் டியூசன் படித்த வேணிஅக்காவின் வீடே கதியெனக் கிடந்தாள். அவள் மார்புகள் மெல்ல வளரத்தொடங்கியிருந்தன. கண்ணில்படும் ஆண்களெல்லாம் தன்னையே பார்ப்பது போல அச்சம் கொண்டாள். தன் அழகு பற்றிய பெருமிதங்களை ஒருவருக்கும் தெரியாமல் மயிலிறகு போல மறைத்து வைத்தாள். வேணியக்காவின் கணவன் தன்னை ஏன் விழுங்குவது போலப் பார்க்கிறான் எனப்புரிந்து கொள்ள அவளுக்கு மேலும் சில வருடங்கள் தேவைப்பட்டன. அவளுக்கு வேணியக்காவின் தம்பி முருகேசனை மிகவும் பிடித்துப் போயிற்று. ஒரு முறை டியூசனுக்கு முதல் ஆளாக நுழைந்து கரும்பலகையைத் துடைத்த பின் சாக்பீஸ் எடுக்க உள்ளே சென்ற போது வேணியக்காவும் அந்த ஆளும் முத்தமிட்டுக் கொண்டிருப்பதைக் கண்டாள். யசோதாவின் மயிர்கால்கள் குத்திட்டு நிற்கத் திரைச்சீலையால் முகத்தை மறைப்பதும் மீண்டும் பார்ப்பதுமாக இருந்த போது அம்மா சித்தப்பாவின் மடிமேல் உட்கார்ந்து முத்திய காட்சி மின்னல் போல் மனக்கண்ணில் தோன்றி மறைய அன்று அவள் போட்ட கணக்குகள் எதுவும் அவளை விடையை நோக்கிக் கொண்டு செல்லவில்லை. ஏன் சித்தப்பாவைப் பார்த்து அம்மா நொடிக்கொருதரம் சிரிக்கிறாள் என்பது புரிய மேலும்

சிறிது காலம் தேவைப்பட்டது. பூப்பெய்தியபின் யசோதாவின் தோற்றத்தின் பொலிவு கண்டு சித்தப்பாவையே அம்மா நம்பாமல் அவளருகில் செல்ல அவரை அனுமதிக்கவேயில்லை. அதற்குப்பின் யசோதாவின் உடைகளுக்குச் சற்றும் குறையாமல் அவளும் ஆடைகளை வாங்கி அடுக்கினாள். முகப்பூச்சும் கிரீம்களும் வாசனை திரவியங்களுமாக அம்மாவின் பெட்டியை யசோதா கண்டபோது கசப்பு உடல் முழுதும் பரவிற்று. அன்று அப்பாவின் நினைவால் தூண்டப்பட்டு எதுவுமே உண்ணாமல் இருட்டை வெறித்தபடியே இரவைக் கழித்தாள். அவளுடையதல்லாத உள்ளாடைகள் கொடியில் உலரப் போட்டிருந்ததைப் பார்த்த பிறகு அம்மாவை மனதார வெறுத்தாள். அகஸ்மாத்தமாகச் சித்தப்பாவை சாலையில் கண்டு கண்ணீரோடு முறையிட்டு அழுதாள். அப்போது சலனமற்று வெறித்த அவர் முகம் தோண்டி எடுக்கப்பட்ட அழுகிய பிணத்தின் அருவருப்பையே அவளுக்குத் தந்தது. அம்மாவை ஒருவருமே மீறிச் செல்ல முடியாது என்று பட்டது. நந்துவின் மீது தன் மனம் கவிழ, ஒருவேளை இவையெல்லாம் தான் காரணமாக இருக்கக்கூடும் என அதிலிருந்து மீளும் வழிகளற்று கிடந்தபோது அவளுக்குத் தோன்றியது. அப்பா காணாமல் போய் சித்தப்பா குற்றவுணர்ச்சியால் நிம்மதியிழந்து எங்கெங்கோ தெருநாய் போலத் தேடித்திரிந்து சோர்வாக வீடு திரும்புகையில் அம்மா எதுவுமே பேசாமல் சோறிட்டு “அந்தத் துப்பில்லாத கூறுகெட்ட ஆம்பள யெங்க போய்த் தொலஞ்சானோ . . . அதான் நானு குத்துக் கல்லாட்டம் இருக்கறனல்லோ” என அவர் முகம் பார்க்காமல் பேசியபடியே வந்து குழம்பை ஊற்றினாள். யசோதாவைத் தூக்கி இடுப்பில் போட்டு அவரைப் பார்த்தபடியே முத்தி ஒரு தினுசாகச் சிரித்தாள். அதன்பின் அவர் அப்பாவைத் தேடிக் கிளம்பவேயில்லை. மறுநாள் காலை அம்மா வெறிகொண்ட முகத்துடன் ஓலைச் சுவடிகளை முறித்து அடுப்பில் போட்டு எரித்தாள். அந்த இரவிலிருந்து தான் யசோதா தனியே படுக்க விடப்பட்டாள். ஜாதகப் புத்தகங்களும் நோட்டுகளும் தான் அம்மாவுக்கு வெகுநாட்கள் வெந்நீர் காய்ச்சப் பயன்பட்டன. மிச்சம் மீதிகளைப் பாத்திரக்காரனுக்கு எடைக்குப் போட்டு ஒழித்துக் கட்டினாள். அந்தப் பாத்திரத்தில் கறி வறுத்துச் சந்திரனுக்குப் பரிமாறினாள். இவை எதையும் பார்க்கச் சகிக்காமல் யசோதா முன்பாகவே பள்ளிக்குக் கிளம்பி விடுவாள். வீட்டு வாசலைத் தாண்டியதும் தெருமுனையில் சாமிநாதனின் நிழல் ஆயத்தமாவதைக் கண்டு அதுவரை இருந்த மனச்சுமை லேசாகி, கர்வத்துடன் இன்னும் முடியாத ஒரு சிரிப்பை உதிர்த்துத் தலை கவிழ நடந்துசென்றாள்.

ஆனால் வீட்டிலிருந்து இறங்கும்போதே ஒரு கண்வீச்சிலேயே அவள் தெருவை அளந்திருப்பது ஒருவருக்கும் தெரியாது. கைலி கட்டியிருக்கும் ஆண்களின் முடி முளைத்த கால்களையும், அவர்களது திறந்த புஜங்களையும் காணுந்தோறும் அவளது நரம்புகள் மெல்ல மலரும். ஆண்களின் குறுகுறுப்பான கண்கள் அவளது அங்கங்களை பயம் கலந்த பதட்டத்துடன் தொட்டுத் திரும்புவதைக் கண்டு மனதிற்குள் பெருமிதத்துடன் நகைத்து அதை வெளிக்காட்டாமல் உள்ளூர பொங்கும் கர்வத்தோடு நடந்துபோவாள்.

முருகேசன் யசோதாவுக்குத் தன் இரத்தத்தால் கடிதம் எழுதி உறங்காத கண்களோடு மரத்தடியில் நின்றிருக்க சாமிநாதன் அவள் பெயரின் முதல் எழுத்தை தன் இடக்கையில் பச்சை குத்திச் சிகரெட் கணக்கு வைத்திருக்கும் பெட்டிக்கடையின் முன் காத்திருப்பான். அவள் ஒன்றுமே அறியாதவள் போலத் தலைகவிழ்ந்தபடியே தன் தோழிகளுடன் கடக்கும்போது கலைந்த தலைமுடியை அவசர அவசரமாக முருகேசன் பதட்டமான உடலசைவுகளுடன் சரிசெய்வான். நாளை அணிந்துகொள்ள வேண்டிய உடைகளைப் பற்றியும் நிற்க வேண்டிய இடம் குறித்தும் அப்போது சாமிநாதன் யோசித்துக் கொண்டிருப்பான்.

சாமிநாதன் அன்று மேலும் பவ்யமாக நின்று யசோதாவைக் கண்டதும் அவளுக்குத் தந்திருந்த வரலாற்று வகுப்புக்கான எழுத்து வேலைகளை நடுஇரவு வரை உறங்காது எழுதிக் கொண்டு வந்திருந்ததை விசுவாசமிக்க அடிமை போலக் குனிந்து தந்தான். அவனுக்குக் கணிதப் பிரிவில் இடம் கிடைத்தும் கூட அவளது வருகைக்காக வரலாற்றை எடுத்திருந்தான். அவளுக்காக அவள் வழக்கமாகத் திரும்பும் அந்த வளைவைப் பார்த்தபடியே சுயபிரக்ஞையற்று இரண்டு மணிநேரம் காத்துக்கொண்டிருந்தான். யசோதா அவனைப் பார்த்தபடியே நோட்டைப் புரட்டி அவன் எழுதிய வரிகளை விரல்களால் வருடி அவனைப் பார்த்து மெல்லச் சிரித்தாள். அவ்வளவு பெரிய பரிசை அவனால் தாங்கிக் கொள்ள முடியாமல் காற்றை இருகூறாகக் கிழித்தபடி மிதமிஞ்சிய வேகத்தில் சைக்கிளைக் குளத்திற்குச் செலுத்தி மாலை வரை எருமை போல அந்த நீரிலேயே கிடந்தான். அவனது மனத்தந்தி அதிரும் வேகம் கூடக்கூட அவன் மேலிருந்து குதிக்கும் உயரமும் கூடியபடியே இருந்தது. முருகேசன் சாமிநாதனைப் போல அவ்வளவு கோழையல்ல. மெய்க் காப்பாளனைப் போல அவள் நிழலாகப் பின்தொடரும் அளவிற்கு நெஞ்சுரம் மிக்கவன். பேருந்தில் அவள் மடியில் நோட்டுகளை நழுவ விட்டு விட்டு ஒற்றைக் காலை மட்டும் கடைசிப் படிக்கட்டில் வைத்து ஒரு கையில் கம்பியைப் பற்றிச் சாகசக்காரனுக்குரிய

மிதப்புடன் கூட்டத்தில் கசங்கும் நடத்துநருக்கு மாற்றாக எல்லா நிறுத்தங்களுக்கும் அவளைப் பார்த்தபடியே விசில் அடிப்பான். யசோதா இறங்கும் நிறுத்தத்தில் அவனது சீழ்க்கையின் வீச்சு பயணிகளையே கலவரப் படுத்தும்படியிருக்கும். புன்னகையுடன் அவனைக் கடந்து செல்வாள். அவ்வப்போது தன் செல்ல நாய்குட்டிகளுக்குத் தீனிபோடுவது அவள் வழக்கம். உமாவிடம் கூட சொல்லாத ரகசியம் அவள் மனதில் புற்று போல எப்படித் தோன்றியது எனத் தெரியாமல் வளர்ந்துகொண்டிருந்தது. தனக்கு நேரெதிர் நிறமும் ஏழ்மையும் கொண்ட உமாவை நெருங்கிய தோழியாகத் தேர்ந்தெடுத்திருந்தாள். தொழிற்கல்வி பிரிவில் உயரமும் சுருட்டை முடியும் பூனை மீசையும் கையில் காப்பு வளையமும் அணிந்து அதை எப்போதும் உருட்டிய படியே திரியும் நந்தகுமார் மேல் அவள் மனம் நகர்ந்து கொண்டிருந்தது. தகராறொன்றில் சீனியரின் மண்டையைப் பிளந்தான், நடத்துனரை அறைந்து கண்ணாடியை உடைத்தான், செய்முறைத் தேர்வில் கைவைத்த வாத்தியை மிரட்டினான் போன்ற செய்திகள் காதில் விழுந்தும் அதை அலட்சியமாகக் கடந்து சென்றாள். அந்தப் பள்ளியிலேயே அவளைச் சற்றும் பொருட்படுத்தாதவனும் அவன் தான். நந்துவின் கண்ணில் படும் இடங்களெல்லாம் தன் பாதையாக யசோதா அமைத்துக் கொண்டாள். பாலத்தின்மீது போடப்பட்ட குழாய்களின் மீதமர்ந்து அவன் புகை விட்டுக் கொண்டிருக்கும்போது அவனைக் கண் எடுக்காமல் பார்த்தபடியே செல்வாள். தன் கால்களில் குளிர் சில்லிட்டுப்பரவ படபடக்கும் இதயத்தோடு மூச்சற்று நடந்து போவாள்.

சதாசிவம், ஜாதகம் இல்லாத தன் தம்பிக்குக் கொண்டு வந்த இரண்டொரு வரன்களும் தட்டிப்போனபின் சந்திரன் மணம் முடிக்கும் ஆசையை ஒத்தி வைத்தான். சந்திரனின் சேட்டைகள் உச்சத்திலிருந்த பதின்ம வயதுகளில், அவன் ஜாதகத்திலிருந்த கிரகநிலைகள் தான் அவனை இப்படி ஆட்டிவைக்கிறது என்ற அம்மாவின் ஓயாத புலம்பலைக் கேட்கச் சகிக்காமல் அதைத் தேடி எடுத்து சந்திரன் கிழித்து எறிந்திருந்தான். கட்டங்களில் குத்தகைக்குக் குடியிருந்த கிரகங்கள் வெற்றுக் காகிதத் துண்டுகளாக அவர்கள் காலடியில் விழுந்து பறந்தன. அதற்கும் மறு வாரம்தான் அவன் ஓடிப்போனான். அவன் விலக்கிய வரன்களுக்குப் பின்னால் கீதாவின் கைங்கர்யம் இருக்கக் கூடுமோ என்ற ஐயம் அவரைத் தூக்கிவாரிப்போட்டது. தன்னைக் கண்டால் அவள் எரிந்து விழுவதும் அவருக்குப் புதிராகத் தான் இருந்தது. அவர்களுக்கே தெரியாமல் ஒருவித நெருக்கம் அவர்களுக்குள் உருவாகி விட்டிருந்தது. கீதா கோடிழுத்துப் போட்ட

கே.என். செந்தில்

கட்டத்தில் சந்திரன் வந்து அமர்ந்ததும் வெளியேற வழியின்றி சகலவாயில்களையும் அடைத்தாள். அதை இலைமறை காயாக சதாசிவம் உணர்ந்தபோது அவமானத்தால் குன்றிப் போனார். வெளியே தெரியும்முன் மேலும் தீவிரமாக அவனுக்குப் பெண் தேடத் தொடங்கினார். ஏதேனும் நொள்ளைக் காரணத்தைச் சொல்லித் தொடர்ந்து நிராகரித்தான். குழம்பிச் சூன்யம் சூழ்ந்த மனதிற்குத் தெளிநிலை வேண்டி சதாசிவம் கோவிலே பழியாகக் கிடந்தார். அப்போது நடந்த உச்சி பூஜையில் அவர் மனம் செல்லவேயில்லை. விடுவிடுவென வீட்டிற்கு நடந்தார். கதவு 'ஆ' வெனத் திறந்து கிடந்தது. பின்வாசலில் குரல்கள் கலைந்து சிரிக்கும் சத்தம் கேட்டது. கீதா குளியறையிலிருந்து தன் கையில் ஒட்டியிருந்த சோப்பைக் கழுவியவாறு வெளியே வந்தாள். அவர் உயிர் நீங்கி கல் போல உணர்வற்று நின்றார். அவனுக்கு முதுகு தேய்த்து விட்டிருக்கிறாள். அவள் ஆடைகள் விலகி அங்கங்கே நீர் பட்டுக் காயாமல் இருந்தது.

"ஐய்யோ... ஐய்யோ..." எனத் தலையில் ஓங்கி ஓங்கி அடித்தபடியே துவைக்கும் கல் மேல் தொப்பென விழுந்தார். அவள் முகம் அவரைப் பார்த்து ஒரு கணம் இருண்டு மறுகணமே இயல்புக்கு வந்து ஏதும் நடக்காதது போல ஆடையைச் சரிசெய்த படியே அவரைக் கடந்து போனாள். அது அவருக்குப் பேரதிர்ச்சியாக இருந்தது. மனதில் வியாகூலம் சூழ்ந்து அவரைப் படுத்தி எடுத்தது. அதைத் தாங்கிக் கொள்ளும் மனவலிமையின்றி அசந்து தூங்கும் தன் மகள் யசோதாவுக்கு முத்தங்கள் தந்துவிட்டு நாடகத்திலிருந்து ஒரு பாத்திரம் வெளியேறுவது போல அன்றிரவு வீட்டை விட்டு இறங்கினார்.

உமாவின் வழியாகச் சாமிநாதனுக்கும் முருகேசனுக்கும் செய்தி எட்டியதும் அவர்களால் அதை ஆற்றிக் கொள்ளமுடியாமல் இருவரும் அவர்கள் வகுப்புக்கு முன்னால் மண்ணை வாரித் தூற்றியபடி கட்டிப்புரண்டு சண்டையிட்டபோது தங்கள் நண்பர்களால் வெளியே இழுத்துச் செல்லப்பட்டனர். பல நாட்கள் அவள் கண்ணிலேயே படாமல் எங்கெங்கோ சுற்றியலைந்து எங்கேனும் அவளைக் காண நேர்ந்தால் நீர் நிறைந்த கண்களோடு சாமிநாதன் அவ்விடத்தை விட்டு விலகி ஓடினான். முருகேசனால் ஏற்கவே முடியவில்லை. அவன் தன் கனவுகளில் அவளோடு திரிந்த இடங்களையெல்லாம் பரவசத்தோடு எண்ணிக் கொண்டான். அவள் அமர்ந்த வகுப்பறையிருக்கைக்கு வறண்ட உதடுகளால் முத்தமிட்டு அதைக் கட்டியபடி சிறிது நேரம் அங்கிருந்து விட்டு வந்தான். அங்கு வருவதற்கு முன் தன் டெஸ்கில் செதுக்கி வைத்திருந்த அவள் பெயருக்கு ஓயாமல் முத்தமிட்டு வந்திருந்ததால் அவன்

உதடுகள் வெடித்துக் காய்ந்து போயிருந்தன. நந்துவுக்குத் தெரிந்து, அவன் அறைந்து மிரட்டி அனுப்பிய போதும் முருகேசன் சாமிநாதனைப் போல ஒதுங்காமல் மீண்டும் அவளையே சுற்ற ஆரம்பித்தான். முன் போல் அதில் அவன் மகிழவில்லை. உள்ளே பேதலித்துக் கிடந்தான். உணவும் உறக்கமுமின்றி சிகரெட்டுகளைத் தின்று சுற்றிக் கொண்டிருந்தான். சில சமயம் தனியே பேசிக் கொள்வதும் கண்ணாடியில் முகம் பார்த்துக் கொள்வதுமாக இருந்தான். அவள் முகம் அவன் நினைவில் மோதிய சந்தோஷத் தருணத்தில் படிக்கட்டில் இருந்த கால்கள் தவறுவதை அவன் உணரவில்லை. பற்றியிருந்த கைபிடியும் நழுவிற்று. இமைக்கும் இடைவெளியில் அவன் இடுப்பின் மீது பேருந்தின் பின் சக்கரம் ஏறி இறங்கிற்று. அவன் பெருங்குரல் கேட்டு அந்தச் சாலையே பணிந்து தன் இயக்கத்தை நிறுத்தியது. ரப்பர் செருப்பணிந்த அவன் கால்கள் தரையை அடித்து மெதுவாக நின்றன. ஒரு முறை மட்டும் தலை தூக்கி சூழ இருப்பவர்களைப் பார்த்த பிறகு அப்படியே பின்னால் விழுந்தான். யசோதா தன் தலையணையை இரு தினங்கள் நனைத்த பின் இயல்புக்கு வர முயன்றாள். ஆனால் அவளையும் மீறி முருகேசன் முகம் அவள் மனதிற்குள் அவ்வப்போது வந்து செல்லும். அவன் இறந்து பள்ளிக்கு விடுமுறை அறிவிக்கப்பட்ட அடுத்த நாளில் யசோதாவின் பெயரை முருகேசன் பச்சைக் குத்திக் கொண்டிருந்த செய்தி காட்டுத்தீ போலப் பரவிற்று.

நந்து மெல்ல அவளை நெருங்கி வந்தான். அவளைக் கண்டதும் எழுந்து சிகரெட்டை மறைத்தான். அவன் கேட்கும் போதெல்லாம் வீட்டில் வெவ்வேறு பொய்கள் சொல்லிப் பணம் வாங்கி வந்து உமாவிடம் கொடுத்தனுப்புவாள். அம்மாவுக்குத் தெரியாமல் சித்தப்பாவும் அவருக்குத் தெரியாமல் அம்மாவும் திருட்டுத்தனமாகப் பணம் தருவார்கள். அப்பாவின் நினைவை மறக்கடிக்கத்தான் இப்படிச் செய்கிறார்கள் என அவர்களின் கண் அசைவிலேயே யசோதா கண்டுகொண்டாள். சித்தப்பா அவளை மகள்போலக் கருதினாலும் அம்மாவுக்குப் பயந்து விலகியே நிற்பார். முன்னொரு நாளில் அம்மாவின் கல்யாண புகைப்படத்தைப் புழங்காத அறையில் கண்டபோது தான் அப்பாவின் நினைவு தலைகாட்டாமல் இருக்க அவரும் அம்மாவும் முடிந்த மட்டும் முயன்றது அவளுக்குத் தெரிய வந்தது. அவள் வயது ஏற ஏற அம்மாவின் முகத்திலிருந்த சிரிப்பு மறைவதைக் கண்டாள். தன் உடற்கட்டை மட்டும் குலையாமல் பார்த்துக்கொண்டாள். அம்மாவை அறிந்த பின் அவளுடனான சாதாரணப் பேச்சுகள்கூட பூசல்களை உருவாக்கியபோது சித்தப்பா தான் ஊடே புகுந்து அம்மாவை சமாதானம் செய்வார்.

இருந்த நிலங்களைக் குத்தகைக்காரனுக்கே விற்றுவிட்டுத் தன் நகைத் தொழிலை அபிவிருத்தி செய்ய சித்தப்பா கொண்டிருந்த ஆசையை, அவளுக்குத் தங்கத்தில் காதுமாட்டலும் அம்மாவுக்கு வெள்ளிக் கொலுசும் வாங்கி வந்திருந்த இரவில் அம்மா வைத்த குழம்பை வெகுவாகப் புகழ்ந்தபடியே சொன்னார்.

அம்மா கையெழுத்திட வைத்த நிபந்தனைகளைக் கேட்டு யசோதா பேச்சற்று நின்றாள். அவர் தொடங்கும் எந்தத் தொழிலிலும் தனக்குச் சமமான பங்கு வேண்டும் என்றும் அவள் சாகும் வரையிலும் வேறொரு பெண்ணை மணமுடிக்கக் கூடாது என்றும் சத்தியம் வாங்கினாள். மேலும் பெற்றிருந்த மற்றொரு சத்தியத்தின் இரகசியத்தின் குட்டு உடைய யசோதா மேலும் பத்து ஆண்டுகள் காத்திருக்க வேண்டியிருந்தது. சித்தப்பா காணாமல் போய் திடுமென மணக்கோலத்தில் வந்து நின்று உடைகளும் பணமும் எடுக்கத் தன் அறைச்சாவியை அம்மாவிடம் எதுவுமே நிகழாதது போலக் கேட்ட போது அம்மா அவர் சட்டையைப் பற்றிக் கத்தியபோது காரினுள் அமர்ந்திருந்த பெண்ணுக்குக் கேட்காதிருக்க கதவைச் சாத்தினார். அம்மாவை அடித்துக் கீழே தள்ளி தன்னுடையதை அள்ளிப் போகையில் அவர் சொன்னது கேட்ட போது யசோதா திகைத்து நின்றுவிட்டாள். அவர்கள் இருவருக்குமான உறவில் தன் அழகு மேலும் குலைந்தால் எங்கே தன்னை விட்டுப் போய்விடுவானோ என்ற பயத்தில் குழந்தைப் பேறுக்கு அம்மா மறுத்திருந்தது தான் அது.

நந்து அவளை வெவ்வேறு இடங்களில் வைத்து மடக்கிப் பணம் வாங்கிச் செல்வான். அப்போது அவன் தோற்றமே பீதியூட்டுவதாக இருக்கும். சிகரெட்டை எறிந்து நாற்றத்தை மறைக்கக் கையால் வாயை மறைத்தபடி பேசும் அவனே போதையில் அவள் முன் நின்று நோட்டைப் பிடுங்கி காகிதம் கிழித்து ராக்கெட் செய்து ரோட்டில் போவோரை நோக்கி வீசினான். கண்ணடித்துச் சிரித்தான். அவளது கோபத்தையும் மிரட்சியையும் அலட்சியம் செய்து செல்லமாகக் கன்னத்தைப் பிடித்துக் கிள்ளினான். அவன் கையைத் தட்டி விட்டு நகர்கையில் பின்னாலேயே வந்து, அவனை முறைத்தபடி செல்பவர்களைப் பார்த்து காது பிளக்கும் சீழ்க்கை அடித்தான். அந்தச் சீழ்க்கையொலி வெகுநாட்களுக்கு அவளுக்குள் கேட்டுக் கொண்டேயிருந்தது. முருகேசன் பேருந்துச் சக்கரத்திற்குள் விழுந்த அடுத்த நொடியில் நடத்துனர் எழுப்பிய சீழ்க்கை போல அது இருந்தது தான் காரணமென பின்னர் அறிந்தாள். அவளது பர்ஸைப் பிடுங்க முயன்று சண்டையிட்டதில் அவர்களுக்குள் வாக்குவாதம் முற்றி மூன்றாம் நபர்கள் அவனைப் பிடித்து இழுத்துப் போய்த் திட்டிவிட்டு விட்டுச் சென்றனர்.

அவனுக்குப் பிடிக்குமெனப் போட்டு வந்த தாவணியில் புழுதி அப்பியிருந்தது. அவளிடம் பணம் கறக்க முடியாத ஆத்திரத்தில் நந்து அவளது விலகிய ஆடையில் நிமிர்ந்து நின்ற மார்பைப் பற்றிக் கசக்கினான். வலியும் வேதனையும் அவமானமுமாக அப்படியே அமர்ந்து அழுதது கேட்டு ஓடி வந்தவர்கள் அவனை அடித்து இழுத்துப் போயினர். அழக்கூட மறைவான இடமேதுமின்றி கைக்குட்டையால் முகத்தைப் பொத்தியபடி ஏறக்குறைய ஓடினாள்.

இரத்தத்திட்டு போல ஆகிக் கன்றிப்போன அவள் மார்பில் எண்ணெய் தடவி வலியால் அனத்தியபடியே காய்ச்சலில் கிடந்தாள். தனிமையில் அதை நினைத்தபோது குமட்டலும் வெறுப்புமாக வந்த உமிழ்நீரைக் காறித் துப்பினாள். வீட்டிற்கு வெளியே நின்று அவளுக்காக நந்து அடித்த விசில்கள் அவளை ஏதும் செய்யவில்லை. உமாவின் வழி அவன் சொல்லி அனுப்பிய சமாதானங்களைத் திருப்பி அனுப்பினாள். நான்கைந்து நாட்கள் அவன் சத்தமின்றி இருந்தது அவளுக்கு வினோதமாக இருந்தது. அதுவரை வீட்டிற்குத் தெரியாமல் கட்டிக் காத்த ரகசியம் நந்துவின் அம்மா இன்னொருத்தியையும் கூட்டிக் கொண்டு சரசரவென உள்ளே நுழைந்து நடுவீட்டில் அமர்ந்த போது உடைந்தது. அம்மா வினோதமாக அவர்களைப் பார்த்தாள். சுவர்களில் பட்டுத் தெறிக்கும்படியான சிரிப்பும் சத்தமான குரலுமாக யசோதாவை அழைத்து மூக்கு விடைக்க அவளைப் பார்த்த பின் தன்அருகில் நந்துவின் அம்மா அமர்த்திக் கொண்டாள். அம்மா விஷயத்தை அவ்வளவு விரைவாக யூகித்து விட்டிருந்தாள். முறம் போல விரிந்து சிவந்த முகத்துடன் யசோதாவைப் பார்த்த போது அவள் எழ முடியாதவாறு அவள் கையை நந்துவின் அம்மா இருக்கையோடு சேர்த்து அழுத்தியிருந்தாள். யசோதா பயத்தில் துப்பட்டாவின் முனையை கைநடுங்க சுருட்டியபடி வியர்வையைத் துடைக்க மறந்து அமர்ந்திருந்தாள். பேச்சு மெதுவாகச் சூடாகிக் கொண்டிருந்தது. தன் கத்தல் கேட்டுப் பக்கத்து வீடுகளின் முகங்கள் எட்டிப்பார்த்து மறைவதை கீதா கண்டாள். எழுந்து யசோதாவின் முடியைப் பற்றி இழுத்துக் காதுமடல் சிவக்க அறைந்தாள். அவர்கள் இருவரும் வெற்றிலை மெல்வதை நிறுத்தி அவளது கையைத் தடுக்க முயன்ற போது "தொடாத... வெளிய போங்கடி எச்சக்கல நாய்களா..." என வீடதிரச் சத்தமிட்டாள். அவர்கள் கண்முன்பே அவர்கள் அமர்ந்திருந்த இடத்தின் மேல் நீர் தெளித்தாள். நந்துவின் அம்மாவோடு வந்தவள் வீட்டுப்படியை விட்டு இறங்கிய அடுத்த நொடியில் வீட்டைப் பார்த்து வெற்றிலைச் சாறைக் காறித்துப்பி "கட்டுன புருஷனைத் தொறத்தியுட்டு போட்டு

அவந்தம்பிய கைக்குள்ளாற போட்டுக்கிட்டு மானங்கெட்ட பொழப்பு பொழைக்கிற தேவிடியா முண்ட நீயி . . .” எனப் பெருங்குரலெடுத்து திட்ட ஆரம்பித்தாள். தெருவெங்கும் ஒரு வீடு பாக்கி இல்லாமல் இட்டுக் கட்டி அவள் அவிழ்த்த பேச்சுகள் சில வீடுகளில் தண்ணீரையும் இன்னும் சில வீடுகளில் காபியையும் அவர்களுக்குப் பெற்றுத் தந்தன.

அவர்களின் குரல் வெளியே கேட்டுக்கொண்டிருந்த போதே கீதா, யசோதாவை சரமாரியாக அடித்தாள். யசோதா அந்த மரக்குச்சியைப் பிடுங்கி கீதாவை ஒரு பார்வை பார்த்தாள். அது அவளது கடந்த காலத்தின் மீது காறி உமிழ்வது போல, அவளை இரண்டாக வகுந்து எறிவது போல இருந்தது. யசோதா பற்களை நறநறவெனக் கடித்து தன் சக்தியனைத்தையும் திரட்டி ஓலமிடுவது போலச் சத்தமிட்டாள். கீதா வெலவெலத்துப் போய் அவளை அங்கேயே விட்டுவிட்டுத் தெருவின் வாசலெங்கும் நிற்கும் பெண்களின் துளைத்த கேலியான பார்வையைத் துச்சமாக எண்ணி மிதித்துத் தள்ளி, அவிழ்ந்த கூந்தலை அள்ளிச் சொருகியபடி சந்திரனைக் கூட்டிவரக் கடைக்கு ஓடினாள்.

இருண்ட முகத்துடன் சந்திரன் வந்தபோது யசோதா அரிசி மூட்டைக்கும் பீரோவுக்கும் இடையில் அழுது வீங்கிய கண்களோடு வியர்வை ஊறிய முகத்துடன் கிடப்பதைக் கண்டார். அவளை நிமிர்த்த எவ்வளவு முயன்றும் அவள் பிடி கொடுக்காமல் மீண்டும் மீண்டும் “அப்பா . . . அப்பா . . .” என அனத்தியபடியே சுருண்டு படுத்தாள். அவர் பீரோவின் கண்ணாடியில் தன் பின்னால் நிற்கும் கீதாவைப் பார்த்தார். அவள் இறுகிய முகத்துடன் தலைகுனிந்து சிலை போல நின்றாள். தன் அண்ணனின் முகத்தை ஒருமுறை மனதில் கொண்டுவர சந்திரன் முயன்றார். கீதா ஏதேனும் அவளைச் சொல்லக்கூடும் என நினைத்து மீண்டும் அவளைப் பார்க்க ஒருமுறை திரும்பினார். அப்போது அவர் தோள் மேல் பல்லி விழுந்தது. பதறிப்போய் அதைத் தட்டி விட்டு அங்கிருந்து வேகமாக நகர்ந்து முன்னறைக்குச் சென்று இன்னும் யசோதா அவளது அப்பாவை மறக்காதிருப்பதை நினைத்துக் கலங்கி நின்றார். தன்னை வேற்று மனிதனாக உணர்ந்த போது அவர் கண்களிலிருந்து நீர் அனிச்சையாக வழிந்தது.

மேட்டு நிலத்திலிருந்து ஒரு ஆட்டுக்குட்டியை அவளது அப்பா பிடித்துக்கொண்டு வருகிறார். அவர் ஆசையோடு வளர்த்திருந்த செடிகளை அது வாயில் பற்றி இழுத்ததும் எட்டி உதைக்கிறார். உள்ளேயிருந்து அம்மாவும் சித்தப்பாவும் ஓடி வருகிறார்கள். அவர்களைக் கண்டதும் அந்த ஆட்டுக்குட்டியைத்

தூக்கி வந்து அதைக் கட்டிக்கொண்டு அழுகிறார். அந்த ஆட்டின் கண்கள் முருகேசனுடையதைப் போலவே அவளுக்குத் தோன்றின. கேட்டின் முன் நந்து நின்று பயமின்றி அவளை உரத்த குரலில் அழைக்கையில் அந்த ஆடு அப்பா மடியிலிருந்து திமிறி விழுந்து அவள் கால்களுக்கிடையில் நிற்கிறது. அதற்குள் அவளது நிழல் மீது அவன் நிழல் விழும் அண்மையில் நந்து வந்து விட்டிருக்கிறான்.

விழிப்புத் தட்டி எழுந்தபோது அம்மா வாசலில் நீர் தெளிக்கும் சத்தம் கேட்டது. அவளுக்கு வெகு அருகில் நந்து நின்றான். உற்சாகமாக எழுந்து விளக்கிட்டதும் அவனைக் காணோம். சோர்வும் கட்டுப்படுத்த முடியாத அழுகையுமாக யசோதா கட்டிலில் சாய்ந்தாள். அன்று அவளுக்குக் காய்ச்சல் கண்டது. அப்போதும் ஒருவரும் பேசிக் கொள்ளவில்லை. சகஜமாகத் தங்களுக்குள் பேசிக்கொள்ள முடியாதபடி ஒரு முள் அவர்களின் தொண்டைக்குள் இடறியது.

அதற்குப்பின் அவர்கள் சுவரை, தரையை, விட்டத்தைப் பார்த்தபடி அளவெடுத்துப் பேசிக்கொண்டனர். அன்று பின்வாசலை கீதா திறந்தபோது அழுக்கேறிய உடையுடன், வீட்டு நாய் போல நந்து அவளருகில் வர எத்தனிப்பது கண்டு கையிலிருந்த எச்சில் வட்டலை அவன் வரும் திசை நோக்கி விசிறிவிட்டு உள்ளே வந்து யசோதாவை நோட்டமிட்டாள். அவளைக் கண்டதும் உமா பேச்சை நிறுத்தினாள். யசோதா ஓயாமல் சேனலை மாற்றிக்கொண்டேயிருந்ததைக் கண்டு முறைத்தபடியே கீதா அங்கிருந்து நகர்ந்தாள். உமாவிடம் அவன் சொல்லி அனுப்பிய சமாதானங்களை முறித்து திருப்பி அனுப்பிய அன்றைய இரவில், நடுநிசியில் அவள் வீட்டின் மேல் கற்கள் அடுத்தடுத்து வந்து விழுந்தன. சந்திரன் அவசர அவசரமாகக் கதவு திறந்து வெளியே வந்தபோது வீட்டு வாசலில் சிகரெட் கங்குடன் ஒருவன் ஒன்றுக்குப் போய்க் கொண்டிருந்தான். அவரது சத்தத்தைக் கேட்டு எச்சில் சிகரெட்டை அவரை நோக்கி வீசி விட்டு முறுக்கியபடி வந்து நின்ற வண்டியில் தாவியேறி ஊளையெழுப்பியபடி மறைந்தான். அதிகாலையில் காது கூசும் வசவுகளை உதிர்த்தபடி கீதா வாசல் கழுவி நிமிர்ந்த போது வீட்டுச்சுவரில் அசிங்கமான படத்தைப் போட்டு அவர்களின் பெயர்கள் எழுதப்பட்டிருந்ததைக் கண்டாள். ஆங்காரமாகப் பாத்திரத்தை உள்ளே வீசி விட்டு “எந்த நாறத் தேவிடியா முண்ட மகன்டா இதைய எழுதி வச்சது?” அவளின் பெருங்குரலைக் கேட்டு மிரண்டுபோய் தள்ளுவண்டிக்காரன் அடுத்த தெருவிற்குள் நுழைந்தான். அத்தெருவிற்கே கேட்கும் குரலில் ஒவ்வொரு வீடுகளின் வண்டவாளத்தை அவர்களின்

பெயரைச் சொல்லாமல் ஆனால், அவர்களுக்குப் புரியும்படி கடை பரப்பி, காறித்துப்பி மூச்சுவாங்க உள்ளே வந்து "இந்தத் தொண்டு முண்டைனால தானே இத்தனையும்..." என்றவாறு யசோதாவின் முடியைப் பற்றி அறைந்து கீழே தள்ளினாள். "அப்பன் வேணுமா... உனக்கு அப்பன்... அவன் ஒழுங்கா ஆம்பளைய இருந்திருந்தா இந்த நிலமை ஏண்டீ வருது?" என்றபடி அடிக்க ஓங்கிய கையைத் தணித்து சந்திரனின் நிழல் அந்த அறைக்குள் விழுவதை அறிந்து பேச்சை அப்படியே அந்தரத்தில் நிறுத்திவிட்டுச் சமையலறைக்குள் வேகமாக ஓடினாள். அவளது பேச்சைக் கேட்டு மனக்குமுறலை அடக்கமுடியாமலும் உள்ளெரியும் நெருப்பை அணைக்கத் தெரியாமலும் கோபத்தால் உட்கார்ந்திருந்த சேரைத் தூக்கி சுவரில் ஓங்கி அடித்தார். அது கால் உடைந்து குப்புற விழுந்தது. குறுக்கே கிடந்த காலிக் குடத்தை ஒரு எக்கு எக்கினார். அப்போதும் உள்ளேயிருந்து எந்தச் சத்தமும் வரவில்லை.

சந்திரன் வெவ்வேறு சந்துகளின் வழியாகக் கடைக்குப் போய்த் திரும்பிக் கொண்டிருந்தார். துக்க வீட்டுக்கு வருபவர்களைப் போல ஆட்கள் அவரது கடையை அடைத்துக் கிடந்தார்கள். அரைமணிக்கொருதரம் டீ குடித்துக் காய்ந்த எச்சில் டம்ளர்களின் மேல் வந்தமர்ந்த ஈக்கள் அவரது முகத்திற்கு முன்னால் ரீங்காரம் இட்டபடி அலைந்தன. பின் தொலைவில் ஆட்களைக் கண்டாலே அவர் கடைக்குப் பின்னால் போய் ஒளிந்துகொண்டார். "கோழ மயிராண்டி" என நெடுநாட்களுக்குப் பின் தன் அண்ணனை நினைத்துக் கருவினார். அது போதாமல் "பேடி தாயோளி... மயிரே போச்சுன்னு அல்லாத்தையும் வுட்டுபோட்டு ஓடிப்போயிட்டான்... மூடிக்கிட்டு கம்முன்னு இருக்கறத வுட்டுட்டுப் பரதேசம் போயிட்டான் கெழட்டு முண்ட மகன்..." என ஆவேசமாகக் குத்தகைக்காரனிடம் பொழிந்து கொண்டிருந்தார். முதன் முதலாக யசோதாவையும் கீதாவையும் அவர் மனம் கசப்புட அசை போட்டது. கீதா கையெழுத்துப் போடாமல் தட்டிக் கழித்தது நினைவுக்கு வரவே அந்தக் கசப்பு வெறுப்பாக மாறிற்று. நிலையில்லாது குமைந்த மனதுடன் செருப்பைக்கூட போட மறந்து வீடு நோக்கி நடந்த போது வெயில் பாதத்தைத் தீ போலச் சுட்டது அவருக்கு உறைக்கவேயில்லை. கீதா, யசோதாவையும் சந்திரனுக்கே கூட்டிக் கொடுப்பதாக நந்துவின் அம்மா கொளுத்திப் போட்ட தீ, அவரை எட்டியபோது அந்த ஜ்வாலையின் உஷ்ணம் தாங்காமல் பொசுங்கினார்.

கொந்தளிப்பு அடங்காமல் அங்குமிங்கும் நடந்தபடி சுவரைப் பார்த்து, சுற்றிக் கிடக்கும் பொருட்களைப் பார்த்து, ஓயாமல் புலம்பினார். நா குழறலோடு யசோதாவைத் திட்டியபோது

உள்ளறைக்குள் அசைவு ஏற்பட்டது தெரிந்தது. எந்தப் பதிலுமின்றி பைத்தியம் போலத் தனியாகப் பேசிக்கொண்டிருக்கிறோம் என்பது உறைத்ததும் "வளத்திருக்குறா பாரு புள்ளைய மயிறு மாதிரி..." என்றார். கீதா உறங்காத கண்களோடு வந்து நின்று கூந்தலை முடிச்சிட்ட போது அவள் இடுப்பின் வெண்மை மீது அவர் பார்வை ஒரு கணம் பட்டுப் பதட்டத்துடன் தணிந்தது. மேலும் மூர்க்கமாக "இந்த வயசுல உனக்கு அப்படி என்னடீ அரிப்பு..." என அறையைப் பார்த்துக் குரலை உயர்த்தினார். அப்படிப் பேசியது தானல்ல என்பது போல அவர் முகம் ஒரு கணம் வியப்பும் குழப்பமுமாக மாறியது. கீதாவின் தலை மேலும் குனிந்தது. சந்திரன் ஆவேசம் குறைந்தவராக உட்காரத் திரும்பினார். சட்டென உள்ளே ஏதோ உசுப்ப "எவெங் கெடப்பான்னு அலையற புத்தி" எனச் சொல்லி நிறுத்தி "அவங்கம்மா மாதிரியே..." என வாய்க்குள்ளேயே முணுமுணுத்தார். அந்த உதட்டசைவை வைத்தே கீதா அதைக் கண்டு கொண்டாள். விடுவிடுவென அவருக்கருகில் வந்து எரியும் முகத்துடன் அவரை நோக்கி "என்ன சொன்னே?" என்று கத்திய போது அவர் தலையைத் திருப்பி மேலும் ஏதோ முணங்கினார். "என்னடா மொணமொணங்க..?" எனச் சட்டையைப் பிடித்து உலுக்கி இழுத்த போது அவர் சட்டைபாக்கெட் கிழிந்து சில்லறைகள் சிதற ரூபாய்கள் சருகு போலக் காற்றிற்கு அலைந்தன. அந்த அடியை அவர் எதிர்பார்க்கவேயில்லை. பிறர் முன் அவ்வளவு அலங்காரத்துடன் வந்து நகராமல் அவள் நின்றது மனதில் மின்னல் போலப் பளீரென வந்து போயிற்று. அவளைத் தள்ளிவிட்டு "தேவிடியா முண்டை"ன்னு சொன்னேன் என்றார். யசோதா அங்கு நிற்கிறாளா? எனத் திருப்பிப் பார்த்த பின் வால் மிதிக்கப்பட்ட நாய் போலச் சீறி எழுந்து உள்ளே ஊறிக்கிடந்த கசப்புகளைத் திரட்டி அவர் முகத்தில் காறித் துப்பினாள். அவர் ஓடிப் போய் செருப்பைத் தூக்கி வந்த போது அவள் வேகவேகமாக உள்ளே போய் அரிவாள்மனையை எடுத்து வந்து "வாடா நாதாரி..." என உன்மத்தத்தோடு முன்னோக்கி நகர்ந்தாள். உள்ளே யசோதா வீறிடுவது கேட்டு அவள் ஓடினாள். சிறிது நேரம் நின்று ஒரு சத்தமும் இல்லாததால் தலைமுடியைச் சரிசெய்த பின் மெல்ல வெளியே போனார்.

பின் அவர்களுக்குள் பேச்சு அறுந்தது. சந்திரன் குடித்து விட்டு வந்து புலம்பிய போதும் அம்மா பேச மறுத்து மௌனியானாள். அவர் வீட்டிற்குள் அங்குமிங்கும் நின்று பார்த்து சமாதானப் படுத்த வழிதெரியாமல் குளித்து உடைமாற்றி விட்டுப் போனார். போஸ்ட் ஆபீஸில் பணம் பறிக்கக் கத்தியைக்

காட்டி நந்து மிரட்டியதைக் கேள்விப்பட்ட பின்பு யசோதா ஒன்றுமே பேசவில்லை. அதற்கும் சில தினங்கள் கழித்து அவனைத் தன் தெருவழியே போலீஸ் கூட்டிப் போனதைப் பார்த்ததாக உமா வந்து சொன்ன போது எதுவும் பேசாமல் அனுப்பிவிட்டுச் சுவரை வெறித்துப் பார்த்தபடி அமர்ந்திருந்தாள். பின்னர் தானாகவே பேசிக்கொள்ளத் தொடங்கினாள். பின் ஏதேனும் கேட்டால் ஒரு சிரிப்பும் புலம்பலுமாக ஏதேதோ சொன்னாள். கீதா அவளை அடக்க முயன்றும் அதை மீறி யசோதா பேசிக்கொண்டேயிருந்தாள். கீதா போட்டு வைத்து நகர்ந்துவிட்ட சோற்றின் முன் சில நிமிடங்கள் சந்திரன் சிலை போல அமர்ந்து எதுவும் பேசாமல் எழுந்து போன பின் அவர் வீடு திரும்பவில்லை.

கீதாவின் வீம்பு மூன்றாம் நாளிலேயே காற்றிறங்கி விட்டது. சந்திரனைக் காணாமல் அவளது காரியங்களில் மறதியும் ஒருவித பதைபதைப்பும் கூடி விட்டிருந்தன. அவள் சோற்றில் குழம்பை ஊற்ற மறந்து வெற்றுச் சோறைத் தின்னும் அளவு எதன்மீதும் பற்றில்லாமல் ஆனாள். சந்திரனும் சதாசிவம் போலப் போய்விடுவானோ? என்ற நினைப்பே அவளை நிம்மதியிழக்கச் செய்தது. “நீ செத்தாலும் இந்த வீட்டுப் பக்கம் வந்திராதே...” எனத் தன் சித்தி சதாசிவத்தின் கையில் தன்னைக் கொடுக்கும் முன் சொன்னது அப்போது அவளுக்கு நேற்று சொன்னதுபோல முன்னால் வந்து நின்றது. யசோதாவை உள்ளே வைத்துப் பூட்டி விட்டுச் செல்லும் அளவிற்கு மன அலைகழிப்புக்கு ஆளாகியிருந்தாள். குத்தகைக்காரனை விசாரித்துவிட்டு ஏமாற்றத்துடன் திரும்பி வந்தபோது யசோதாவின் தோற்றம் எவ்வளவு மாறிப் போயிருக்கிறது? என்ற நினைப்பில் உள்ளூர கண்ணீர் உகுத்தாள். முன் வாசலில் கிடக்கும் நாற்காலியைக் கண்டதும் சந்திரனின் நினைவு மீண்டும் தலை தூக்கியது. கோபமும் கொஞ்சலுமாகத் தனக்குள் சந்திரனின் முகத்தைக் கொண்டு வந்து சிணுங்கியபடியே கண்ணீரைத் துடைத்துக் கொண்டு வாசல் படியில் போய் நின்று நிலைகொள்ளாது தவித்தாள். ஒரு வாரம் கழிந்த பின், ஒரு முன் மதியத்தில் வாசலில் சந்திரனைக் கண்டு கணநேரம் நம்பாமல் நின்று, பின் மலர்ந்த முகத்தைத் திருப்பி வலித்து காட்டிவிட்டு உள்ளே போய்க் கோபமாக நின்றுகொண்டாள். அவர் போட்டிருந்த பட்டுச்சட்டை அவளை உள்ளூரக் குறுகுறுக்கச் செய்தது. பின்னாலிருந்து கேட்ட கனைப்புச் சத்தம் அவளது யோசனையைக் கலைத்தது. அறையின் சாவியைக் கேட்ட போது மெல்ல நகைத்து சேலையை விலக்கி ஜாக்கெட்டுக்குள் வேண்டுமென்றே கொஞ்ச நேரம் துழாவி எடுத்துத் தந்தாள். தாழ்ந்திருந்த அவரது தலை

நிமிர்ந்தபோது தன் நாக்கால் உதட்டை தொட்டுக் காட்டினாள். அது முத்தத்திற்கான அழைப்பு. அவளது மார்பு வியர்வையின் ஈரத்தோடிருந்த சாவியைத் தொட்டதும் பெருமூச்சொன்று அவரிடமிருந்து எழுந்தது. எதையோ சொல்லத் திரும்பி எதுவும் சொல்லாமல் உள்ளே சென்றார். கீதா வெளியே வந்து கப்பல் போல நிற்கும் காரையும் அதற்குள் மணக்கோலத்தில் அமர்ந்திருந்த பெண்ணையும் கண்டு குழம்பி ஏதோ பிடிபடுவது போலப் பட்டதும் அதிர்ந்து சந்திரனைக் காண ஓடினாள்.

உடைகளையும் பொருட்களையும் நிரப்புவதில் குறியாக இருந்தவரைத் தடுத்து "யென்ன நெனச்சுக்கிட்டிருக்கற நீயி..?" எனக் கேட்டுப் பொங்கிவந்த கண்ணீரைத் துடைக்க மறந்து அவரை மறித்து துணிகளைப் பிடுங்கி வீசினாள். "ஒன்னோட வேல மயித்த பாத்துட்டுப் போ..." என அவளைப் புறங்கையால் தள்ளிவிட்டுக் கிளம்ப ஆயத்தமானார். அவள் எதையும் யோசிக்கும் திராணியற்று அவர் கையைப் பற்றியபடி "எங்களை வுட்டுட்டுப் போயிராத... சாமி சாமி நீ நல்லாயிருப்ப... கோபத்துல அப்படிப் பேசி போட்டேன்... தப்பு தாஞ்சாமி... மன்னிச்சுப் போடு... அனாதை ஆக்கிப் போடாத..." எனக் கை கூப்பி இறைஞ்சினாள். ஒரு முறை அவளைத் தலை தூக்கிப் பார்த்து "கல்யாணம் ஆயாச்சு... இனிப் பேசியொன்னும் பிரயோஜனமில்லை... காருக்குள்ள ஒக்காந்திருக்கறா... நாம்ம்... போகோணும்..." என்றார். "அய்ய்யோ... அய்ய்யோ... எம் பொழப்புல மண்ணை வாரிப் போட்டுட்டானே... நாசமா போன நாயி..." என அலறினாள். "நீ தாண்டி என்னைய ஒண்ணுமில்லாம ஆக்கிப் போட்ட தட்டுவாணி முண்ட..." என அவளை ஒரு எக்கு எக்கினார். அவள் எழ முடியாமல் எழுந்து "பாவி... எங்களோட பாவத்தைக் கொட்டிக்காதடா... சண்டாளா... சொன்னாக் கேளு..." என நடுவீட்டில் உருண்டு அழுதாள். அவர் சாவகாசமாகக் கதவைப் பூட்டி "யினி நீ யாச்சு... உன்ற புள்ளயாச்சு... எக்கேடோ கெட்டுத் தொலைங்க" எனச் சாவியை அவளை நோக்கி வீசி விட்டு நடந்தார். கீதா பைத்தியம் போலப் பின்னாலேயே ஓடினாள். அவர் வேகமாகச் சென்று கதவை வெளிப்பக்கம் பூட்டிவிட்டுக் காரைக் கிளப்பும் சத்தம் கேட்டது. கீதா ஓடிவந்து ஜன்னலைத் திறந்து பார்த்தபோது கரிய புகை மட்டும் காற்றில் பரவிக் கலப்பது தெரிந்தது. பிரமை பிடித்தவள் போல நின்றுகொண்டிருந்த யசோதாவைக் கண்டதும் அவளைக் கட்டிக் கொண்டு மிருகம் போல ஊளையை எழுப்பியபடி அழுதாள்.

கீதா பிணம் போல அசைவற்று ஒரே இடத்தில் பல மணிநேரம் அமர்ந்து வெறித்துப் பார்த்தபடியேயிருந்தாள். குத்தகைக்காரனின்

மனைவியின் வருகையால் அரைவயிறும் கால்வயிறும் போக மீந்தது கூட வெளியே கொட்டப்படாமல் மொச்சை வாசம் வீடெங்கும் பரவிக் கிடப்பதைக் கூட மறந்து அமர்ந்திருந்தாள். சந்திரன் அவளை விட்டுச் சென்ற மறுவாரம் அதே கிழமையில் தங்கத்தைப் பிரித்தெடுக்கும் திராவக பாட்டிலை எடுத்து அப்படியே குடித்துவிட்டுத் தொண்டையையும் வயிற்றையும் பிடித்துக் கதறியபடி சுருண்டு விழுந்து துடித்தாள். யசோதா அதைக் கண்டு ஏதும் செய்யாமல் ஒரு மரம் போல அசைவற்று நின்றாள். நர்ஸம்மாவின் ஊசிகளும் வைத்தியங்களும் கீதாவைச் சரிகட்டினாலும் தொண்டைக்குள் எதுவும் இறங்கமுடியாமல் எதைக் கொடுத்தாலும் கக்குவதும் துப்புவதுமாக, பார்க்க வருபவர்களிடம் தன்னைக் கொன்றுவிடும்படி மன்றாடிக் கொண்டிருந்தாள்.

வெளியே பஞ்சுமிட்டாய்க்காரனின் மணிச் சத்தம் கேட்டதும் யசோதா உற்சாகமாக வீட்டு வாசலுக்குச் சென்றாள். மிட்டாய்க்காரன் போன திக்கு தெரியாமல் ஏமாற்றத்துடன் சுற்றிலும் பார்த்தபோது சற்றுத் தொலைவில் அப்பாவைப் போலவே ஒருவர் நிற்பதாகத் தோன்றியது. அவள் வாய் வழியே வெறும் சத்தத்தை மட்டும் சந்தோஷத்தோடு எழுப்பினாள். அவருக்கு மிக அருகில் முருகேசனும் நந்துவும் சிரித்துப் பேசியபடி நிற்பதும் தெரிந்தது. அவள் தன் மனத்துள்ளலை என்ன செய்வதெனத் தெரியாமல் தவித்தாள். பின்னால் திருப்பி கீதாவைப் பார்த்தபின் முடிவெடுத்தவளாக அவர்கள் மூன்று பேரையும் இங்கிருந்தே பெயர் சொல்லி அழைத்தபடி அதே நைட்டியுடன் சாலையை நோக்கி கத்திக்கொண்டே ஓடத் தொடங்கினாள்.

போக்கிடம்

வெயிலைக் கண்திறந்து முகஞ்சுருக்கிப் பார்த்தபின் அந்தப் பேருந்து நிலையப் படிக்கட்டுகளுக்கு இன்னும் சூடேறாததை உணர்ந்து திரும்பிப் படுத்தேன். சுற்றிலும் மொய்த்துக் கடித்த கொசுக்களின் தொந்தரவு இப்போது இல்லை என உணர்ந்து கால்களை நீட்டியதும் சற்றே இலகுவாக ஆனதுபோல் இருந்தது. நிற்கவும் நிமிரவும் கூட நேரமின்றிக் கைகால்கள் இற்றுப் போவதுபோல நடுநிசி வரை செய்த கல்யாணச் சமையல் வேலையின் பளுவைத் தாங்க முடிந்திருக்கவில்லை. முக்கால் பங்கு வேலைகள் என்மீது வந்து விடிந்ததில் கடும்சோர்வு ஆட்கொண்டிருந்தது. ஆறுமுகத்தின் கைங்கர்யம் அது. மதியை அவனிடம் வேலைக்கனுப்பாமல் போனதால் வந்த ஆற்றாமையென அறிவேன். அவளைத் தட்டிச்செல்ல முடியாமல் குறுக்கே வந்து விட்டேனே என்ற கடுப்பில் தலைதிருப்பக்கூட அவகாசம் தராமல் வேலையை மீண்டும்மீண்டும் உருவாக்கித் தந்துகொண்டேயிருந்தான். அவனுக்கு அப்படியொரு எண்ணமிருந்ததே வியப்பாக இருந்தது. லச்சுமணனுக்கு மதியைப் பேசி முடித்தவனே ஆறுமுகம்தான்.

பணவிஷயமாக உள்ள எந்தக் காரியத்திற்கும் என்னை ஆறுமுகம் அனுப்ப மாட்டான். அப்படியான சமயங்களில் நக்கலாகச் சிரிப்பான். அந்தக் குரூரமான சிரிப்பைத் தாங்க முடியாமல் மௌனமாக விலகிப் போய்விடுவேன். சோர்வில் இமைகள் சரியத் தலையை உலுக்கியபடி உறக்கத்தை விரட்ட முகத்தில் ஆவி படரக் குடித்துக்கொண்டிருந்த காப்பியை ஏறக்குறைய வாயிலிருந்து பிடுங்கிவைத்துவிட்டுக் கீழே குடோனுக்குப் போய் அப்பளக் கட்டுகளை எடுத்து வரச் சொன்னான். முறைத்தேன். அதைப்

பொருட்படுத்தாமல் விலகிச் சென்றான். கோபத்தில் எவரிடமும் சொல்லிக்கொள்ளாமல் விடுவிடுவென மண்டபத்திலிருந்து வெளியேறினேன். வீடு போக முடியாமல் பேருந்துவிட்டு இறங்கியதும் வேட்டியை உருவிப் போர்த்திக்கொண்டு அங்கேயே படுத்துக்கொண்டுவிட்டேன்.

மதிபணம் கேட்டால் சொல்வதற்கான காரணத்தை மனதிற்குள் தேடியபடியே மெல்ல அரைக்கண் திறந்து பார்த்தபோது வண்டியில் பழங்கள் சிறிய கோபுரம் போல் அடுக்கப்பட்டிருப்பதைக் கண்டு, பாப்பா ஸ்கூலுக்குப் போயிருப்பாளாகயிருக்கும் என நினைத்தவாறு கண்மூடி ஆசுவாசமாக மூச்சு விட்டேன். திடுமெனக் கேட்ட அலறல் சத்தத்தில் தூக்கம் கலைந்து எழுந்தேன். காதிற்குள் முழங்குவது போல ஒலித்த இரைச்சலால்தான் எழுந்திருந்தேன் என்பதால் வார்டன் வயது பேதமின்றிப் பிரயோகிக்கும் –முதல் முறை கேட்பவர்கள் கூசிப் போகும் – அந்தக் கெட்ட வார்த்தையை உதிர்த்தபடியே எழுந்தமர்ந்தேன்.

கூப்பாடு போட்டு ஒலிக்கும் சத்தத்தின் தொல்லை தாங்காமல் எழுந்து வாயில் நிறைந்திருந்த எச்சிலைத் துப்பித் தலைக்கு வைத்துப் படுத்திருந்த அழுக்குக் காவித்துணியால் முகத்தைத் துடைத்தபடி நிமிர்ந்தபோது தலைக்கருகிலேயே என் உயரத்துக்குச் சமமாக நின்றிருந்த ஸ்பீக்கரிலிருந்து அறிவிப்பு வெளியாகிக் கொண்டிருப்பதைக் கேட்டேன். வளர்மதி கொத்துத் திராட்சைகளில் ஒன்றைப் பிய்த்து வாயில் போட்டபடி என்னைக் காணத் திரும்பியதில் கைபட்டு மூன்று நான்கு ஆப்பிள்கள் வண்டியிலிருந்து உருண்டோடின. அவளைத் தடுத்து நிறுத்தி அதன் பின்னாலேயே ஓடிப் பொறுக்கியெடுத்துக் குழாயில் முகத்தையும் பழங்களையும் கழுவுகையில் கொடிக்கம்பமும் இனிப்புகளுமாக வெள்ளையுடைக்காரர்களால் அந்தச் சிறு மைதானம் சூழப்பட்டிருந்ததைக் கண்டேன். என்ன? ஏது? என சுதாரிப்பதற்குள் புழுதி பறக்க சைரன் ஒலித்தபடி அதிவேகத்தில் அதே வெள்ளை நிறத்தில் வாகனங்கள் ஒன்றையொன்று முட்டித் தொடும் அண்மையில் அடுத்தடுத்து நின்றன. பட்டாசுகள் குதூகலமான குழந்தைகள்போலத் துள்ளி வெடிக்க புகழ் கோஷங்கள் அந்தச் சத்தங்களை ஒன்றுமில்லாமல் செய்தன. பழங்களை வண்டியின்மேல் எறிந்துவிட்டு ஏறக்குறைய ஓடினேன். காக்கிகளின் சல்யூட்டுகளை ஏற்றபடி கதவைத் திறந்து பளிச்சிடும் தன் பற்களைச் சகலருக்கும் காட்டியவாறு இறங்கிக் கைகூப்பி நின்றார். அதற்குள் அவரது ஆட்கள் வாகனத்தையும் அவரையும் சுற்றி வளையம்போல நின்றுகொண்டார்கள். திரும்பிப் பார்த்தார். யாரோ ஒருவனிடமிருந்து எழுந்த கோஷத்தின் வீச்சு சிறிய அலைபோல் அங்கு பரவியபிறகு உயர்ந்துயர்ந்து சென்றது.

கண்களால் சுற்றிலுமிருப்பவர்களை அளந்தார். கதவுக்குச் சற்றுத் தள்ளி ஆரத்தியுடன் வரிசையாகத் தலைநிறையப் பூவும் பெரிய குங்குமமுமாக நிற்கும் பெண்களின் தட்டுகளில் கத்தைகளிலிருந்து ஒன்றை உருவிப் போட்டபடியே செல்வதைப் பார்த்தேன். ஆயிரம் ரூபாய்! இரண்டு இரவுகள் கண் மூடாது புகையுடன் மல்லுக்கட்டினால் கிட்டும் பணம். அதுவும் தவணை தவணையாக..! மதி அதைக் காண்பதற்கு இன்னும் கூடுதலாகக் கால்கடுக்க நின்று பேரம் பேசி விற்க வேண்டும். அந்த ஆயிரம் ரூபாய் ஆரத்திக் கலவையில் படும் முன் வெடுக்கென எடுத்துக் கைக்குள் அந்தப் பெண்கள் சுருட்டிக்கொள்வதைப் பொறாமையுடன் பார்த்து நின்றேன். மொத்தம் ஏழு தட்டுகள்..! கண் இமைப்பதையும் மூச்சுவிடுவதையும் மறந்தவனாக ஆகிப் பிறகு நிதானத்துக்கு வந்தேன்.

கூட்டத்தின் தள்ளுமுள்ளைக் கடந்து சற்றுத்தள்ளி அவர் கண்ணில் படுமாறு நின்றுகொண்டேன். நேரம் பார்க்க அவர் மணிக்கட்டைத் திருப்பியதில் கடிகாரத்தின் சிறுவட்டம் நிற்பவர்களின் முகங்கள்மீது அலைந்து தவித்தது. அவரை வணங்கியபடியே பெரியவர் வந்து நின்றார். சட்டை போடாமல் சிறிய போர்வை போலிருந்த மஞ்சள் சால்வையைப் போர்த்தியபடி வந்தவரின் அடர்ந்து கிடந்த மார்பு ரோமங்களின் மீது தினுசான நான்கைந்து ருத்ராட்ச மாலைகள் கிடந்தன. நெற்றியைச் சந்தனம் நிறைத்திருந்தது. மீண்டும் அவர் ஒரு முறை மணி பார்த்துக் கட்டைவிரலால் சுண்டுவிரலையும் மோதிரவிரலையும் தொட்டு வாய்க்குள் ஏதோ முனகியபின் தலையசைத்தார். திருப்தியுடன் கொடி உச்சிக்குச் சென்றது. கயிற்றை இழுத்துச் சுண்டியதும் தலைவர் தன் தலையிலும் முகத்திலும் வந்து விழுந்த பூக்களைச் சந்தோஷத்துடன் எடுத்துப் பார்த்துக்கொண்டார். பெரிய தாம்பாளத்தில் லட்டுகளை விநியோகிக்க முயன்றதும் கூட்டம் அவரை மூடத் தலைப்பட்டது. “தலைவருக்குக் காத்து வரட்டும்...” என்றபடியே ஊடே புகுந்து ஆட்களின் வயிற்றையும் மார்பையும் பின்னால் தள்ளி விலக்கினேன். அந்தத் துண்டால் கால்களின் மீது அடிப்பதுபோல ஓங்கி ஓங்கித் தாழ்த்தினேன். அவர் கண்கள் என்னை நோக்கித் திரும்பிய கணத்தில் துண்டைக் கக்கத்தில் வைத்துப் பாதியாகக் குறுகி வணங்கினேன். தியேட்டரில் பெரும் தள்ளுமுள்ளுகளைச் சமாளித்த பழக்கம் இருந்தது. சிந்திய புன்னகைக்கு ஈடாகச் சற்றுமுன் கேட்டிருந்த கோஷங்களை வெறி கொண்டவன்போல் முழங்கினேன். கூட்டம் ஒரு கணம் ஸ்தம்பித்து அதையே உரக்கக் கூவியது. அவருக்குப் பின்னால் அந்த வாகனம்வரை சென்றேன். கிளப்பிய வண்டியை நிறுத்தி இரண்டு தாள்களை உருவித் தந்தார். இப்போது வீசப்பட்டிருக்கும் விதியின் கயிற்றைப்

பிடித்துக்கொள்ள வேண்டும் என்று பட்டது. இது நல்விதியின் கயிறு என்ற உறுதியேற்பட்டது. சிறிதும் தாமதமின்றி அவர் காலிருக்கும் இடத்தைத் தேடி காரைத் தொட்டு வணங்கியபோது "பேரென்ன?" என்றார். வாயைப் பொத்தியபடி பதில் சொல்லக் குனிந்தபோது பின்பக்கமிருந்து "சசிங்க தலைவரே..." என யாரோ சொல்வதைக் கேட்டேன். குரல் வந்த பக்கம் அவர் தலை திருப்பியதும் "நம்ம சோட்டாளிதானுங்க..." என்றான். புருவத்தை நெரித்து ஏதோ சொன்னதும் அப்படியே அமைதியானான். பசி தாங்காத துரைசாமியா அது? கெஞ்சிக் கேட்டு தன் தட்டில் கூடுதலாகச் சோற்றை வாங்கிச் செல்பவனும் கறி சமைக்கும் அன்று பூனைபோல் என்னைச் சுற்றிவந்து ஒரு துண்டுக்காக அரைமணிநேரம் கூட காத்திருந்து வாங்கிச் சென்றவனுமான துரையனா..? இங்குதான் இருக்கிறானா? காரின் கறுப்புக் கண்ணாடி ஏற்றப்பட்டதும் ஸ்பீக்கர்கள் மீண்டும் அலறத் தொடங்கின. இவ்வளவுக்கும் நடுவில் பணம் பெறும் அந்தச் சிறு இடைவெளியில் காரின் உள்ளே சிவப்பு நிறச் சேலையில் தக்காளி போன்ற நிறத்தில் ஒரு பெண் அமர்ந்திருந்ததைப் பார்த்துவிட்டிருந்தேன். அவர் ஏறியமர்ந்த காரின் எண்ணும் ஏழு என்பது நடந்து செல்லும்போது சட்டென நினைவின் மேலேறி வந்தது. கையிலிருந்த லட்டுகளில் ஒன்றைப் பிட்டு வாயில் போட்டதும் பாட்டி தீபாவளிக்கு முறுக்கும் லட்டும் சுட்டு அத்தைக்குக் கொடுத்தனுப்பியது போக இருந்தவைகளைப் பத்து நாட்களுக்கு வைத்துக்கொண்டு தின்ற நாட்களை எண்ணிக் கொண்டேன். பாட்டியின் ஞாபகம் வந்ததும் நடையின் வேகம் மட்டுப்பட்டது.

○

பிறந்த குழந்தையை அம்மாவிடம் தூக்கிக் காட்டியபோது ஒரு முறை கண்டதும் புரண்டு படுத்தவள் பிறகு திரும்பிப் பார்க்கவேயில்லையென பாட்டி சொன்னாள். அவளுக்கு எம்.ஜி.ஆரின் நிறத்தில் அதே அழகுடன் இருந்திருக்க வேண்டும். தேங்காய்க்குக் கை கால் முளைத்ததுபோல் இருந்தேனாம். பாட்டி சொல்லிச் சொல்லித்தான் அம்மாவை வழிக்குக் கொண்டு வந்தாள். மகன் பிறந்த செய்தி கேட்ட சந்தோஷத்தில் போதை தலைக்கேறத் தள்ளாடிச் சலம்பிய அப்பாவை ஆட்கள் குண்டுக்கட்டாகத் தூக்கிப்போய் ஆஸ்பத்திரி வளாகத்துக்கு வெளியே போட்டுவிட்டு வந்தார்களாம். மழை மேலே விழுந்து வழிந்தோடுவது தெரியாமல் சற்றுமுன் இழுத்துவந்த ஆட்களை உதைப்பதாக நினைத்து வேஷ்டி சரிந்து விழ காலைத் தூக்கித்தூக்கித் தரையில் அடித்துக்கொண்டிருந்தார். மறுநாள் சேறு காய்ந்த ஆடையோடு உடல் சுருங்கி வந்த அப்பாவைப் பார்த்து தன் தலையில் ஓங்கிஓங்கி அடித்துக்கொண்டு அம்மா

கதறினாளாம். பாட்டி சுருக்குப் பையிலிருந்து ஐம்பது ரூபாயைத் தந்ததும் தொட்டிலை ஒரே ஒரு முறை ஆட்டிவிட்டு மெல்ல வெளியே செல்லக் காலடி எடுத்துவைத்த பிறகு நினைவு வந்தவராகத் திரும்பி முகம் மலரச் சிரித்து அந்த ஐம்பதில் இரண்டு பத்தை எடுத்துத் தன் மகன் கையில் வைத்தபோது அவருக்குக் கண்ணீர் துளிர்த்து விட்டிருந்தது. பாட்டி பதறி "காப்பி சாப்புட்டுப் போப்பா..." என அழைத்த குரல் காதில் விழாதவர்போல வெளியே போனாராம். அம்மா அதைப் பார்க்கத் தெம்பின்றித் திரும்பிப் படுத்துக் கண்ணீரால் தலையணையை நனைத்தாளாம்.

குப்புற விழுந்த சேதி கேட்டு ஓடிவந்த மாமா அவர் முகத்துக்கு நேராகத் தூக்கிப்பிடித்துச் சொன்னாராம், "ஒரு காலு மட்டும் சித்தே வளைச்சிருக்கு..." பாட்டி வெடுக்கெனப் பறித்து "த்தூ... தெரி... பய்யனை என்னடா பேச்சு பேசுற...கேப்மாறி... மூணு பொட்டப் புள்ளயப் பெத்துப்போட்டு எம் பேரனைக் கொற சொல்ல வந்துட்டான்... போடா" எனச் சீறினாள். அம்மா கையமர்த்திய பின்பே அமைதியானாள். முகம் இருண்டு சில வினாடிகளுக்குள்ளேயே தெளிந்தார். ஏனெனில் அவருக்குப் பசித்தது. அத்தையுடன் சண்டைபோட்டு வந்திருந்தார். எவ்வளவு தந்தாலும் கையிருப்பைப் பூஜ்யம் எனக் காட்டுவது அத்தையின் வழக்கம். இரு வாரங்கள் வேலையில்லாது போனதும் செலவுக்குப் பணம் கேட்டபோது அவளது குத்தல் பேச்சில் கோபம் மூண்டது. அதற்குப் பதிலடியாக அவள் பரண்மீது கவிழ்த்து வைத்திருக்கும் பாத்திரத்தில் ஒளித்துவைத்திருந்த பணத்தை மோப்பம் பிடித்து எடுத்துப்போய் பைசா எஞ்சாமல் செலவு செய்ததாகச் சாப்பிடும் இடைவெளியில் சொன்னபோது காதில் தொங்கிய பாம்படம் ஆட சிரித்து விட்டு, "அங்கயே அவ குடுமிமசுறப் புடுச்சு நாலு சாத்து சாத்தி மூலைல தள்றதை உட்டுப்போட்டு... அவோ திட்டுனாளாம்... இவென் வந்துட்டானாம்..." என்றபடி சோற்றுச்சட்டியை அவன் பக்கம் தள்ளிவிட்டு "போட்டு நல்லாத் தின்னுடா... கொறிக்கறான் இப்பத்தான்... செம்மறியாடு கொறிக்கற மாரி..." என்றாள். மாமாவின் கண் பாட்டியின் பாம்படத்தின் மீது வந்துவந்து அமர்ந்து விலகியதாக அம்மா சொன்னாள். "அவ திட்றா . . . கொடுமை பண்றான்னு சொல்லிச்சொல்லி அழுது ஒவ்வொண்ணா கழட்டி வாங்கீட்டுப் போனான். இதொன்னுதான் மிச்சம். இன்னொருவாட்டி வரட்டும். வேட்டிய அவுத்துட்டு ஓட வுடுறேன்..!" என்ற பின்னரே பாட்டி அமைதி ஆனாள்.

வயிற்றுப்பாட்டிற்குக் களையெடுக்கச் சென்றபோது ஏதோ விஷப்பூச்சி தீண்டி அம்மா சத்தம் போட்டிருக்கிறாள்.

ஆட்கள் அலறிப்பிடித்து வண்டிகட்டுவதற்குள் வாயில் நுரைதள்ளி உடம்பின் நிறமே மாறி இறந்துவிட்டிருந்தாள். அதைச் சொல்லும்போதெல்லாம் என்னை நெருக்கிப் பிடித்துக்கொண்டு பாட்டி அழுவாள். அந்தப் பாட்டியின் அணைப்பில்தான் வளர்ந்தேன். அப்பா எப்போதேனும் வந்து சண்டையிட்டுப் பாட்டியிடம் பணம் வாங்கி மறைந்துபோவார். பாட்டி இருந்த வரைக்கும் தியேட்டரில் டிக்கெட் கிழிக்கப் போய்க்கொண்டிருந்தேன். காட்டு வேலைக்கு அம்மா போய்க்கொண்டிருந்த நாட்களில் அவள் முந்தானையை வால் போலப் பிடித்தபடி கூடப் போவேன். மாலையில் கூலி வாங்கும்போது காட்டுக்காரன் அம்மாவைத் தொட்டுத்தொட்டுப் பேசுகையில் தன் இடுப்பளவுக்கு வளர்ந்திருக்கும் என்னைப் பார்ப்பாள். எதுவும் புரியாமல் "போலாம்... போலாம்..." என அதுவரை ஓட்டி விளையாடிக்கொண்டிருந்த டயர்வண்டியை மரக்கிளையில் மாட்டிவிட்டுக் கத்துவேன். வெடுக்கென பணத்தைப் பிடுங்கிக்கொண்டு ஓடி வருவாள். மேலும் பல ஆண்டுகள் கழித்து அந்தக் காட்டுக்காரனின் மகள் தியேட்டருக்கு வந்தபோது தெரியாமல் கை படுவதுபோல அங்கிங்காத் தொட்ட பின்பே உள்ளே அனுப்பினேன். நாய்கள் உக்கிரமாகக் குரைத்து அருகில் வருவதைப் பார்த்து அதை விரட்டியபடியே பழைய நாட்களுக்குள் இருந்து மீண்டு மதியைக் காண எட்டுகளை உற்சாகமாக எடுத்துவைத்தேன்.

○

கையில் கீறினால் ரத்தம் கண்டுவிடும்படியான தகடு போன்ற மடிக்கப்படாத புதிய நோட்டையும் லட்டையும் வளர்மதியிடம் கொடுத்ததும் மென்றுகொண்டிருந்த வாயை அப்படியே நிறுத்தி என்னை ஐயத்தோடு கண் சுருக்கிப் பார்த்தாள். நோட்டை இருபக்கமும் திருப்பிப் பார்த்துச் சூரியனுக்கு அருகில் வைத்து திருப்தி அடைந்த பிறகே மெல்வதைத் தொடர்ந்தாள். பின்னே..? கள்ளநோட்டு கைமாற்றிச் சிக்கி ஜெயிலில் இருந்து விடுதலையானவன் அல்லவா? நான் தவறு செய்யாதவன், சிக்கவைக்கப்பட்டவன் என்பதை லச்சுமணனைத் தவிர வேறொருவரும் நம்பவில்லை என்று தோன்றியது. விஷயத்தைச் சொன்னேன். சிரித்தபடியே கலைந்துகிடந்த தலையைச் சரிசெய்து சாவியைத் தந்து "வூட்ல போய் சாப்புட்டுப்போட்டு தூங்கி எந்திரிச்சு வா..." என்றாள். அந்தச் சிரிப்பிலிருந்த பழைய வாழ்க்கை மீதான கேலியால் சீண்டப்பட்டேன். அவள் துடிக்கும்படி ஏதேனும் சொல்ல வேண்டும் என்று தோன்றியது. "நேத்துக் கனவுல லச்சுமணனைப் பாத்தேன் மதி..." என்றேன். அந்த வினாடியே அவளது முகம் கறுத்துவிட்டது. அந்த மதி

என்பதுகூட லச்சு அவளை அழைக்கும் முறைதான். சிறைக்குள் குறைவான ஆட்களுடனேயே பேச்சை வைத்துக்கொண்டிருந்தேன். அச்சமூட்டும் இந்தச் சூழ்நிலைக்குள் தள்ளிய மாமாவை ஏதாவது செய்ய வேண்டும் என்னும் எண்ணம் மனதை இம்சித்தபடியேயிருக்கும். ஆனால் அத்தைதான் அந்தச் சூழ்ச்சியின் வலையைப் பின்னி என்னைச் சிக்க வைத்தவள் எனப் பிறகு அறிந்தேன். பிறந்ததிலிருந்தே என்னை அவளுக்கு ஆகாமல் போய்விட்டது. எனக்கும் அவளது மூத்த மகளுக்கும் இரண்டுமாத இடைவெளி இருந்தது. அதை மகன் என்றுதான் நினைத்திருந்தாள். ஏமாற்றத்தை உணவின் மீதும் மாமாவிடமும் காட்டினாள். பாட்டியின் இளக்காரப் பேச்சைத் தாங்க முடியாமல் அடுத்த மூன்று ஆண்டுகளில் இரண்டு குழந்தைகளைப் பெற்றெடுத்தாள். அதுவும் பெண் பிள்ளைகளாகப் பிறந்தன. பாட்டி தலையிலடித்துக் கொண்டு வெடுக்கென எதையோ சொல்லிவிட்டு வந்திருக்கிறாள். அதன்பின் பாட்டியிடமும் பையனைப் பெற்ற என் அம்மாவிடமும் குரோதம் கொண்டாள். அது நாளுக்குநாள் வளர்ந்துகொண்டேயிருந்தது. அம்மாவும் பாட்டியும் போன பிறகு அது என்னை நோக்கி மொத்தமாகத் திரும்பி விட்டிருக்கிறது. கொஞ்ச காலம் சாதுவாக நடந்து கொண்டதுகூட அந்த வீடு கைமாறுவதற்காகத்தான். மாமா, அத்தையின் சொல் கனவில் ஒலித்தால் கூட அதை மறுபேச்சின்றி பின்தொடர்ந்து செல்லக்கூடியவர். அவரைப்போன்ற ஒரு கோழையை நம்பிப் பின்னால் சென்றது எவ்வளவு பெரிய பிழை எனச் சிறைச்சுவருக்குள் நினைத்துக்கொள்கையில் என்மீதே கோபம் பெருகும். அதைத் தணிக்க தலையைப் பலமாகச் சுவரில் முட்டிக்கொள்வேன். அந்த அத்தையைப் பலதடவைகள் மனதிற்குள் ளாகவே வெவ்வேறுவகைகளில் கொன்று வீசிக்கொண்டிருந்தேன்.

போலீஸின் அடியைத் தாங்காமல் தரையில் சளியும் கண்ணீருமாகப் புரண்டு கிடப்பதை லச்சுமணன்தான் வார்டனிடம் பேசி சமையல் செக்ஷனில் ஆள்போதாமல் இருப்பதாகச் சொல்லி மாற்றினான். தேம்புவதை நிறுத்திய பின் கேட்டான்,

"படிச்சிறுக்கயா ..."

"ஓரளவுக்கு ..."

"அப்புறமெதுக்குடா இந்த பிராடு வேலை" என எகிறினான்.

ஒன்றுமே புரியவில்லை. பிராடுக்கும் படித்திருப்பதற்கும் என்ன சம்பந்தம்? வலியால் முணங்கியபடி கிடந்த அந்த நிலையிலும் அவன்மேல் பரிதாபம்தான் ஏற்பட்டது. நடந்தவை களைத் தேம்பிய குரலில் சொன்னேன். அடுத்த நாளே அவன் மேற்பார்வையில் சமையல் ஆளாக இருந்தேன். சிறிய பரிசல் போலிருக்கும் சோறாக்கும் பாத்திரத்தில் இறங்கி

அதற்குள்ளேயே நடந்து நீர் இறைத்துக் கழுவிச் சாய்த்து ஓய்ந்துபோய் கை கால்களில் ரத்தம் கட்டியது போல் அசைக்க முடியாது கிடக்கையில் கஞ்சாத்தூளின் மணம் பிடித்து மனம் சபலப்படும். பிடிவாதமாக மறுத்துவிடுவேன். லச்சு தூக்கம் சொக்கும் கண்களைத் தேய்த்தபடியே வந்து அவன் மனைவிக்குக் கடிதம் எழுத உசுப்பி எழுப்புவான். "அன்புள்ள மதிக்கு..." என்று தொடங்கி கடிதத்தில் ஓடும் என் கோணலான எழுத்துக்களைப் பார்த்தபடியே இன்லேண்ட் லெட்டரை நிறைக்கச் செய்வான். வரிகளைச் சொல்லச்சொல்ல அந்தத் தூக்கம் பறந்துபோய்விடும். அடுத்தடுத்த வரிகளில் குரல் தேய்ந்து உள்ளொடுங்கிக் கமறலாக மாறும்போது நிமிர்ந்து பார்ப்பேன். அவன் வெளியே இருளில் நிற்கும் மரங்களையும் சுவர்களையும் வெறுமனே பார்த்தபடி மெல்லக் குலுங்கித் தேம்புவான். அங்கேயே கடிதத்தை முடித்துவிடுவேன். நான்கைந்து கடிதங்களுக்குப் பின் அந்த மதியைப் பற்றி கனவு காணத் தொடங்கினேன். அவன் நல்ல மனநிலையில் தனித்திருக்கும்போது அவளைப் பற்றிப் பேச்சுக் கொடுப்பேன். "அக்கா நல்ல கலராங்ணா?" என ஏற்கனவே அனுமானித்துவைத்திருந்ததைத் தெரியாதவன் போலக் கேட்பேன். "பின்னே..! அவ குளிச்சுட்டு வரும்போது..." எனச் சொல்லிச் சட்டென நிமிர்ந்து "என்னடா கேட்டக் கேனக்கூதி..." எனக் கிளற வைத்திருந்த சட்டுவத்தை எட்டி எடுத்து முதுகில் அறைந்தான். "வலிக்குதுணா... வலிக்குதுணா..." என்றபடியே ஓடினேன். வார்டன் கோபத்துடன் வந்து முடியைப் பற்றினார். கன்னங்கள் சிவக்க தலை விண்ணென்று தெறிக்க மெதுவாகத் திரும்பி வந்து பாதியில் விட்டிருந்த அவரைக் காய்களை நறுக்கத் தொடங்கினேன். "சசியண்ணா..." என்றவாறே துரைசாமி அருகே வந்து அமர்ந்து அவரையின் பிசுறுகளை எடுத்துவிட்டுக்கொண்டிருந்தான். பெரிய மூட்டைபோன்ற உடம்பை நகர்த்தச் சிரமப்பட்டான். அவனுக்கு நெஞ்சு என்பதே கிடையாது. கழுத்துக்குக் கீழே வயிறுதான். சகலரையும் காக்காய்ப் பிடித்து வைத்திருப்பான். சாப்பாட்டிற்காகவும் காசுக்காகவும் அவன் வளர்ப்புப் பிராணி போல மாறிவிடுவான். அதற்காக உபயதாரரின் காலை நக்கித் தரவும் தயங்காதவன். ஆனால் விசுவாசத்தில் பத்து நாய்களுக்குச் சமமானவன். ஒரு மாதிரி அவன் நெளிந்தது கண்டு சந்தேகத்தில் தலை தூக்கிப் பார்த்தபோது நாளை போடப்படும் கறிச் சோற்றின் துண்டுக்காக என் தொடையருகே யாருக்கும் தெரியாமல் ரூபாயைச் சொருகுவதைக் கண்டேன். அதைத் தரையோடு சேர்த்து அழுத்தியெடுத்து உள்ளே போட்டுக்கொண்டேன். பத்து நாட்களுக்கு ஒருமுறை கிட்டும் கறிச் சோற்றிற்கு நாக்குச் சுரக்க ஏழைக் கைதிகள் காத்திருப்பார்கள். அவர்கள் சேர்த்து

அகாலம்

வைத்திருக்கும் பணத்தின் சிறுபகுதியை அந்தக் கறித்துண்டுகளுக்காக வாங்கிப் போட்டுக்கொள்வேன். லச்சுமணனுக்குத் தெரியுமென்றாலும் தெரியாததுபோல் காட்டிக்கொள்வான்.

பதக்கம் வைத்த போலீஸ் ஆபீஸர்களின் வீட்டு விசேஷங்களுக்கு லச்சுமணன் என்னைத்தான் கூட்டிச் செல்வான். சுவையில் தன்னை மறந்து பேசுவார்கள். சாதாரண உடையில் கைதிகளான எங்களிடம் அவர்கள் சகஜமாகப் பேசுவது எனக்குப் பிடிக்கும். அதை லச்சுமணனிடம் சொன்னால் நோட்டம் விட்டபடியே துல்லியமாகக் கண்காணித்தபடியிருக்கும் அவர்களின் கண்களைக் காட்டித் தருவான். உள்ளுக்குள் மிரண்டு அமைதி ஆகிவிடுவேன். அங்கு மது வெள்ளம்போல் ஓடும்போதும் ஒரு மடக்கு எடுத்துக் குடித்ததில்லை. தன் புருஷனும் மருமகனும் வீழ்ந்த பாதாளத்திற்குள் தன் பேரனும் விழுந்துவிடக்கூடாது என நினைத்து, வளர்ந்த பின் பாட்டி குடிக்கக்கூடாதென அன்னத்தின் மீது ஆணை கேட்டு வாங்கியிருந்தாள். காலையில் காக்கிகள் தரும் சன்மானத்தை மதியை நினைத்தபடியே வாங்கிக்கொள்வேன். லச்சுமணன் குடிக்கும் இடத்தின் பக்கம் கூட வர மாட்டான். அவனது அழிவின் நாட்களே அதிலிருந்து தானே தொடங்கியது. சிறைக்கு வரும் முன் வாழ்ந்த நாட்களை அசைபோட்டபடி என்னைப் பரிமாறச் சொல்லிவிட்டு வெற்றுப்புல்வெளியில் போய் வானம் பார்த்துப் படுத்துக்கொள்வான்.

○

சாப்பாட்டின் சுவை நாக்கில் பட்டதுமே அது யாருடைய சமையல் என்னும் ஐயம் எவருக்குமிருக்காது. பலரும் அந்தக் கைகளைத் தங்கள் கைகளில் வாங்கி முன்னும் பின்னும் திருப்பிப் பார்த்து, "எங்கிருந்துய்யா இந்தப் பக்குவத்தைப் புடுச்ச..." என வியக்கையில் பெரிய கொட்டைப் பற்களைக் கூரையை நோக்கிக் காட்டிவிட்டு லச்சுமணன் நகர்ந்துவிடுவான். வரும் ஆட்களையும் ஐட்டங்களையும் எவ்வளவுக்குள் முடிக்க வேண்டும் என்பதையும் சொன்னவுடனே அவன் கண்ணை மூடி மனதிற்குள் அசைபோட்ட பிறகு சொல்வதை எழுத்தில் பின்தொடர அந்தக் காலத்து மளிகைக்கடைக்காரர்களே திணறுவார்கள் எனச் சொல்வதுண்டு. பள்ளத்தில் இறங்கி வரும் வெள்ளம்போல மடமடவென அவன் போடும் கணக்குகள் அவன் படிப்பு வாசனை இல்லாதவன் என்பதை மறக்கச் செய்திருந்தது. சிறுவயதிலிருந்து பேய் போலப் பற்றிக்கொண்ட பாட்டும், வளர்ந்த பிறகு தோள்மேல் ஏறியமர்ந்த குடியும் அவனைப் படுகுழியில் தள்ளின. குடி தாமதமாகத்தான் பழக்கமானது. வலிப்பு நோய்க்காரி என்பது தெரியாமல்

அவனுக்குக் கட்டிவைக்கப்பட்ட ராணி அல்பாயிசில் போய்ச் சேர்ந்ததும் வந்து ஒட்டிக்கொண்டுவிட்ட பழக்கம் அது. அப்படித் தன்னைச் சீராட்டியது இப்படிப் பாதியில் விட்டுவிட்டுப் போய்ச் சேரத்தானா எனக் குடியில் பிலாக்கணம் வைப்பான். அவள் மடியில் படுத்தபடி அவள் கன்னங்களை மாறிமாறித் தொட்டுக் கிள்ளி விளையாடியவாறு அவளுக்காகப் பாடிய பாடல்கள் குழறலான குரலில் அப்போது காற்றில் கரைந்து மறையும். அவளை நினைத்துக் கண்டபடி திட்டித்தீர்த்து அது முனகலாக ஆகி, கண்ணீர் காய்ந்த கன்னங்கள் தரையில் அழுந்திக்கிடக்க அப்படியே உறங்கிப்போவார். அங்கு வேலை செய்யும் சமையல் ஆள் ஒருவரின் மகளையே இரண்டாந்தாரமாக லச்சுமணனுக்கு மணம் முடித்து வைத்தனர். அவளைக் கண்டு பேசிய அரைமணி நேரத்திற்குள்ளாகவே ராணியை மறந்துவிட்டிருந்தான். ஆனால் குடியை விட்டொழிக்க முடியவில்லை. சந்தோஷம் மிகுந்திருக்கும் சில இரவுகளில் அவன் பாடத் தொடங்கிய சில நிமிடங்களிலேயே மெல்லிய குறட்டையொலி வளர்மதியிடமிருந்து எழுவதைக் கேட்பான். அவளுக்கு இதிலெல்லாம் விருப்பமேயிருக்கவில்லை. கையில் ரிமோட்டுடன் எந்நேரமும் நாடகங்களை மாற்றிமாற்றிப் பார்த்துக் கொண்டேயிருப்பாள். லச்சுமணனும் எதுவும் பேசாமல் பல்லைக் கடித்தபடி உறங்கிப்போய்விடுவான். பல இரவுகளில் தூக்கத்தில் விழிப்புத்தட்டி எழுகையில் அவள் ஒருபுறம் சரிந்துகிடக்க ரிமோட் ஒருபுறம் குப்புறக்கிடக்கும். மெல்லிய ஒலியுடன் ஓடிக் கொண்டிருக்கும் திரையை அணைத்துவிட்டு வந்து படுத்திருக்கிறான். அந்தச் சன்னமான ஒளியில் அவளை எழுப்பிக் கூடியிருக்கிறான். சற்றுமுன் அப்படி உறங்கிக் கிடந்தவளிடம் அப்போது கிளம்பும் வேகம் அவனைத் திடுக்கிடச் செய்யும். முகம் பார்க்க வெட்கப்பட்டு அவள் முதுகு திரும்பிப் படுக்கும்போது அவள் மீதிருந்த கோபங்கள் அனைத்தும் இருபுள்ளிகள் வேகமாக வைக்கப்பட்ட மின்விசிறியிலிருந்து எழும் காற்றுக்குக் காய்ந்து போகும் வியர்வைபோல் காணாமல் போய்விடும். அவளே பலமுறை உடன் வருகிறேன் என்றபோதும் அடுப்படி உஷ்ணத்தில் கறுத்துவிடுவாள் எனச் சொல்லிச் சமையலுக்கு அவளைக் கூட்டிச் சென்றதேயில்லை.

அன்று எங்கிருந்தோ ராணியின் அண்ணன் பரதேசிக் கோலத்தோடு வற்றிப்போய் வந்திருந்தான். 'எவ்வளவு உப்புப் போடோணும்?' என வந்து நின்ற ஆள்காரனுக்குப் பதில் சொல்லாமல் சில கணங்கள் செய்வதறியாது திகைத்து நெடுநாட்களுக்குப்பின் ராணியின் நினைவின் பிடிக்குள் சிக்கி நின்றான். அவனது புலம்பல்களைக் கேட்கச் சகிக்காமல் அண்டர்வேரில் கையைவிட்டு எடுத்த பணத்தை எண்ணிக்கூட

அகாலம்

பார்க்காமல் தந்து போய்விடுமாறு சைகை காட்டினான். அப்போது ஞாபகங்கள் தாறுமாறாகக் கடந்த காலத்தின் மீது அலைவதை லச்சுமணனால் கட்டுப்படுத்த முடிந்திருக்கவில்லை. பிள்ளைத்தாச்சியான மதியிடம் கூட ஏதும் சொல்லாமல் தொழிலில் அவனது வலக்கையான ஆறுமுகத்தோடு அவனது வீட்டிற்குச் சென்றான்.

வீட்டினுள்ளே இறைச்சி வறுபட அந்த வாசனையை உறிஞ்சியபடி மரத்தடியில் தம்ளர்கள் தளும்ப ராணியை நினைத்து லச்சுமணன் அடுத்தடுத்துக் காலி செய்தான். ஆறுமுகத்தின் சோட்டாளி அவனைப் பாடச் சொல்லிக் கெஞ்சிக்கொண்டிருந்தான். சிறு போதையிலேயே லச்சுமணனை ஒருமையில் அழைத்து "பாட்றா... மயிரப்புடுங்கி..." என்றான். ஆறுமுகமும் தட்டில் ஆவி படற வறுவலை வைத்துப்போன அவன் மனைவியும் எவ்வளவோ அடக்க முயன்றும் அவன் பேசிக்கொண்டேயிருந்தான். ஒன்றுக்குப் போய் வருவதாக ஜாடை காட்டி ஆறுமுகம் எழுந்து போனதும் அவன் சட்டென நிமிர்ந்து "ஆமா... ஒனக்கு ரெண்டு கல்யாணமாமா..! ஒத்தைக்கே வழி இல்லாம அவனவன் ரோட்ல போறவாறதுகளை மேய்ஞ்சுட்டுக் கிடக்கறான்... மச்சம்... அதுவும் அந்த இடத்துல..." என்றபடி சூடான துண்டொன்றை உள்ளே போட்டுக் கண்மூடிச் சுவைத்தான். மேலும் ஒரு சுற்று உள்ளே போனதும் "எந்தப் பொண்டாட்டிய ஒனக்குப் புடிக்கும். அதுல யாரு நல்ல கம்பெனி..?" எனக் கேட்டுவிட்டுப் பதிலை விரும்பாதவன்போலக் கடகடவெனச் சிரித்தான். அவனை விடவும் தலைகிறுகிறுக்கும் அளவுக்குப் போதை ஏறியிருந்த லச்சுமணன் கோபத்தில் அதுவரை ஆறுமுகம் உட்கார்ந்திருந்த முக்காலியை எடுத்து "தாயோலி... மூட்றா வாய..." என அவன் தலைமேல் அடித்தான். வாகனத்தில் அடிபட்ட நாய்போல அவன் தொண்டைக்குழியிலிருந்து வந்த சப்தத்திற்குப் பிறகு வேறெதுவும் கேட்கவில்லை. இருவரும் உறங்குகிறார்கள் என்றெண்ணி ஆறுமுகம் அப்படியே வீட்டுக்குள் போய்ப் படுத்துக்கொண்டு விட்டான்.

மறுநாள் காலை லச்சுமணனின் அலறல் கேட்டு அந்தத் தெருவே மரத்தடியில் குவிந்தது. அவர்களைத் தடுக்க முயன்ற ஆறுமுகத்தின் உடம்பில் ஏற்பட்டிருந்த கீறல்களில் ரத்தம் கசிந்துகொண்டிருந்தது. செத்துக்கிடந்தவனின் அண்ணன் ஆறுமுகத்தை ஓங்கி அறைந்ததும் மௌன சாட்சியாக ஆனான். ஒரு சொல்லும் பேசாது விழும் அடிகளை மட்டும் தடுக்க முயன்றவனாக லச்சுமணன் அல்லாடிக்கொண்டிருந்தான். உடம்பெல்லாம் புழுதி படர்ந்து ரத்தக் கறையாகக் கிடந்தது. வெறும் ஜட்டியுடன் லச்சுமணன் கூட்டிச் செல்லப்பட்டு வண்டியில் ஏற்றப்பட்டான். செத்தவனின் குடும்பம் போலீஸ்

வருவதற்குள் அவன் உடைகளை உருவிக் கிழித்தெறிந்து புரட்டி எடுத்திருந்தது. படபடப்பில் தாறுமாறாக எகிறித் துடித்த இதயத்தைப் பற்றியபடி வளர்மதியைக் கூட்டிவர ஆறுமுகத்தின் மனைவி ஓடினாள். மரத்தடியில் பாதி மிச்சமிருந்த பாட்டிலை ஏட்டு எடுத்துவந்து சீட்டினடியில் ஒளித்துவைப்பதை லச்சுமணன் பார்க்கிறான் என்பது தெரிந்ததும் தடித்த கழியால் அவன் தொண்டைமீது குத்தினான். அவன் வலியில் அலறித் திரும்பியதும் முதுகிலும் காலிலும் பூட்ஸ் காலால் மிதித்து மூச்சு வாங்க அவனருகில் அமர்ந்து உக்கிரமாக முறைத்தான். நிறைவயிற்றோடு மதி தலையில் போட்டுக்கொண்டு அழுவது கேட்டதும் செத்தவனின் அம்மா மண்ணை எடுத்து அவள்மேல் விசிறிச் சாபமிட்டாள். வளர்மதி சட்டென உறைந்து நின்றாள். மதியின் அம்மா பேச வாயெடுப்பதற்குள் ஆறுமுகத்தின் மனைவி இருவரையும் வீட்டுப்பக்கம் கூட்டிப்போனாள். வண்டியின் பின்னாலேயே போன ஆறுமுகம் இருட்டின பிறகு சோர்ந்து வீடு திரும்பினான். எழுந்து அமர்ந்தவர்களைப் பார்க்காமல் தன் மனைவியை மட்டும் திரும்பிப் பார்த்து உதட்டைப் பிதுக்கி அவளுக்கு மட்டும் புரியுமாறு "கை மீறிப் போய்விட்டது" எனச் சொல்லாமல் சொன்னான்.

○

வார்டனிடம் நைஸ் பிடித்து கப்பம் கட்டி அந்த செல்பேசியை வாங்கிவிட்டிருந்தேன். கழிவறையை நோக்கி ஓடும்போதே ஆட்கள் இல்லாமல் இருக்க வேண்டுமே என நினைத்துக்கொண்டேன். படம் போட்ட சத்தம் கேட்டதும் தியேட்டரை நோக்கி உயிரைக் கையில் பிடித்தபடி ஓடிவருபவர்களைக் கண்டு கிண்டலாகச் சிரித்தது நாதாங்கியைப் போட்டுத் திரையை ஒளிரச் செய்ததும் நினைவுக்கு வந்தது. நூற்றுக்கணக்கான வீடியோக்களில் எதைப் பார்ப்பது எனத் தடுமாறிக் கை நடுங்க எதையுமே முழுதாகப் பார்க்காமல், பார்த்ததை விடவும் பார்க்காமல் விட்டதில் ஏதேனும் நன்றாக இருந்துவிட்டால் என்ன செய்வது என்ற பரபரப்பில் அடுத்தடுத்துத் தாவிக்கொண்டேயிருந்தேன். பெண்களால் அந்தக் குளியலறை சூழப்படுவதையும் அவர்களின் கிறக்கமான குரல்களும் விரல்களும் உதடுகளும் நெளியும் உடல்களும் என்மீது படர்வதையும் உணர்ந்தேன். அத்தனை பேருக்கும் உதடு காய்ந்த பின்பும் முத்தம் கொடுத்துக்கொண்டேயிருந்தேன். சிரிப்பும் முனகலுமாக அந்தப் பெண்களும் என்னைச் சுருட்டி அணைத்துக் கொண்டனர். தன்னிடம்தான் வர வேண்டும் எனப் போட்டிபோட்டு இழுத்ததில் அங்கேயே வழுக்கி விழ இருந்தேன். அக்காட்சிகளை இமைக்காமல் பார்த்து வைத்துக்கொண்டேன். கதவு தட்டப்பட்டதும் மனமின்றித் திறந்து மெதுவாகத் திரும்பி

வருவதைக் கண்டு நகைத்து "அந்த பொண்ணுகள்ல யார் வேணும்ன்னு சொல்லுடா... பேசி முடிச்சிடலாம்..." என்ற படியே என் ஜேப்பிக்குள் இருந்த மீதிப் பணத்தையும் எடுத்துக் கொண்டார். "சார்" என இறைஞ்சிப் பிடிக்கையில் "தாயோலி... கைய எடுடா... ஒழுக்கீட்டுப் பாத்தயல்ல... சூத்த மூடிட்டுப் போடா..." என்றார். முகம் தொங்க நடக்கையில் அடுத்த கைதிக்கு அது கைமாறுவதைப் பார்த்தவாறே விலகி நடந்தேன்.

பின் மதியங்களிலும் முன் இரவுகளிலும் அவரது ஏற்பாட்டில் பலரும் கைபேசியுடன் மறைவிடங்களை நோக்கி அலைவதைப் பார்த்திருக்கிறேன். வக்கீல்களுடன் பெரியதாகச் சத்தமிட்டுப் பேசும் ஆட்கள், குடும்பத்தோடு பேசுகையில் வேகம் குறைந்தவர்களாக அடுத்துப் பேச வார்த்தைகள் இல்லாதவர்களாக, கண்ணீராலும் முத்தங்களாலும் பேசும் பகுதியை நனைப்பவர்களாக இருப்பார்கள். சில சமயங்களில் வெறியுடன் சிரிக்கும் சத்தமும் உள்பகுதிக்குள் கேட்கும். லச்சுமணன் விரும்பாத போதும் நானாக வற்புறுத்தி வேறொருவரின் செல்போனை வாங்கிவந்து தருவேன். எண்ணை அழுத்திச் சில வார்த்தைகள் பேசுவதற்குள் அவருக்குக் குரல் நடுங்கிப் பதறும். அருகிலிருக்கும் என்னிடம் கையளித்துவிட்டுச் சென்றுவிடுவார். அதற்குத் தானே நின்றுகொண்டிருந்தது..! "சொல்லுங்கக்கா..." என்றபடியே தனியே போய்விடுவேன். அந்தக் குரலே பெரும் போதையாக இருக்கும். ஆறுதல் சொல்லும் பாவனையில் அக்குரலுக்குரிய உருவமொன்றை மனதில் வரைந்தபடி பேசிக்கொண்டேயிருப்பேன். பிறகு அவளுக்கு எழுதிய கடிதங்களில் லச்சு சொல்லாத சிலதையும் சேர்த்து எழுதினேன். இரண்டு வயது குழந்தையோடு அனுமதி பெற்று வந்தபோது என்னையும் கூட்டிச் சென்றார். அன்றிரவு கடவுளைப் பற்றி இல்லையில்லை, விதியைப் பற்றித் தீவிரமாக யோசித்தேன். ஆறுமுகமும் மற்ற சிலரும் எவ்வளவோ முயன்றும் செத்தவனின் குடும்பத்தவர்களை வழக்கிலிருந்து பின்வாங்க வைக்க முடியவேயில்லை. நெடுங்காலத் தண்டனை உறுதி என்று பட்டதும் லச்சுமணன் அந்தக் கடிதம் எழுதுவதையும் விட்டொழித்தார். அவளிடம் இனிப் பார்க்கவும் வர வேண்டாம் எனச் சொல்லிவிட்டிருந்தார். அவள் அழுது புலம்பியபோதும் அவர் பிடிவாதமாக முடியாது என்று திரும்பிக்கொண்டு விட்டார். எந்த விதி, சம்பந்தமில்லாத அவர்கள் இருவரையும் இணைத்துவைத்ததோ அதே விதிதான் சிறுகாலத்திற்குள் வெட்டியும் விட்டிருந்தது. அவளை என் கண்ணில் பட வைத்ததும் அதே விதிதான் என்று தோன்றியது. அவள் லச்சுவுடன் பேசுவதை, திரும்புவதை, மெல்லச் சிரிப்பதை, தேம்புவதை, குழந்தை இழுத்தபோது நழுவிய மாராப்பைச் சரி

செய்வதை, தலையாட்டலை என ஒவ்வொன்றையும் அவ்வளவு நிதானத்துடன் தனிமையில் பயன்படும் என மனதிற்குள் குறித்துவைத்துக்கொண்டிருந்தேன். வெளியே போனதும் மாமா மகளை அடித்து உதைத்தேனும் சம்மதிக்கவைத்துக் கல்யாணம் செய்துகொள்ள வேண்டும், இவளை அவ்வப்போது அப்படியே போய்ப் பார்த்துப் படுத்து எழுந்து வர வேண்டும் எனத் திட்டமிட்டேன். யோக்கியனாக இருந்து கிழித்தது போதும் என்று தோன்றிவிட்டது. உண்மையில் சிறை ஒருவனைப் பக்குவப்படுத்துவதில்லை. நீண்டகாலக் கைதிகளுக்கு வேண்டு மானால் அது ஓரளவுக்குப் பொருந்தக்கூடும். ஆனால் வெளியே செல்லக்கூடிய கைதிகளுக்கு அது வன்மத்தையும் வெஞ் சினத்தையுமே வளர்க்கும். எந்த அச்சமுமின்றி உள்ளேயிருக்கும் போது படும் அல்லல்களைக் கூட யோசிக்காமல் அடுத்த குறிக்குத் திட்டங்கள் தெளிவாகத் தீட்டப்படும். உள்ளூரப் பொங்கி ஏறிவரும் அந்தக் கொந்தளிப்பை அடக்க முடியாமல் கைதிகளுக்குள் அடிக்கடி சண்டை மூண்டு அது வெளியே தெரியாமல் அமுக்கப்பட்டுவிடும்.

மனதிற்குள் ஆசையோடு நாட்களை அசைபோடத் தொடங்கினேன். முன்பே கொஞ்சமாக வளைத்துவைக்க வேண்டும் எனத் தோன்றியதால், லச்சுவுக்குப் பதில் அவளுக்கு நானே கடிதம் எழுதினேன். அனுப்பியதுமே அது லச்சுவுக்குத் தெரியாமல் இருக்க வேண்டுமே என்ற பீதி ஏற்பட்டது. பயமும் முகத்தில் கலக்கமும் வந்துவிட்டிருந்ததை ரசம் தோய்ந்த கண்ணாடியில் பார்த்தபோது கண்டேன். லச்சுமணன் ஏதேனுமொன்றுக்கு அழைத்தாலும் விஷயம் தெரிந்துவிட்டதோ என்ற பயத்தில் உடல் உதற நிற்பதும் சம்பந்தமில்லாமல் குழைவதும் உளறுவதுமாகத் திரிந்தேன். ஒரு வாரத்திற்குப் பின்னும் எந்தச் சலனமும் இல்லாததைக் கண்டு நிம்மதி ஏற்பட்டது. மன்னித்து விடும்படியும் எழுதியது தவறுதான் என்றும் மேலுமொரு கடிதத்தை மறைந்து நின்று எழுதி அவளுக்கு அனுப்பினேன். ஆச்சரியமாகப் பதில் எழுதினாள். சின்னச் சின்ன சமிக்ஞைகளை வைத்து அனுப்பினேன். சிறிதுசிறிதாக பயம் நீங்கி விட்டிருந்தது. அக்கா என அழைப்பதை நிறுத்தினேன். வெளியே போகச் சரியாக இரண்டு மாதம் இருக்கையில் முகவரி மட்டும் வாங்கிக்கொண்டு கடிதம் எழுதுவதை நிறுத்தி விட்டிருந்தேன்.

O

தலைவர் அன்பளிப்பாகக் கொடுத்த இரண்டாயிரம் ரூபாயைப் பெற்றதிலிருந்து அவரிடம் ஒட்டிக்கொள்ள வேண்டும் என்று நினைத்தேன். மதியிடம் காசு வாங்கிப் போய் இரவே

கரடுபோலக் கிடந்த முடியை வெட்டிச் சவரம் செய்து இருந்ததிலேயே நல்ல உடையை இஸ்திரி செய்து வாங்கி வந்த பின்பே உறங்கச் சென்றேன். காலையில் எழுந்ததும் என்மீது படுத்துறங்கிய ரம்யாவை அலேக்காகத் தூக்கிக் கீழே விட்டுவிட்டு விறுவிறுவெனக் கிளம்பி உள்ளே தோன்றிய குஷியில் சீட்டி அடித்தபடி மதியின் பின்புறத்தை மெல்லத் தட்டி அவள் சிறுசிரிப்புடன் திரும்பியதைக் கவனிக்காதவன் போல வெளியே கிளம்பினேன். வண்டியை நடுத்தெருவில் நிறுத்தி வெற்று உடம்புடன் ஏதோ குளக்கரைப் படியில் அமர்ந்திருப்பவர்கள்மீது ஊற்றுவதுபோல துரைசாமி அதன்மீது நீரை ஊற்றிக்கொண்டே இருந்தான். கறியும் எலும்பும் போட்ட நன்றியைக் காட்டுவான் என்ற நம்பிக்கை பொய்க்கவில்லை. ஓசியில் மதர்த்த அந்த முடியற்ற பெருத்த உடம்பு குலுங்கச் சுற்றிச்சுற்றி வந்து மூச்சு வாங்க நின்று பேசினான். ஒரு சமயத்தில் சேற்றைக் கழுவ முட்டிப்போட்டு அமர்ந்தபோது அருகில் ஓடிய சாக்கடையிலிருந்து எழுந்துவந்த ராட்சசப் பெருச்சாளி போன்று இருந்தான். நேற்றே தலைவர் இரண்டுமுறை அவனை விசாரித்ததாகச் சொன்னபோது, "கந்துக்காரன் ஊட்டு வாசல்ல நின்னுக்கிட்டு மானங்கெடக் கத்துறாண்டா... ஏதாவது வழி பண்ணுடா தொரை..." என்றேன். கந்துக்காரனுக்குப் பயந்து அவன் வரும் வேளை பார்த்து மதி முன்வாசலைப் பூட்டிவிட்டு ரம்யாவின் வாயைப் பொத்தியபடி வீட்டின் பின்னால் போய் நின்றுகொள்வது நினைவுக்கு வந்தது. வண்டியை நிறுத்தி உள்நுழைந்ததும் ஏதோ இனிப்பான செய்தியால் வீடு பரபரப்பும் தொலைபேசி மணி ஓசையுமாக நிறைந்திருந்தது. சில்லென்றிருந்த பளிங்குத்தரையின் குளிர்ச்சி கால் வழியாக முதுகில் ஊடுருவிச் சென்று மூளையைத் தொட்டதும் உடம்பு விதிர்த்து அடங்கியது. "அப்படியெல்லாம் இல்லீங்ணா..." என போனில் எச்சில் தெறிக்க சிரித்தபடி தேதிக் காலண்டரை மும்முரமாகப் புரட்டிக்கொண்டிருந்தார். ஒரு அம்மாள் மெல்ல நடந்துவந்து முகம் முழுக்கப் பூரிப்புடன் பேசிவிட்டு அந்த அழைப்பை அவரிடம் தந்துவிட்டுப் போனாள். அப்படியானால் அந்தச் சிவப்புச் சேலைக்காரம்மா..! மனதிற்குள் சிரித்துக்கொண்டேன். கூடுதல் பதவியொன்று அவருக்குக் கிட்டியிருந்தது. புகார்களை மேலிடத்துக்குத் தட்டிவிட்டவர்களைக் கட்சியிலிருந்து நீக்கும்படி செய்திருந்தார். ஒரு அழைப்பையடுத்து அவர் வேகமாகக் கிளம்பிச்சென்றார். மூன்று மணிநேரம் வயிற்றுக்குள் ஏதும் இல்லாதவனாக துரை நிற்கவைத்துவிட்டுப் போன இடத்தில் அப்படியே நின்றுகொண்டிருந்தேன். இருண்ட முகத்துடன் காரிலிருந்து திரும்பி வந்தவர் கதவோரம் தள்ளி நிற்பவனைப் பார்த்தபடியே உள்ளே போன சில நிமிடங்களுக்குப் பின் "வெட்டிக்

கொன்னு போடுவேன் தாயோலி" எனத் தொலைபேசியில் சத்தம் போடுவது கேட்டு மேலும் ஒடுங்கி நின்றேன்.

எதிர்ப்பாளர்களால் இரவோடு இரவாகச் சந்து பொந்து களைக் கூட விட்டுவிடாது ஒட்டப்பட்ட சுவரொட்டிகளைக் கிழித்தெறியும் வேலை கிடைத்தது. பசித்த கழுதைபோல போஸ்டர்களைத் தேடி அலைந்தபோது என்னைச் சுற்றி இயங்கிக்கொண்டிருந்த உலகம் பற்றி உறைக்கவேயில்லை. அதில் எழுதியிருப்பதைக் கூடப் படிக்காமல் ஏதோ போட்டியில் கலந்துகொண்டவனைப்போல வேகவேகமாகச் சுத்தம் செய்துகொண்டிருந்தேன். முறுக்கிப் பிழியப்பட்டதுபோலத் துவண்டு திரும்பியபோது அவர்கள் கொடுத்த பணத்தைக்கூட எண்ணாமல் இரண்டு புரோட்டாக்களைப் பிய்த்து வயிற்றுக்குள் போட்டுவிட்டுக் கண்ணயர்ந்தேன். நடுச்சாமத்தில் விக்கல் எடுத்து எழுந்தபோது அதன் ஒவ்வொரு வரியும் அட்சரம் பிசகாமல் இப்போதே எழுதிக் காட்டிவிட முடியும் என்பதுபோல அவை மனதிற்குள் மிதந்து கொண்டிருப்பதை உணர்ந்தேன்.

முழுவதுமாகக் கையோடு வராமல் அழுந்தி ஒட்டியிருந்த தாளைக் கிழிக்கும் வேகத்தில் அந்த நாற்றச் சந்திற்குள் முகம் புதையக் குப்புற விழுந்தேன். அவமானத்தால் எழுந்து ஓரமாகப் போய்க் குலுங்கிக் குலுங்கி அழுதேன். பாட்டி இறந்தபோது அப்படி அழுததை நினைத்துக்கொண்டேன். ஜெயிலில் அழுததெல்லாம் மொக்கை அடிகளுக்கும் வெளிக் காயங்களுக்கும்தான். மறுநாள் மதியிடம்கூடச் சொல்லாமல் எரியும் கண்ணில் நீர் அடித்துக் கழுவிச் சோர்வு நீங்காத நடையுடன் முன்தினம் துரை கொண்டு நிறுத்திய இடத்தில் அதே நேரத்திற்குப் போய் நின்றேன். வெளியே போட்டிருந்த நாற்காலிகளில் அமர்ந்திருந்த ஆட்களிடமிருந்து விலகித் தூரமாக நின்றுகொண்டேன். அத்தனை வெள்ளை வேட்டிகளின் புருவங்களும் மேலுயர முதல் ஆளாக அழைக்கப்பட்டேன். மெல்ல உதட்டை விரித்தார். அது சிரிப்பு என உணரும் முன்பே உதட்டை மூடிக் கோப பாவத்துக்கு மாறிக்கொண்டார். "சுத்தமா வேலை செஞ்சுருக்கன்னு பசங்க சொன்னாங்க..."...சிறு இடைவெளி விட்ட பின் "நல்ல நாசுவனாட்டம்..." என்றபடி தலை தூக்கினார். சட்டெனக் கைகளை மார்பின் குறுக்கே கட்டிக்கொண்டேன். "ம்ம்ம்..." என நாட்டு நாய்போல உறுமி "பசங்க கூடப்போ...கிழிச்ச இடமெல்லாம் காட்டு... பாக்கிய அவனுங்கப் பாத்துக்குவானுங்க...வேணுங்கறத வாங்கிக்க..." என்றார். சில நிமிடம் அங்கேயே மௌனமாக நின்ற பின்னரே நகர்ந்தேன். உள்ளே இருந்தபோது வார்டன் சொல்லி முடிப்பதற்குள் திரும்பிவிட்டதைக் கண்டு திரும்ப அழைத்துக் குனியச் சொல்லித் தன் முழங்கையால் நாலு ஊன்று

அகாலம் 67

ஊன்றியதிலிருந்து வந்த பழக்கம் இது. மதி ஏதேனும் சொல்லி முடித்த பின்பும் நகராது அங்கேயே நின்றுகொண்டிருப்பேன்.

மறுநாள் கிழித்த இடங்களிலெங்கும் புதிய போஸ்டர்கள் நிரம்பியிருப்பதைப் பார்த்தேன். அதில் புகழ்மொழிகளுக்குக் கீழே நன்றி தெரிவித்துச் சிரித்தபடி தலைவர் நிற்கும் போஸ்டர் ஒன்றின்மீது ஆடொன்று கால் ஊன்றி வாய் பற்றுவதைப் பார்த்ததும் விரட்டத் தோன்றாமல் சிரித்தபடியே நகர்ந்தேன். ராட்சசன்போல் செய்த வேலைக்குத் தலைவர் தரச் சொன்னதாக என் ஜேபியில் திணிக்கப்பட்ட பணத்தை எண்ணிப் பார்க்கையில் வலி பறந்தோடியது. சிறையிலிருந்து வெளியே வந்தபோது கையில் புழங்கிய பணத்தை விடவும் இது குறைவு என்றபோதும் திருப்தியாக உணர்ந்தேன். அந்தப் போஸ்டருக்குப் பக்கத்தில் பூப்புநன்னீராட்டு விழாவுக்கான பெரிய ப்ளக்ஸ் பேனர் வைக்கப்பட்டிருந்தது கண்ணில் பட்டது. அதில் கையில் கரும்புடன் நின்றுகொண்டிருக்கும் பெண், மாமாவின் இரண்டாவது மகளான சுகந்தியைப் போலவே இருந்தாள்; சிரித்துக்கொண்டேன். அச்சிரிப்பு முடியும் முன்னரே உடன் விளைவாக அத்தையின் நினைவும் வந்து தொலைத்தது. மனதிற்குள் திரண்ட கசப்பனைத்தையும் திரட்டிக் காறித் துப்பிவிட்டுத் திரும்பிப் பார்க்காமல் நடந்தேன்.

○

நான்கு வருடங்கள் கழித்து விடுதலையானவுடன் லச்சுமணன் தந்து அனுப்பிய பணத்தை ஜட்டியின் பாக்கெட்டுக்குள் வைத்தபின் சண்டையிடத் தோதாக நினைவு தப்பாத அளவிற்குக் குடித்துவிட்டு நேராக மாமாவின் வீட்டிற்குச் சென்றேன். வேறு ஆள் கதவு திறந்தார். மாமாவின் வீட்டின் முகவரியை விசாரித்துத் தேடிக் கண்டுபிடித்தேன். வீடு பூட்டியிருப்பதைப் பார்க்காமல் கதவை உதைத்து உள்நோக்கிக் கத்திக் கொண்டிருந்தேன். இளமையின் வருடங்களைச் சிறைச் சுவர்களுக்கும் தனிமைக்கும் தின்னக் கொடுத்திருந்ததன் வெறி ஏறி வந்தது. தகவல் கேட்டு எங்கிருந்தோ ஓடிவந்த மூத்த மகளைக் கண்டதும் போதை சரசரவென இறங்குவதை உணர்ந்தேன். காதுகளின் ஓட்டையில் ஈர்க்குச்சியை ஒடித்துச் சொருகியிருந்தாள். கர்ப்பிணியாக இருந்தாள். ஆனால் அதற்கான தடயமின்றி வற்றிக் கிடந்தாள். மாமா இறந்துபோய்ப் புகைப்படத்தில் பொட்டுடன் புன்னகைத்துக்கொண்டிருந்ததைப் பார்த்ததும் ரத்தத்தின் சூடு மெல்ல அடங்கியது. தெருமுனையிலிருக்கும் பங்களாவிற்கு வீடு துடைக்கப் போவதாகச் சொன்னாள். வெறுங்கழுத்தைக் கண்டு கேட்க நினைப்பதை யூகித்து "போடான்னுட்டு வந்துட்டேன்" என்றாள். அம்மாவும் இரு தங்கைகளும் பனியன்

கம்பெனிகளுக்குச் செல்வதாகச் சொன்னாள். மனதிற்குள் ஏதோ உடைவதுபோலப் பட்டது. ஆனால் அதே மனதைப் பெரும் உவகையொன்றும் மூழ்கி நிறைப்பதை உணர்ந்தேன். அத்தையைப் பார்த்தால் எப்படி ஏளனமாகச் சிரிக்க வேண்டுமென மனதிற்குள் ஒத்திகை பார்த்துக்கொண்டேன். ஜெயிலுக்குள் கிடைத்த உதைகளுக்கும் வசவுகளுக்கும் அடிவயிறு எரிய கண்ணீரோடு நான் இட்ட சாபங்கள் அந்த வீட்டின் ஒவ்வொரு கற்களிலும் படிந்திருப்பதாகத் தோன்றியது. கலையரசி அருகே வந்து அடர்த்தியாக நெற்றி முழுதும் பரவிநின்ற முடியை ஒதுக்கிவிட்டு "எளச்சுப் போயிட்டடா..." என்றவாறே ஆழமாக நோக்கி, "ஏன் எதுவுமே பேச மாட்டீங்கற சசி?" என்றாள். உள்ளே பெயர்ந்து கிடந்தது. அதை மறைத்தவனாக "சுகந்திக்கு எத்தனை வயசு?" என்றேன். எதிர்பார்த்தவள் போல மெல்லச் சிரித்து "கட்டிக்கறயா சசி?" என நேராகக் கேட்டதும் சட்டெனச் சபலம் தட்டியது. மதியுடன் அந்தப் பழக்கமும் இல்லாமல் இருந்திருக்கலாமோ என முதன்முறையாக நொந்து கொண்டேன். "கம்பெனிக்குள்ளேயே எவனாச்சியப் பாத்து நீங்களே கட்டிக்கிங்கன்னு அம்மாவும் நானும் ரெண்டு பேர்கிட்டயும் சொல்லியிருக்கறம்" எனச் சாதாரணமாகச் சொன்னாள். நால்வரையும் தாழ்வாக எடை போட்டு விடுவானோ என ஒரு கணம் அவளுக்குத் தோன்றியது. சுதாரித்தவளாக "உள்ள போய்க் களி தின்னுட்டு வந்தவனுக்குப் புள்ளய எப்படிக் கொடுக்கறது?" என்றாள். ஊசி குத்தியது போலச் சட்டென எழுந்து உட்கார்ந்திருந்த சேரை எட்டி உதைத்தேன். அது இரு முறை குட்டிக் கரணம் அடித்து மல்லாந்து விழுந்தது.

"உங்கப்பன்... அவந்தான் கெழட்டுக் கூதி... கள்ள நோட்டுக் கொடுத்து அவன் தப்பிக்கறதுக்காக என்னைய சிக்க வைச்சான்... வெளிய வர்றதுக்காகக் கண்ட நாய்களோட காலை நக்கி இருக்கிறன்... தெரியுமா? உங்கம்மாள... தேவிடியா முண்டை... அறுத்துப் போட்டுறவன்... அந்தப் புழுத்தி மட்டும் உசிரோட இருந்திருந்தான்னா குத்தித் தூக்கியிருப்பன்... அதுக்குத்தான் நேரா இங்க வந்தன்..." என்றபடி அதுவரை இடுப்பில் மறைத்துவைத்திருந்த கத்தியை வெளியே எடுத்துப் போட்டேன்.

அவள் எழ முடியாமல் எழுந்து அந்தச் சேரை நிமிர்த்தி வைத்தாள். மூடியிருந்த ஜன்னலருகே போய் நின்று நீரையள்ளி முகத்தில் அடித்துக்கொள்வதுபோல வெறுங்கையால் முகத்தை அறைந்து 'ஓ'வென உடல் குலுங்கக் குலுங்க அழுதாள்.

"ஏண்டீ... ஊரைத் தொறக்கற... மூடுற்றீ..." எனக் கத்திய போது வீறிட்டாள். கதவை இழுத்து அடித்துவிட்டு வெளியேறினேன்.

நிலைகொள்ளாது அங்குமிங்கும் பொழுதைப் போக்கி அந்தத் தெருவிலேயே அலைந்தவனாக இரண்டு மூன்றுமுறை எட்டிப் பார்த்துக்கொண்டிருந்தேன். மாலைவேளையில் விளக்கு போடாமல் கிழிந்த பாயில் ஒருக்களித்துப் படுத்திருந்தவளை எழுப்பிக் கையில் ஆயிரம் ரூபாயைத் திணித்துவிட்டு அவள் பேசுவதற்கு இடந்தராமல் வெளியேறிவிட்டிருந்தேன். கொய்யாக்களை வாங்கித் தின்றுவிட்டு மூன்று நான்கு தடவை முகத்தைக் கழுவி நல்ல ஸ்ட்ராங் டீ சொல்லிக் குடித்து உள்ளுக்குள் இருந்த ஆளை நடுவழியிலேயே இறக்கிவிட்டுவிட்டுச் சாதாரணமாக நடந்துபோய் மதியின் வீடிருக்கும் தெருவை அடைந்தேன்.

தெருமுனையிலேயே ரம்யா மூக்கை மறைக்கும் தலைமுடி யுடன் நாயிடம் விளையாடிக்கொண்டிருந்ததைக் கண்டுவிட்டேன். காதைப் பிடித்துத் திருகி வாய்க்குள் விரலைவிட்டு அபாயகரமாக அதனுடன் விளையாடிக்கொண்டிருந்ததைப் பார்த்துத் திடுக்கிட்டேன். அது சிறிய முனகலுடன் குழந்தைபோல முன்னங்காலை மடித்து வாய்க்குள்ளிருந்த சிறிய பிளாஸ்டிக் பந்தைக் கக்கியது. ஓங்கிக் காதின் மேல் அறைந்தாள். பொய்யாகக் கோபித்துக்கொண்டு ஓடிப்போய் மீண்டும் திரும்பிவந்து பின்னால் நின்றுகொண்டு பம்மிக்கொண்டிருந்தது. என்னைக் கண்டதும் விருட்டென்று எழுந்து கோபத்தோடு குரைக்கத் தொடங்கியது. "டைகர்... மூச்..." என ரம்யா மூக்கின் மீது கை வைத்துக் காட்டியது. அப்போதும் அது குரைப்பை நிறுத்தவில்லை. ரம்யா அடையாளம் கண்டு கொண்டது. பற்கள் தெரியாமல் சிரித்தேன். வெட்கப்பட்டு உள்ளே ஓடிப்போய் அம்மாவின் சேலை முனையைப் பற்றி இழுத்துவந்தது. ஆச்சரியமான முகபாவனைகளின் மாறுதல்களைக் கண்ட பிறகு மெல்ல நகைத்தேன். உதட்டைச் சிறு கோணலாக்கிச் சிரித்து இமைகளை வெட்கப்படும் கண்கள்மீது தாழ்த்தி, தலை கவிழ்த்து, குழந்தையை எடுத்து இடுப்பில் வைத்துக்கொண்டாள். கூச்சம் கழன்றோட நேராக வீட்டிற்குள் சென்றேன். அமர்வதற்கான இடம் தெரியாமல் இருட்டு அறைக்குள் நிற்பதுபோலக் கால்களை அங்குமிங்கும் மாற்றிமாற்றி வைத்தேன். நாற்காலியை எடுக்க முயலும் முன் பாயை விரித்துவிட்டிருந்தாள். லச்சுமணன் தந்தனுப்பிய பணத்தை அவள் முகத்தைப் பார்க்காமல் பாயின் ஓரத்தில் வைத்தேன். ஜன்னலில்லாத அந்தச் சிறிய அறையில் எழுந்த மூச்சுக்காற்றின் வெப்பத்தை ஓடவிட்ட மின்விசிறியின் தடதடத்த சத்தம் ஏதும் செய்யவில்லை. பிணத்தின் அருகில் வருவதுபோல முனை ஆடியபடியிருக்கும் பணத்தின் அருகாக அவள் வந்தாள். அதன்முன் மண்டியிட்டு ஊளைபோல ஒலியை எழுப்பியபடி வீறிட்டு அழுதாள். எதைச் சொல்லித் தேற்றுவதெனத்

தெரியாமல் எழுந்தேன். உறைந்த முகத்துடன் பார்த்துக் கொண்டிருந்த ரம்யாவைத் தோளில் போட்டபடி வெளியேறி குரைத்தபடியே பின்தொடரும் நாயை விரட்டிக்கொண்டே சாலைக்குச் சென்றேன். திரும்பி வந்தபோது அவள் முகம் பளிச்சென இருப்பதைக் கண்டேன். குளித்துச் சேலை மாற்றி முகத்துக்குப் பவுடர் இட்டிருந்ததையும் காணத் தவறவில்லை. அரைமணிக்கு முன் கதறியவள் அல்ல, இவள் வேறு என நினைத்துக் கொண்டேன். பாப்பாவை அவளுக்கு மாற்றுகையில் கண்களை ஒரு மாதிரி விரித்துச் செல்லம் கொஞ்சும் தினுசில் சிரித்தாள். கிளம்ப ஆயத்தம் கொண்டிருந்தவனை அந்தச் சிரிப்பு அங்கிருந்து நகர விடாமல் செய்தது.

பட்டும்படாமல் உண்டுஉறங்கி அந்நியனைப்போல அச்சமும் தயக்கமுமாக நடையைக் கட்டிக் கொண்டிருந்தேன். பாப்பாதான் இருவருக்கும் தபால்காரராக இருந்தாள். அவளது சகஜத்தன்மைக்கு ஏற்ப இயல்பானவனாக என்னை ஆக்கிக்கொள்ள எடுத்த பிரயத்தனங்கள் பதற்றத்தைக் கூட்டின. அவள் காணாதபோது பார்த்த அவளது உடல் அசைவுகளும் சதைப் பிதுக்கங்களும் உள்ளூரத் தவிக்கவைத்தன. காய்ச்சலுடன் வீடு சேர்ந்த அன்று அவள் துளியும் உறங்காது விழித்திருந்தாள். அவளது அண்மையின் சூட்டை உணர்ந்தவனாக அவள் மார்பு முழுக்கப் போட்டுவிட்ட தைலத்தின் வாசனை வீடு முழுக்கப் பரவக் கண் மூடிக் கிடந்தேன். மறுநாள் இரவிலிருந்து அந்த வீட்டின் இரண்டு பாய்களுள் ஒன்று சுருட்டப்பட்டு நிரந்தரமாக மூலைக்குச் சென்று சேர்ந்தது. அவளருகில் படுத்ததும் கூரையைப் பார்த்தவாறு பாட்டியைப் பற்றித்தான் முதலில் மதியிடம் பேசினேன். சொல்லிக் கொண்டிருக்கும்போதே குரல் கரகரப்புக்கு மாறிக் கண்ணீர் முட்டிக் கொண்டு நின்றது. அவள் அப்படியே அணைத்துக்கொண்டாள். மார்பில் என் பற்தடங்கள் பதிய ஆவேசமாக முத்தமிட்டேன். செல்லமாகக் கன்னத்தில் அறைந்தாள். அந்தக் கையைப் பற்றி முத்தினேன். பாயின் கோரைப்பற்களின் அச்சுகள் முதுகில் பதிய கேலி பேசிக்கொண்டோம். அதற்கடுத்த ஒன்றிரண்டு நாட்களுக்குள் ளாகவே மனஸ்தாபங்களும் சண்டைகளும் தோன்றின. பிறகு மெல்ல அடங்கியும் விட்டன.

○

வீட்டின்முன் பாட்டி அடுப்புப் போட்டு இட்லி சுட்டு விற்க ஆரம்பித்தாள். காகங்கள்போலக் கூட்டம் ஆரவாரித்தது. இல்லாமல் திரும்பிச் சென்றவர்களின் எண்ணிக்கை சாப்பிட்டுச் சென்றவர்களுக்கு நிகராக இருந்தது. கடன்வைத்துக் கிளம்புகிறவர்களை நிறுத்தி என்னைக் காட்டி “இவன வளத்தி

ஆளாக்கோணுமப்பா ... ஏமாத்திப் போடாதே ...” என்று மட்டும் சொல்வாள். அத்தை வருடத்திற்கொருமுறை குழந்தைகளோடு தீபாவளிக்கும் ஊர் பொங்கலுக்கும் வருவாள். நைச்சிய மாகப் பேசிப் புது உடுப்புகள் எடுத்துப் பலகாரங்கள் சுட்டுத் தின்ற பிறகு கிளம்புவதற்குச் சற்றுமுன் பெரிய சண்டையை இழுத்துவிட்டு மாறிமாறித் திட்டித் தீர்த்துச் சற்றுமுன் சிரித்தபடி என்னோடு விளையாடியவர்களை அடித்து இழுத்துக்கொண்டு போவாள். பாட்டியை அடக்கிவிட்டு மாமா பின்னாலேயே ஓடுவார். அளக்கும் படியில் போட்டுவைத்திருந்த ஐம்பது ரூபாயை எடுத்துக்கொண்டதைச் சொன்னால் இருக்கும் கோபம் அனைத்தும் என்மீது திரும்பிவிடும். “எடுக்கும்போது சொல்லாம ... அவன் பொண்டாட்டி பொச்ச மோந்துட்டே போன பொறகு சொல்றயா . . . எப்பட்றா பொழப்ப . . . அம்மா அப்பனத் தின்ன நாயி . . .” என அடிவிழும். வசவு பின்னால் துரத்த கைக்குச் சிக்காமல் ஓடி விடுவேன். இரவானதும் அவளது ஜாக்கெட் போடாத மார்புக்குள் தலையைச் சொருகிப் படுத்துக்கொள்வேன். தான் பட்ட பாடுகளைச் சிறிய கனைப்பிற்கிடையே தொண்டையைச் செறுமிக்கொண்டே இழுத்திழுத்துப் பாடுவாள். அவளது கை அனிச்சையாக மெல்லத் தட்டித் தந்துகொண்டிருக்கும். தோற்ற வகுப்பிற்குச் சென்று சின்னப்பையன்களோடு உட்காரக் கூடாது என்றெண்ணி ஒன்பதாம் வகுப்போடு நின்றேன். வீட்டுப் பிரச்சனைக்குப் பின் கோபித்துக்கொண்டு, அத்தை வரவைக் குறைத்துக்கொண்டுவிட்டாள்.

பாட்டியிடம் சாப்பிட வரும் ஆட்களுள் ஒருவராகத் தான் ரமணியைத் தெரியும். அவர் வைத்திருந்த கையடக்க டிரான்ஸ்சிஸ்டரைப் பார்த்து அதைப் பற்றிக் கேட்டுக்கொண்டே அவரது அறைக்குச் சென்றுவிட்டிருந்தேன். உட்காரச் சைகை காட்டினார். காரைபெயர்ந்த அந்த வீட்டில் அமர்ந்து பாதிப் புகைத்த பீடியைத் தரையில் நசுக்கிக் காதில் சொருகிய பின், குறுக்கு வழியில் முன்னேறச் சாதுர்யமான வழிவகைகளையும் தப்புவதற்கான தந்திரங்களையும் சாக்பீஸால் வரைந்து காட்டி ஒரு ஆசானைப்போலக் கற்றுத் தந்தார். அன்றிரவே அவருடன் பரபரப்பும் பயமும் கலந்த மனதுடன் புறப்பட்டேன். மதில் சுவர் ஏறி இறங்கிய சில நிமிடங்களில் சுற்றி வளைக்கப்பட்டு அடித்துத் துவைக்கப்பட்டேன். காலின் அந்தச் சிறுவளைவுதான் அப்போது என்னைக் காப்பாற்றியது. அவ்வளவு பெரிய மதிலைத் தாவி ஏறித் தப்பினேன். பிறகு திருட்டுப்பக்கமே போகவில்லை. அன்று சிக்கியிருக்காமல் பொருளோடு மீண்டிருந்தால் தொழிலில் கொடிகட்டிப் பறந்திருக்கலாம் எனப் பலதடவை

நினைத்துப் பார்த்துக்கொள்வதுண்டு. அன்று வீடு சேர்ந்த பிறகு காயங்களுக்குச் சாமர்த்தியமான பொய்யைச் சொல்லிப் பாட்டியிடமிருந்து தப்பினேன். அவள் சோர்வு தாங்காமல் கடையை வாரத்திற்கு மூன்று நாட்களுக்குச் சுருக்கினாள். பிறகு அவளால் அதுவும் முடியாமல் போயிற்று.

பாட்டியால் எழுவதற்கும் அமர்வதற்கும் முடியாமல் போனபோது தியேட்டருக்கு வேலைக்குச் சென்றேன். டிக்கெட் கிழிப்பதை அறிந்ததும் புதுப்படத் திரையிடலின் போது வளரும் பையன்களின் கவனம் என்மீது விழுந்தது. ஊதாரித்தனமும் பொறுக்கித்தனமும் வந்து சேர்வதற்கான எல்லா முகாந்திரங் களும் கொண்ட வேலை. அதனால் பாட்டியிடம் பணத்தைக் கொடுத்தால் கேள்விகள் வந்துகொண்டேயிருக்கும். செலவுக் கணக்கு பைசா பாக்கி இல்லாமல் அவளுக்குத் தெரிய வேண்டும். தாங்க முடியாமல் சண்டை போட்டுக்கொண்டு இரு நாட்கள் வீட்டுப் பக்கமே போகாமல் தியேட்டரிலேயே உண்டு உறங்கிக்கிடந்தேன். மழை பெய்துகொண்டிருந்த இரவில் கூட்டமின்றி இருந்த அரங்கை வெறித்தபடி கேன்டீனில் டீ குடித்துக்கொண்டிருந்தேன். இடிபோல ஒலித்த என் பெயர் சுவரில் பட்டுத் தெறித்தது. முழங்காலளவு சேலையைத் தூக்கியபடி கொட்டும் மழையில் பிசாசுபோல பாட்டி நின்று கொண்டிருந்தாள். நாள் முழுக்கச் சாப்பிடாமல் கிடந்த சோர்வில் தளர்ந்து விழுந்தாள். படுக்கையில் பல் கிட்டிக்க ஏதேதோ பிதற்றியபடி நொடிக்கொருதரம் அம்மாவையும் என்னையும் கூப்பிட்டுக்கொண்டேயிருந்தாள். அதுவரை காய்ச்சல் என்ற ஒன்றையே அவள் உடம்பு அறிந்ததில்லை. ஊசியையும் மாத்திரைகளையும் அவள் நாடிச் சென்றதுமில்லை. மூன்றாவது மாதம் அவள் நிலை மோசமானது. நீர் கேட்டு ஊற்றிக்கொண் டிருக்கும் போதே சில மிடறுகளுக்குப் பின் திறந்த வாயும் திறந்த கண்களுமாகப் பாட்டி என்னைவிட்டுச் சென்றாள்.

வாடகைக் கார் என்ற நினைப்பைப் பொய்யாக்கும் விதமாக மூன்று நாட்களும் வீட்டின் எதிர்ப்புற மரநிழலிலேயே அது நின்றிருந்தது. ஐம்பது ரூபாய்க்கு வக்கில்லாத மாமா, வாசலில் விட்டிருக்கும் கால் செருப்பு ஆயிரத்துச் சொச்சம் வரும் என்று தோன்றியது. அத்தை மெல்லிய கழுத்துச் சங்கிலி மட்டும் போட்டிருந்தாள். பாட்டியின் காரியங்கள் முடிந்தபின் சுற்றங்களிடம் என்னை அழைத்துப் போகவிருப்பதாகப் பெருமையாகச் சொல்லிக்கொண்டு திரிந்தாள். கண்ணீரேயின்றி மெல்லிய மூக்கு உறிஞ்சலையே அழுகையாக ஒப்பேற்றிக் கழற்றித் தந்த பாம்படத்தைச் சிறிய பர்சுக்குள் போட்டு ஜாக்கெட்டுக்குள் வைத்துக்கொண்டாள். இந்த வீட்டை இடித்து நன்றாகக் கட்டித்

தந்துவிட வேண்டும் என வந்திருந்தவர்களிடம் மாமா சொன்னார். இதைச் சொல்லிக்கொண்டிருந்தபோது உள்ளே பெட்டிகளை உலுக்கி அத்தை எதை எதையோ தேடிக்கொண்டேயிருந்தாள்.

விபரம் தெரியத் தொடங்கிய சிறுவயதில் பாட்டியோடு வந்துபோன வீடல்ல இதுவெனப் போய் இறங்கியதுமே தெரிந்து விட்டது. தியேட்டர் முதலாளியின் வீடு போல ஒரு பார்வையில் கணக்கிட்டு விட முடியாத சொகுசும் ஆடம்பரமுமாக முன்னே நின்றுகொண்டிருந்தது. பாட்டி முதலாளியை 'பங்களாக்காரன்' என்றுதான் சொல்வாள். மாமாவையும் அப்படிச் சொல்லிப் பார்த்துச் சிரித்துக்கொண்டேன். லாரி நிறுத்துமளவிற்கே நீள அகலம் கொண்ட வீட்டிலிருந்து மாமா பங்களாக்காரன் ஆன மர்மம் என் முகத்தின் மீது போலீஸ்காரனால் டார்ச் லைட் அடிக்கப்பட்டபோதுதான் தெரியவந்தது. அரிசி வியாபாரமும் லேவாதேவியும் ஊர்க்கண்களுக்காகவே செய்து வந்திருக்கிறார். அத்தைக்கு என்னைக் கண்டாலே ஆகாது. வசூல் முடித்து வரும்போது பணத்தைத் தந்தால் கடனே என்று பேசுவாள். அத்தை வீட்டில் இருக்கையில் அசைவில்லாத பொம்மைகள்போல அமர்ந்திருக்கும் மூன்று பிசாசுகளுக்கும் சற்றே அவள் வீடு நீங்கினால் கொம்பும் வாலும் முளைத்துவிடும். கிண்டலும் கேலியுமாக வீடு நிறையும். அதுவரை பேசத் தயங்கிப் பதுங்கியவர்கள் சத்தமிட்டபடியே துரத்துவார்கள்.

குடோனில் அரிசி மூட்டைகளுக்கு நடுவே சில ஆட்களைக் கண்டிருக்கிறேன், என்றாலும் நின்று கவனித்ததில்லை. அவர்கள் வருவதும் போவதும் எப்போதேனும்தான் நடக்கும். அது நோட்டு மாற்றுவதற்கென வைத்திருக்கும் ஆட்கள் என்ற விஷயமே பிடிபடவில்லை. அரிசி மூட்டை வரும் லோடுகளோடு அவர்களும் வருவார்கள். இறக்கி முடித்தபின் அங்கேயே அந்த இரவு படுத்துக்கொண்டுவிட்டு காலையில்தான் கிளம்பிச் செல்வார்கள். அந்த நோட்டு மாற்றும் அபாயகரமான வேலையை அவர் யாரை நம்பி ஒப்படைத்தார், அதன் வலைப்பின்னல்கள் எங்கெங்கு இருக்கின்றன போன்றவற்றை அத்தை மட்டுமே அறிந்திருந்தாள் எனப் பின்னர் உணர்ந்தேன். அவர்கள் அங்கு தங்கியிருக்கும் இரவுகளில் பல தடவை அறையை மூடிவிட்டு இருவர் மட்டும் ஒரு சொல்லும் வெளியே கேட்காதபடி அடங்கிய குரலில் பேசிக்கொண்டதை நினைவு கூர்ந்தேன். ஒரு தோல் பையும் சிறிய பெட்டியும் சில உடைகளுமாக இருந்த சொத்துக்களை வைத்திருக்கும் அறைக்குப் போகும்போது வென்டிலேட்டரின் வழி அதைக் கண்டிருந்தேன். அத்தை இல்லாத பொழுதுகளில் மாமாவிடம் இருமுறை பாட்டியின் வீட்டைக் கட்டித் தரச் சொல்லிக் கேட்டேன்.

வசூலுக்குப் போகக் கிளம்பியவனைத் தடுத்து மாமா அத்தையையும் உடன் அழைத்துக்கொண்டு ஊரிலுள்ள நான்கைந்து இடங்களைக் காட்டினார். அடுத்த மாதம் பாட்டியின் வீடு விற்கப்பட்டது. ஓரிரு தினங்களையடுத்து இருவர் முகங்களிலும் இருள் சூழ்ந்திருந்ததைக் கண்டேன். வெளியே போகையில் புதிய ஆட்களால் வீடு நோட்டமிடப்படுவதைப் பார்த்தேன். அன்று மாலை வசூல் முடித்து வந்து கணக்கைச் சொல்லிப் பணத்தைத் தந்தபோது இருவராலும் குறுக்குக் கேள்விகளால் விசாரிக்கப்பட்டேன். அதட்டலும் மிரட்டலுமாகக் குரல்கள் மாறின. அதுவரை குடோனில் நிழலாக மட்டுமே கண்டிருந்த நான்கைந்து ஆட்கள் ஓடிவந்து முற்றுகையிட்டுப் பதில் சொல்லச்சொல்லி எக்கினர். அவர்களின் உருவத்தைக் கண்டு உடல் வெடவெடத்தது. பயத்தில் மூத்திரப்பை கூசிக் கால்கள் நடுங்கின. எதுவும் புரியும் முன் எதிர்பாரா இடங்களில் அடி விழுந்தது. மாமாவையும் அத்தையையும் தேடினேன். இருவரையும் காணோம். தெருமணலில் வலி தாங்காது விழுந்துகிடந்த போது உக்கிரமான வெயிலால் உடல் எரிந்தது.

ஊருக்கு வெளியே புறம்போக்கு இடத்தில் தண்டவாளத்திற்கு இப்பக்கமாகக் குவிந்திருக்கும் வீடுகளில் ஒன்றை நோக்கி மெல்ல நடந்தேன். அந்த இக்கட்டான நேரத்தில் ரமணியின் ஞாபகம் வந்ததை நினைத்து வியப்பாக இருந்தது. திரும்பித் தியேட்டருக்குப் போக மனம் வரவில்லை. முதலாளி இறந்து அவரது மகனுக்கு அது கைமாறியிருந்தது. பழைய ஆட்கள் கூண்டோடு மாற்றப்பட்டு கண்ணாடி மின்னும் அரங்காக அது புதுப்பொலிவு பெற்றிருந்தது. பழைய ஆட்கள் சிலர் மாமாவிடமே வட்டிக்கு வாங்க வந்திருந்ததைக் கண்டிருந்தேன்.

என் நிலைமையை எண்ணி அழுகையாலும் துரோகத்தின் கொந்தளிப்பாலும் அலைக்கழிக்கப்பட்டேன். ஏற்கனவே விரிக்கப்பட்டிருந்த பாயில் படுத்தபடி ரமணியிடம் கன்றிப்போன முகத்தோடு விஷயத்தைச் சொன்னேன். வெளியே போய் மௌனமாகச் சாப்பிட்டுத் திரும்பினோம். இன்று இறங்க வேண்டிய வீட்டின் அமைப்பைச் சாக்பீஸால் வரைந்து, நுழைந்து வெளியேற வேண்டிய மணியைக் குறித்து வைத்ததின்மேல் நிழல் ஒன்று விழுந்து மூடியது. உறங்கச் சொல்லிவிட்டு இருவரும் கிளம்பிச் சென்றனர். மாமா வந்து அரைத்தூக்கத்திலிருந்து எழுப்பித் தோல்பையைத் தந்தார். பிரித்தேன். விட்டுவந்த துணிமணிகள். எனக்குப் பேச இடைவெளியே தராமல் "அவள மீறி ஒண்ணும் பண்ண முடியாதுடா... உம் பொழப்ப நீ பாத்துக்கோ..." என்றபடி சில ஐந்நூறு ரூபாய் நோட்டுகளைக் கைமேல் வைத்துவிட்டு நகர்ந்தார். "ஓம்

பொண்டாட்டீ... த்தூ... ங்கொம்மாள... நன்னி கெட்ட தாயோளி...” என்றபடி மிருகம்போலச் சீறி அவனைப் பிடிக்க ஓடினேன். விளக்கைப் போட்டுப் பணத்தை முகத்தில் விட்டெறிந்தேன். பின் தடதடத்தோடும் ரயில் ஓசையைக் கேட்டவாறு கண்ணீருடன் படுத்துக்கொண்டேன். அடுத்த ஒரு மணி நேரத்தில் முரட்டுத்தன மாகப் புரட்டப்பட்டு முகத்தில் அடிக்கப்பட்ட டார்ச் லைட்டில் கண் கூசித் தெளிந்தபோது மிதிகளும் உதைகளும் விழுந்தன. முடியைப் பற்றி முயல்போலத் தூக்கி “கூட்டாளிக எங்கடா...” என்றான். பயம் விலகாமல் பேதலித்த கண்களோடு “எந்தக் கூட்டாளி... நீ யாரு...” என்றேன். “எதிர்கேள்வி கேக்கறயா...” என அவன் என்னை அறைந்ததில் சுவரில் மோதி அப்படியே நகர்ந்து சுவரோடு ஒண்டிக்கொண்டேன். பையைத் திருப்பிப் போட்டுக் குலுக்கியதில் நான்கைந்து துணிகளையடுத்துப் பணக்கட்டுகள் அடுத்தடுத்து வந்து கீழே விழுந்தன. சிவப்பு பெல்ட்டை உருவிக் குண்டு பல்பின் கீழே நிற்பதைக் கண்டதும் “போலீஸா...” என மனதிற்குள் கேட்டுக் கொண்டேன். அப்படியே காலில் விழுந்து “ஒண்ணுமே தெரியாதுங்க... சார்...” என ஓலமிட்டவாறு குமுறினேன். “தெரியாதா... இல்ல... உங்கம்மா தொழிலுக்குப் போய் சம்பாரிச்சுட்டு வந்து கொடுத்தாளா...” என்றான். அடிக்கு எழுப்பிய கூக்குரல் ரயில் போகும் சத்தத்தில் நசுங்கியது. “மாமா...” என வாயைத் திறந்ததும் அடுத்த சொல்லுக்கு வழியில்லாதவாறு மீண்டும் மிதி விழுந்தது. இழுத்துச் செல்லப்பட்டேன். உள்ளே போடப்பட்ட பின்பும் அடிதான். எதுவும் பேசாது இருந்துவிட்டாலாவது ஒரு கட்டத்தில் விட்டுவிலகிப் போய்விடுவார்கள். ‘தெரியாது’ என்று சொன்னால் மூர்க்கமாகி மிருகம்போல நடந்துகொள்வார்கள் என இரண்டாவது நாளிலேயே கண்டுகொண்டேன். இருநூறு கிலோமீட்டருக்கு அப்பால் சிக்கியவனின் செல்பேசி எண்ணிற்கு மாமாவின் வீட்டிலிருந்துதான் அழைப்பு போவதும் வருவதுமாக இருந்திருக்கிறது. அங்கு அவன் சிக்கிய தகவல் வந்ததுமே இருந்த கள்ளநோட்டுக் கட்டுகளை அள்ளிப்போட்டபடி நேராக என்னிடம் வந்திருக்கிறார். அந்த எண் என் பெயரில்தான் எடுக்கப்பட்டிருக்கிறது என்ற விஷயம் பிறகுதான் தெரியவந்தது.

❍

ஒன்றிரண்டு மாதங்களுக்குள்ளாகவே மதியின் உடல் மீதான இச்சை சமனப்பட்டு விட்டிருந்தது. கற்பனையில் நிகழ்த்தப்படும் காமம் நேரடியாகக் கிட்டும்போது பரவசமாக இருக்கக்கூடும். ஆனால் முடிவற்றுப் பெருகும் கற்பனை அளிக்கும் கிளர்ச்சி அலாதியானது என உணர்ந்தேன். காமத்துக்குப் பெண் உடல்

என ஒன்று அவசியமில்லை என அறிந்த இடத்திலிருந்தல்லவா வந்திருக்கிறேன்? முறை பிறழ்ந்த உறவுகளில் விருப்பம் இருந்திருக்கவில்லை என்பதால் உள்ளே கிடக்கையில் அதற்குச் சம்மதிக்கவேயில்லை. ஆனால் தனித்திருக்கையில் ஏதேதோ பெண் உருவங்கள் நினைவிலிருந்து மேலே மிதந்துவரும். சரியாகக் கவனித்துப் பார்த்திருக்கவில்லை என எண்ணியிருந்த பெண்களின் முகங்கள்கூட அவ்வளவு துல்லியமாக மனக்கண்ணில் வந்து நிற்கும். சிறைக்குள் படிக்கக்கிடைத்த மஞ்சள் புத்தகங்களிலிருந்த கதைகளை நினைத்தபடி கற்பனையில் மூழ்குவேன். அந்தப் பெண்கள் என்னை அடைவதற்காக முயன்று பிறகு வெல்வதுபோல நினைத்துக்கொள்வதுதான் பூரிப்பாக இருக்கும். சிறைக்கூடத்தின் குளியலறை, கழிவறைச் சுவர்களில் பெண்கள், ஆண்களின் நிர்வாணப் படங்களும் உடலுறவுச் சங்கேதங்களைப் பச்சையாக மொழியும் கெட்ட வார்த்தைகளும் கரித்துண்டால் எழுதப்பட்டு நிரம்பியிருக்கும். அங்கு சென்று திரும்பினால் இலகுவாக உணர்வேன். கைதிகளின் காமம் துடித்து வீழ்ந்து பெருகிச் சுழித்தோடும் இடம் அது. அந்தக் கொசுபிடுங்கும் காற்றோட்டமில்லாத அறையில் மதியோடு மனக்கனவுகளில் முயங்கி எழுகையில் அடைந்த புத்துணர்வை அவளுடனான நேரடிச் சம்போகத்தில் அடைய முயன்றுகொண்டேயிருந்தேன்.

வீட்டில் வந்து இருக்கத் தொடங்கியதும் சுற்றிலுமிருந்த வர்களின் பார்வை ஒரு வித அச்சவுணர்வுடன் என்மீது விழுந்து கடந்துசெல்லும். ஜாடைப் பேச்சுகளில் தெருப்பெண்கள் அவளைக் குத்துவதாகச் சொன்னாள். பத்து நாட்களுக்குள் ளாகவே அந்த ஆட்களின் கவுச்சியான பக்கங்களை முகர்ந்து விட்டிருந்தேன். ஒரு இரவு நேரத்தில் நடுவீதியில் நின்று அவர்களின் நாற்றத்தைப் பிளந்து கடை விரித்தேன். மறுநாள் முதல் சிறுசொல்லுமின்றி அவை அடங்கிவிட்டிருந்தன. தனித்திருந்தவளைத் தொந்தரவுபடுத்திச் சீண்டிய ஆண்களின் நிழல்கூட அந்த வீட்டுப் பக்கம் விழவில்லை. ஜெயிலிலிருந்து வந்தவன் என்னும் என்னைப்பற்றிய முதல் செய்தியே அதற்குப் போதுமானதாக இருந்தது. அவ்வப்போது வந்து கதவு தட்டாமலேயே நுழைந்து சகஜமாக உலவி இரட்டை அர்த்தத்தில் பேசியபடி காப்பி குடித்துச் செல்லும் ஏட்டின் வருகையும் நின்று போயிருந்தது. முதலில் மதியை ஆறுமுகத்திடமிருந்து நிறுத்தினேன். வேறுவேறு வேலைகளுக்குச் சென்று சோர்ந்தபின் அவனிடமே போய்ச் சேர்ந்துகொண்டேன். அவன்தான் சொல்லியிருக்க வேண்டும். வெளியே வந்த மணியண்ணன் விஷயத்தைக் கேள்விப்பட்டு லச்சுமணன் அழுததாகவும் திட்டித்

தீர்த்ததாகவும் ஆனால் மறுநாளே சமாதானமாகி மதியையும் குழந்தையையும் நன்றாகப் பார்த்துக்கொள்ளச் சொல்லிப் பணத்தைக் கொடுத்தனுப்பியதாகவும் கூறித் தந்துவிட்டுப் போனார். அடுத்த வாரமே லச்சுமணனைக் காண அனுமதி பெற்றுக் காத்திருந்தபோது பார்க்க விருப்பமில்லை என ஆள்மூலம் சொல்லி அனுப்பினார். அந்தப் பணத்தை மதியின் கையில் தந்தேன். என்னிடமிருந்த பணத்தில் மீதமிருந்ததை எடுத்துப் பேருந்து நிறுத்தத்திற்குச் சற்றுத் தள்ளி நடுநிலைப் பள்ளிக்கும் மருத்துவமனைக்கும் அருகிலிருக்கும் இடத்தில் பழவண்டியைப் போட்டு அங்கு மதியை நிற்க வைத்தேன். முதல் போணியாக ஆப்பிளை எடுத்துப் பாப்பாவின் கையில் தந்து காசு கேட்டேன். குனியச் சொல்லி என் ஜேபியில் கையைவிட்டு எடுத்து மதியிடம் தந்தது. சிரித்தபடி உள்ளூரப் பொங்கிய சந்தோஷத்தில் பாப்பாவை அப்படியே அள்ளித் தூக்கி முகமெங்கும் முத்தமிட்டேன்.

மதியை விடவும் பாப்பாவுடன்தான் கூடுதல் ஒட்டுதல் எனக்கிருந்தது. எங்கும் வேலைக்குப் போகாமல் கையிருப்பு தீருமட்டும் வெளியே சுற்றித்திரிந்து வீடு சேர்ந்த ஆரம்ப நாட்களிலேயே பாப்பா எனைவிட்டுப் பிரியாதிருந்தாள். வருவதற்குள் பலதடவை வாசலுக்கு வந்து எட்டிப் பார்த்துக் கொண்டேயிருந்ததாக மதி சொன்னாள். அவளைத் தூக்கிக் கொண்டு வெளியே சுற்றச்சொல்லிச் சிணுங்குவாள். அதுவரை பிள்ளைகளோடு சேர்ந்து விளையாடத் தயங்கிய பாப்பா, என் வருகைக்குப் பின்னரே அவர்களுடன் சேர்ந்துகொண்டாள். அதைச்சொல்லி மதி வியப்புடன் மோவாயில் கை வைத்துக் கொண்டாள். அப்பனைப் பற்றிய கேள்விகளை எவரிடமிருந்தும் கேட்கத் தேவையில்லையென யோசித்திருக்க வேண்டும். இந்த அறிவை நினைத்துத் திகைத்துவிட்டேன். 'சசி ...' எனப் பேர் சொல்லிக் கூப்பிடுவதே பாப்பாவின் வழக்கம். அவள் தீவிரமான முக பாவத்தோடு உறங்குவதைக் காண்கையில் உதட்டோரம் படரும் சிரிப்பு மெல்லக் கண்ணீராக மாறிவிடும். பாட்டியின் ஞாபகங்களால் சூழப்பட்டு நிற்பேன். எங்கெங்கோ அலைந்துதிரிந்து ஏதேதோ செய்து அல்லல்பட்டு ஆற்றாது அழுததெல்லாம் பாப்பாவின் அருகில் இப்படி வந்து இருக்கத் தானா என நினைத்துக்கொண்டேன். அவளருகிலேயே எதுவும் விரிக்காத குளிர்ந்த தரையில் வெற்றுடலுடன் மோட்டுவளையைப் பார்த்துப் படுத்திருக்கையில் நெஞ்சு குமுறி அடக்க முடியாமல் கண்ணீர் வழியும். துரையிடம் மட்டும்தான் பாப்பாவைப் பற்றிப் பேசிக்கொண்டேயிருப்பேன். அவன் தாங்கமுடியாமல் பேச்சை

வேறு பக்கம் திருப்பிவிடுவான். அது பெரும்பாலும் தலைவரைக் குறித்ததாகவே இருக்கும். சங்கடத்துடன் வருத்தமான தொனியில் கட்சியில் என் இடம் பற்றி அங்கலாய்த்துக் கொண்டால், "உன்ன தலைவரு நோட் பண்ணீட்டுத்தான் இருக்காரு... கவலைப் படாதே..." எனச் சமாதானப்படுத்துவான்.

○

தலைவரைப் பின் தொடரும் நான்காவது வாகனத்திலிருந்து இரண்டாம் வாகனத்துக்குப் பெயரவே ஆறு மாதங்கள் ஆனது. இரண்டு வருடங்களாக வாகனத்திலேயே ஏற்றாமல் வீட்டோடு அனுப்பிவிடும் ஆட்களைத் துரையன் காட்டித் தந்தான். பிறகு இன்னும் சில மாதங்களுக்குப் பின் கூட்டங்களுக்கு ஆட்களைத் திரட்டிக் கூட்டிவரும் பொறுப்பு என்னையும் சேர்த்து ஐந்தாறு பேரிடம் ஒப்படைக்கப்பட்டது. பணத்தை அமுக்குவதில் பிறர் குறியாக இருந்தபோது படைகளைக் கூட்டிவருவதிலேயே கவனமாக இருந்தேன். நல்ல பெயர் வந்து கொண்டிருப்பதாக துரை சொன்னான். கூட்டத்தை அள்ளிவர லாரிகளையும் மினி டெம்போக்களையும் நிரந்தரமாகப் பேசி வைத்துக்கொண்டேன். சண்டை போடாமல் நேரம் ஆனாலும் மீட்டிங் முடிந்த பிறகுதான் கலைந்துசெல்வார்கள் என்பதால் பெண்களை அழைத்து வரவே அதிகமும் விரும்புவேன். ஆட்களைக் கூட்டி வரச் சில தந்திரங்களைத் துரை சொன்னான். ஊருக்கு வெளியே கிடக்கும் வீட்டுக் கதவுகளைத் தட்டினால் சருகு போல ஆட்கள் கிடைப்பார்கள் என்றான். அலையத் தேவையே இருக்கவில்லை. பணம் என்று சொன்னதும் பெரிய ஜவுளிக்கடை வைத்திருப்பவரின் மனைவி பெரிய பொட்டும் வெற்றிலையுமாக ஆட்களை விலக்கிவிட்டு வண்டியினுள் போய் அமர்வதை அவனுக்குக் காட்டினேன். தனியாக அழைத்துத் தலைவர் மெச்சிச் சில வார்த்தைகள் சொன்னால் உள்ளூர குஷியாகிவிடுவேன். தேர்தல் அறிவிக்கப்பட்டவுடன் தலைவர் பரபரப்புடன் அங்குமிங்கும் அலைந்துகொண்டேயிருந்தார். கடைக்குப் புது லோடு வந்து இறங்கியதும் அதில் மிக நல்லதாக இருக்கும் ஆப்பிள்கள் அடைக்கப்பட்டிருக்கும் பிரம்புக் கூடைகளைத் தலைவர் இல்லாத சமயங்களில் சென்று அக்காவிடம் கொடுத்துவிட்டு வருவேன். அந்த அக்கா எந்த வேலை சொன்னாலும் மறுபேச்சின்றி முடித்துக் கொடுத்துவிட்டுத்தான் அங்கிருந்து நகர்வேன்.

○

இன்னும் ஒரு வாரத்திற்குள் வேட்பாளர் பட்டியலை அனுப்பிவைக்கும்படி மேலிருந்து வாய்வழி உத்தரவு வந்திருந்தது.

வெளியே பெய்துகொண்டிருந்த மழையைக் கண்டு எவரும் போகாமல் கட்சி ஆபிசுக்குள்ளேயே திரிந்துகொண்டிருந்தனர். வலுவின்றிக் கிடந்த எதிர்தரப்பு மீண்டும் எழவே முடியாதவாறு தலைவர் செய்திருந்தார். மொத்தமிருந்த பதின்மூன்று வார்டுகளுக் கும் ஆட்களின் பெயர்கள் வெவ்வேறு தரப்பிலிருந்து சிபாரிசு செய்யப்பட்டிருந்தது. காகிதங்களை வாங்கிவைத்துக் கொண்டார். பதினோராவது வார்டைச் சொல்லி அதிலிருக்கும் தெருக்களின் பெயர் படிக்கப்பட்டது. அசிரத்தையாகக் கால்மாற்றி நின்று சுழித்தோடும் வெள்ளத்தைப் பார்த்தபடியிருந்தேன். இரண்டு பெயர்கள் சொல்லப்பட்டன. திருப்தியின்றி அவரது தலை மறுப்பதுபோல அசைந்தது. போதை மெல்ல ஏறிக்கொண்டிருந்தது.

"நாய்க ஒரு கூட்டத்துக்குக் கூட வர்றதில்ல . . . போறதில்ல . . . பரதேசி மாரி வெயில்ல மழைல அலஞ்சு கட்சியக் காப்பாத்தி வச்சா அழுங்காம வந்து ஊம்பீட்டுப் போயிருவானுங்க . . . அந்தத் தாயோளிகளுக்கு நீ சப்போட் கூதி . . ." என இரைந்தபோது அந்தக் கோபத்தில் சிகரெட் புகை மூக்கிற்குள் சில வினாடி அப்படியே தங்கியபின் வெளியேறியது. "டேய் சசி . . ." என்ற அவரது அழைப்புக் கேட்கவேயில்லை. மழை எப்போது நிற்கும், ரம்யாவுக்கு வாங்கி வைத்திருக்கும் பால்கோவாவை எப்படிக் கொண்டு சேர்ப்பது என யோசித்து நின்றிருந்தேன். பாதியிலேயே நசுக்கிய சிகரெட் துண்டு மேலே வந்து விழுந்தது. பல்லியோ எனப் பதறித் தட்டிவிட்டு நிமிர்கையில் "வெளில என்னடா பராக்கு . . ! எவளாவது லவ் லெட்டர புடிச்சிக்கிட்டு நிக்கறாளா . . . இல்ல மேட்டருக்குக் கூப்புடுறாளா . . ." எனச் சத்தமிட்டுச் சிரித்தார். இதுபோன்ற சமயங்களில் மையமாகச் சிரிக்க வேண்டுமென்பது தெரியும்.

டிரைவரையும் என்னையும் தவிர அங்கிருந்தோர் அனைவரும் போதையின் கிறக்கத்தில் இருந்தனர். அடித்த சுற்றுகளின் எண்ணிக்கையில் ஒருவர் மற்றொருவரை விஞ்ச, எழ முடியாமல் திணறிக்கொண்டிருந்தனர். அவர் பிரக்ஞை நழுவாத குடிக்குப் பழக்கிக்கொண்டிருந்தார்.

"நீ நின்னா ஜெயிப்பியா . . ." என்றார் அடுத்த சிகரெட்டைப் பற்றியவாறு சாதாரணமாக. அதைக் கேட்டதும் சுற்றிலுமிருந்தவர் களுக்கு நான்கைந்து குடத்து நீரைத் தலைமேல் ஊற்றியதுபோலப் போதை இறங்கி விட்டிருந்தது.

அது போதையின் விளையாட்டு என உணர்ந்தவனாக எதுவுமே பேசாமல் என் மீது நிலைகுத்தி நிற்கும் கண்களைக் காணப் பயந்து மேலும் தலை கவிழ்ந்து நின்றேன். இறைச்சித் துண்டை வாயிலிட எடுத்த ஒருவனின் கை அப்படியே அந்தரத்தில்

நின்றுவிட அவன் வாயிலிருந்து நீர் வடிந்துகொண்டிருந்தது. மழை நின்றுவிட்டதைப் பார்ப்பதுபோல அவர்களைப் பார்த்து, "நீ கிளம்பு..." என அனுப்பி வைத்தார். சட்டையை மாட்டிக்கொண்டு காரில் அமர்ந்தார். பெரிய சலசலப்புகள் உள்ளே கேட்டன.

பாதத்தை மூடியபடி ஓடும் மழைநீரில் சைக்கிளைத் தள்ளிக் கொண்டு போகையில் வரதுவும் சுலைமான் அண்ணனும் நடுவழியில் நிறுத்தி மிரட்டினர்.

"அந்தாளு சொன்னா . . . உம் புத்தி எங்க பீ திங்கப் போச்சா . . . வேண்டாம்ன்னு சொல்ல மாட்டயோ . . . ங்கொம்மாளே . . . நேத்து வந்த அட்ரஸ் இல்லாத தாயோளிக எல்லாம் மேல ஏறீட்டுப் போவீங்க . . . நாங்க பாத்துட்டு கைல புடுச்சிட்டு நிக்கோணும் . . ! இருக்கிற எடந்தெரியாமப் பண்ணிப் போடுவேன்..." என வரது குதித்துக்கொண்டிருந்தான். அவனைப் பார்க்காமல் சுலைமான் அண்ணனிடம் "கௌம்பரங்கண்ணா . . ." என நகர்ந்தேன். வரது எட்டிவந்து சைக்கிளை உதைத்தான். சட்டென இடுப்பிலிருந்து கத்தியை உருவிக் காட்டினேன். இருண்ட தெருவில் மூவர் மட்டும் கத்திரித்தெடுக்கப்பட்ட நிழற்படம்போல நின்றுகொண்டிருந் தோம். மீண்டும் மழைத்துளி வேகமாக விழுந்து குதிக்கத் தொடங்கியதும் பால்கோவா நனைவதை உணர்ந்து "யெனக்கு எதுவும் தெரியாதுண்ணா . . . அவரே காலையில் மறந்துருவாங்கண்ணா..." என்றேன், குரலைத் தாழ்த்தி. உற்றுப் பார்க்க முயன்று முடியாமல் வரதுவை இழுத்துக்கொண்டு போனார்.

O

மதி எவ்வளவோ எடுத்துச் சொல்லியும் கேட்கும் நிலையில் நானிருக்கவில்லை. அவளுடைய அப்பா வந்து தொங்கிப்போன முகத்துடன் அமர்ந்திருந்தார். கட்சியின் உள்ளே கிடப்பவர்கள், அதற்கு இரையானவர்கள் எனச் சிலரைச் சொன்னார். பழக்கடையை மூடிவிட்டதைப் பெருமூச்சுடன் கடிந்துகொண்டார். உருப்படியான தொழில் ஏதேனும் தொடங்கும்படி அதுவரை அவர் போட்டு வந்திருந்த கோயில்சீட்டுப் பணத்தை எடுத்துவந்து அவள் முகத்தைப் பார்த்தவாறே டேபிள் மேலே வைத்தார். அவர் நேராக இன்றுவரை முகம் பார்த்துப் பேசியதில்லை. மகள் கூட்டிவைத்துக்கொண்டாள் என்னும் மனத்தாங்கல் சில மாதங்கள் அவருக்கிருந்தது. அவள் அம்மா அடியோடு வெறுத்துவிட்டிருந்தாள். பாப்பாவைக் கீழே இறக்கிவிட்டபடியே மதியை நோக்கி "நீ கவுன்சிலர் ஆகறது உங்கப்பாவுக்குப் புடிக்கலையா..." என்றேன். ஓரக்கண்ணில் அவரைப் பார்த்தபோது

பளீரென ஒரு ஒளி அவர் கண்ணில் மின்னிமறைவதைக் கண்டேன். இன்னும் சில தினங்கள் அடைகாத்த பின் உடைக்கலாம் என்றிருந்த ரகசியத்தின் முட்டை வாய்தவறி வந்து விழுந்து விட்டிருந்ததில் ஒரு கணம் அதிர்ந்தேன். நம்பாத உடலசைவோடு அவள் எச்சில் தம்ளர்களை எடுத்துப்போனாள். பாப்பாவிடம் "அந்தப் பணத்தை யெடுத்து தாத்தாகிட்ட கொடுத்திரு . . ." எனச் சொல்லச்சொல்ல உள்ளே பாத்திரங்கள் மோதும் ஓசை பலமாகக் கேட்டது.

ஒரு வாரமாகப் பழவண்டி போட வேண்டாம் எனச் சொல்லியிருந்தேன். வெளியே போவதும் வருவதும், நேரங்கெட்ட வேளையில் ஆட்கள் வந்து கூட்டிச் செல்வதுமாக இருந்ததாலும் கையிலிருக்கும் ஒற்றைத் துடுப்பும் நழுவிவிடுமோ என மனதிற்குள் அவள் பயந்திருக்க வேண்டும். அவளுக்குக் கையிலிருந்து நழுவும் அளவுக்குப் பணம் கொடுத்திருந்தேன். அவள் அப்பாவின் வருகை அதற்காகத்தான் என யூகித்து விட்டிருந்தேன். கரைக்கு வந்து சேர்ந்த பின் துடுப்புக்கு என்ன சோலி என்ற ஐயத்துடன் வெட்டாமல் வேர்போல வளர்ந்திருந்த அவரது கால் பெருவிரல் நகத்தைப் பார்த்தபடியிருந்தேன்.

பாப்பா மொத்தமாக அந்தப் பணத்தை எடுத்து வந்து என் பாக்கெட்டுக்குள் திணிக்க முயன்றது. 'அடி சக்க...' எனக் கைதட்டியபடி சிரித்தார். பீடி நாற்றம் காற்றிலேறி வந்தது. மதி ஓடிவந்து பார்த்துச் செல்லமாகத் தலையிலடித்துக்கொண்டு சிரித்தாள். பாப்பாவும் அதேபோல செய்துகாட்டிச் சிரித்தாள். "வா . . . சாமி . . ." என்றவாறே அப்படியே அள்ளித் தூக்கி முத்தினார். 'எஞ்சாமியே சொல்லிருச்சு . . . கொண்டு போய் உள்ளார வை . . . வேணுங்கறப்போ யார்கிட்ட போய் நிக்கறது..?" என்றார். மதி பணத்தைத் தொட்டதும் கீழே புரண்டு அழுதாள். சமாதானத்திற்குப் பின் அவளே எடுத்துப்போய்த் தூக்கிவிடச் சொல்லிப் பத்திரமாக பீரோவின் உள் அறையில் வைத்துப் பூட்டிய பிறகு விளையாட வெளியே ஓடினாள். அடுத்த வாரத்தின் முதல் நாளில் நகராட்சிக் கட்டடத்தின் முதல் கடையில் மதி பழக்கடை போட்டு அதன் கல்லாவில் அமர்ந்திருந்தாள்.

○

புதிய எண்ணிலிருந்து அழைப்பு வந்தால் அதைத் தொட வேண்டாம் எனச் சொல்லியிருந்தேன். நேரங்கெட்ட வேளைகளிலெல்லாம் கூப்பிட்டு மிரட்டலும் ஆபாசச் சொற்களும் பழக்கமில்லாத குரல்களிலிருந்து வெளிப்படுவதைக் கேட்டேன். எவ்வளவு முயன்றும் அந்தக் குரலுக்குரிய முகத்தை

யூகிக்க முடியவில்லை. வரதனும் சுலைமானும் செய்த உள்ளடி வேலைகளைக் கண்டு பின்வாங்கி விடலாமா என இரவு முழுக்க யோசித்தபடி கிடந்தேன். பழக்கடையைக் காலி செய்யச் சொல்லி வந்த நோட்டீஸைத் தலைவரிடம் காட்டிய போது 'சட்டுன்னு பண்ணிரு...' என முகம் கொடுத்துக்கூட பேசாமல் காரில் ஏறிச் சென்றார். விநோதமாக இருந்த போதும் தலையாட்டிவிட்டு வந்தேன். ஒரு கவுன்சிலர் போட்டிக்கு இப்படியா..? எனக் கேட்டுக்கொண்டேன். இதற்குள் தனிப்பட்ட செல்வாக்கும் கௌரவமும் கூடிக் கலந்துகிடப்பது தெரிந்தது. அவள் பெயர் வேட்பாளராக அறிவிக்கப்பட்டதும் துரையன் பெரிய சரமாக வாங்கி வந்து தெருவை அதிரவைத்தான். டைகர் எழுந்தோடிப் போய் விடாமல் குரைத்தது. மூன்று இடங்களில் கடனுக்குச் சொல்லி வைத்திருந்தேன். அதற்குள்ளாகக் கட்சி மேலிடத்திலிருந்தே ஆட்களுக்கும் கைச் செலவுக்கும் பணம் வந்துவிட்டிருந்தது. கட்சி வக்கீலைக் கண்டு படிவத்தை நிரப்பி வந்திருந்தேன். அவர் சொத்து மதிப்பைக் கேட்டதும் வீட்டிற்கு வெளியே நிற்கும் முருங்கைமரத்தில் இரும்புச் சங்கிலியால் கட்டப்பட்டு சருகு உதிர்ந்து கிடக்கும் பழவண்டியை நினைத்து அமைதியாக உட்கார்ந்திருந்தேன். மதி வக்கீலை நேர்கொண்ட பார்வையால் சந்தித்து, வசித்துக் கொண்டிருக்கும் லச்சுமணனின் வீட்டு மதிப்பைச் சொன்னாள். மதியின் மாநிறத்தை வெளுப்பாக்கி எடுக்கப்பட்ட புகைப்படம் அச்சிடப்பட்ட நோட்டீஸ்களும் பேனர்களும் வந்து இறங்கியிருந்தன. பீரோவின் உள் அறையில் அதுவரை பதுங்கியிருந்த காதுமாட்டல்களும் கழுத்துச் சங்கிலியும் மெருகு போடப்பட்டுப் புதிதுபோல மின்ன மதி பவனி வந்தாள். நடையிலும் புது மிடுக்கு தெரிந்தது. வீட்டைச் சுற்றிலுமிருந்தவர்கள் இப்போதே 'கவுன்சிலரம்மா...' எனக் கிண்டல் செய்தபோது வெளியே போலியாக வெட்கப்பட்டு உள்ளூரப் பெருமையோடு வளைய வந்தாள். கட்சி ஆட்கள் இரண்டு மூன்று நாட்கள் வீட்டுப்பக்கம் வராமலிருந்தது ஏதோபோலப் பட்டது. கண்ட ஒன்றிரண்டு ஆட்களின் முகக்குறியும் திருப்தியாக இல்லை. வரதன் தலைவரைக் கோபித்துக்கொண்டு அதே கட்சியின் எதிர் முகாமுக்குப் போவதற்கான ஏற்பாடுகளில் இருக்கிறான் என்னும் வதந்தி பரவியது. கூடவே சுலைமான் அண்ணனையும் மேலும் ஐம்பது பேரையும் அழைத்துச் செல்வதாக இருப்பதையும் தலைவர் மோப்பம் பிடித்துவிட்டிருந்தார்.

கட்சிக்குள் சலசலப்பு உருவாகி அது பெரிதாக ஆகுமுன் அடக்கப்பட்டுவிட்டது. மதியிடம் சூசகமாகச் சில புள்ளிகளை மட்டும் தொட்டுக் காட்டினேன். சட்டென அவள் முகம் இருண்டுவிட்டது. கவலையை மறைத்தவனாகக் கட்சி ஆபிஸில்

தலைவர் முன் பிற ஆட்களுடன் நின்றுகொண்டிருந்தேன். ஏதேனும் பாதகமாக நடந்தால் எடுத்துச் சொல்லச் சிலருக்குப் பணம் கொடுத்து வைத்திருந்தேன். வரதன் எதிர்த்து நேர் நின்று பேசினான். அவன்மீது வழக்கு நிலுவையில் இருப்பதால் அவன் மனைவியைப் போட்டியில் நிறுத்த வேண்டும் என்றும் அதற்குப் பெண்களுக்கென ஒதுக்கப்பட்ட இந்த வார்டுதான் தேவையென்றும் சொன்னான். அவனது ஜாதிக்காரர்கள் பரவலாக வசிக்கும் தெரு என்பதை அழுத்திச் சொன்னான். “கூட்டத்துக்கு ஆள் புடுச்சிட்டு வர்றவனையெல்லாம் ஆளாக்கி வுட்டா கட்சிக்காக கேஸ சுமக்கறவன் அனாதையா போக வேண்டியதுதான் ...” என்றான் சத்தமான குரலில். அவன் ஒரு முடிவோடு இருப்பதாகத் தோன்றியது. தலைவரின் மோசடிகளைப் பறைசாற்றும் வலுவான ஆதாரங்கள் கொண்ட தாள்களைத் திரட்டித் தன் வசம் வைத்திருந்தான். ஒத்துவரவில்லையென்றால் மேலிடத்துக்கு அனுப்பிவிடலாம் எனக் கணக்கிட்டிருந்தான். இந்தச் சமயம் பார்த்து மேலிடத்தில் செல்வாக்கோடு இருந்த தலைவரின் ஜாதியைச் சேர்ந்த, தலைவர் நெருக்கம் கொண்டிருந்த முக்கியமான தலையின் பதவி பறிக்கப்பட்டு டம்மியாக்கப்பட்டிருந்ததால் அவர் கவனமாகப் பேசிக் கொண்டிருந்தார். அவர் அறிவித்த வேட்பாளரைத் தனக்குக் கீழிருப்பவனின் அதட்டலால் மாற்றுவது அவமானம் எனக் கருதிக் கொஞ்சம் இழுத்துப் பார்க்கலாம் என நினைத்தார். ஆனால் முடியாது என்று பட்டது. ஆனால் மனதிற்குள் வரதனைக் குறித்து வைத்துக்கொண்டார். அவனை ஆளை வைத்து ஏதேனும் செய்யலாம் என ஒரு கணம் தோன்றியது. உட்கட்சிக்குள் தேர்தல் முடியுமட்டும் பூசல்கள் மூண்டு விடக் கூடாது என்ற எச்சரிக்கை வாசகத்தைக் கொண்ட, தலைமையிடமிருந்து வந்திருந்த ரகசியச் சுற்றறிக்கையை இன்று காலைதான் படித்திருந்தார் என்பதால் அமைதி காத்தார்.

“சசி...” என அவர் கூப்பிட்ட அழைப்புக் குரல் இடறி வெளியே கேட்கவில்லை. மீண்டும் அழைத்தார். ஊமைக் கோபத்தோடு எழுந்து நின்றேன். ஆத்திரத்தை அடக்கியபடி, “ரெண்டு வருஷமா சொந்தப் பொழப்புன்னு ஒண்ணு இல்லாம பொண்டாட்டி பழம் வித்துப் போடற சோத்தைத் தின்னுப்போட்டு கட்சிக்காக வாம்பாடு பட்டிருக்கறனுங்க தலைவரே . . . யெவனெவனோ யென்னென்னவோ சொல்லுவானுங்க . . . அதுக்காக . . .” என்பதற்குள் நான்கைந்து வரிசைக்கு முன்னாலிருந்த வரதன் பிறர் பிடிக்குச் சிக்காமல் என்னை நோக்கி மூர்க்கமாக முன்னேறி வந்தான். கண் காட்டியதும் ஒதுங்கி நின்றிருந்த ஆட்கள் உள்ளே புகுந்து சேர்களை எடுத்து வரதன் மீது வீசினர். அது சம்பந்தமில்லாதவன் மீது பட்டு விழுந்தது. எனக்குப்

பக்கவாட்டிலும் தலைக்கு மேலும் சேர்கள் பறந்துகொண்டிருந்தன. களேபரமாகி சத்தம் அடங்காமல் நீண்டு சென்றது. சற்றுமுன் இருந்த நிலை பிறழ்ந்து அலங்கோலமாகிவிட்டிருந்தது. ஓய்ந்த பின் தலைவர் வெடித்த குரலில், “உங்கம்மாளே ... டேய்... கட்சிக்குள்ளயே ஆளை செட் பண்றயா... தாயோளி...” என வெடித்த குரலில் உரத்துச் சத்தமிட்டபடியே வந்து எட்டி உதைத்தார். சேர்களுக்குள் சென்று விழுந்தேன். வரதனைப் பரிதவிப்புடன் அவர் கண்கள் தேடின. அப்போதே அங்கிருந்து சென்று விட்டதாக ஆட்கள் அவர் காதில் கிசுகிசுத்தார்கள். கூட்டி வர ஆள் அனுப்பினார். நான்கு வருடங்களுக்கு முன் இதேபோல ஒரு தேர்தல் வேலையில் நடந்த உள்ளடியில் நீக்கப்பட்டுப் பின் மீண்டு எழுந்து வர முடியாமல் அடையாளமின்றிப் போய்விட்ட ராஜேந்திரனை உதறலோடு தன் மனம் எண்ணிக் கொள்வதை உணர்ந்தார். கூட்டத்தைக் கலைந்துபோகச் சொல்லிவிட்டுத் தனியே அழைத்துப்போய் அறைக்குள் தள்ளித் தாழிட்டார். அங்கு அடைத்துக்கிடக்கும் சாக்கடையைக் குத்திக் கிளறிச் சரிசெய்வதற்கென உருண்ட நீண்ட கழி, மூலையில் நிமிர்த்தி வைக்கப்பட்டிருந்தது. அவர் ஒரு காவலரைப்போல சட்டையைக் கழற்றிப் பெருத்த வயிற்றோடு அதை நோக்கிச் சென்றார். பீடித்த அச்சத்தில் எச்சிலை விழுங்க மறந்து சுவரோடு ஒண்டிக் கொண்டேன். “சத்தொம் வெலீல கேக்கக்கூடாது... பூல நசுக்கிப் போடுவேன்...” என்றபடி சரமாரியாகத் தடியை என்மீது வீசி அடித்தார். வெறியேறிய அந்த அடியில் ஒன்று பிசகி சுவரில் பட்டது. அது மூன்றாக முறிந்து விழுந்தது. கதவைத் திறந்து வெளிப்பக்கமாகப் பூட்டிச் சாவியை நின்று கொண்டிருந்த வரதனிடம் தந்து “நீயாச்சு... அவனாச்சு...” என்றுவிட்டுக் கிளம்பிப் போனார். கிழிந்த ஆடையுடன் அடிபட்ட சிறிய பன்றிபோலக் குறுகிக்கிடந்ததைக் கண்டு வரதனுக்கே பீதி படர்ந்திருக்க வேண்டும். இவ்வளவை அவனே எதிர்பார்த்திருக்கவில்லை. ‘தனக்கு விழுந்திருக்க வேண்டியவைகளும் சேர்த்துதான் இப்படியா..!’ என ஓடிய எண்ணம் அவனை வலுவாக ஆட்கொண்டது. இரவாகி ஆட்கள் வீட்டுக்குள் முடங்கிய பிறகு கதவு திறந்து வெளியே விட்டான். நடக்க முடியாமல் நான்கைந்து இடங்களில் கண்ணீர் வழிய அமர்ந்து எழுந்து சென்றேன். மதியும் பாப்பாவும் நினைவுக்கு வர வலியை மறக்க முயன்று நடந்தேன். அந்த நேரத்திலும் வீட்டினுள் விளக்கு எரிந்து கொண்டிருப்பதைத் தொலைவிலிருந்தே கண்டேன்.

பிரமை பிடித்தவள்போல மதி அமர்ந்திருந்தாள். என்னைக் கண்டதும் பாய்ந்து எழுந்தாள். காயங்களைக் கண்டு வெடித்து அழுதாள். பேனர்களும் நோட்டீஸ்களும் தட்டிகளுமின்றி

வாசல் வெறிச்சோடிக் கிடந்ததை அப்போதுதான் பார்த்தேன். நாளை தாக்கல் செய்ய வைத்திருந்த வேட்புமனுவைப் பிடுங்கிக் கிழித்தெறிந்து விட்டதாகவும், இனி கட்சி ஆபிஸ் பக்கம் வந்தால் ஊருக்குள்ளேயே இருக்க முடியாது என மிரட்டி விட்டுச் சென்றதாகவும் சொன்னாள். அவர்கள் போட்ட கத்தலில் பயந்து வெகுநேரம் பாப்பா அழுதுவிட்டு இப்போதுதான் தூங்கியது என்றாள். கேட்கும் திராணியற்று அப்படியே தரையில் சாய்ந்தேன். சிராய்ப்புகளிலும் வீக்கங்களிலும் தேம்பியபடியே அவர்களைச் சபித்து, தேங்காய் எண்ணெய் பூசிவிட்டாள். நடந்து முடிந்தவை அனைத்தும் கண்முன் ஓடின. அழுவதை மதி பார்க்க வேண்டாம் என நினைத்து விளக்கை அணைக்கச் சொல்லிவிட்டுத் தூறல் விழும் சத்தத்தைக் கேட்டபடியே நெடுநேரம் உறக்கம் வராமல் மனதிற்குள்ளாகக் குமைந்து கொண்டிருந்தேன்.

காலையில் எழ முடியாமல் மெல்ல எழுந்தமர்ந்தேன். பாப்பா பாதிக் கடிக்கப்பட்ட பிஸ்கட்டுடன் நின்றுகொண்டிருந்தாள். மதியின் முகம் தெளிந்திருந்ததைக் கண்டு வியப்புடன் கண் எடுக்காமல் அவளை நோக்கினேன். முன்னர் அவள் அப்பா தந்துவிட்டுப் போன பணத்தை எடுத்துவந்து என்னருகில் வைத்தாள். ஏதோ பிடிபடுவது போலப் பட்டது. வலியைப் பல்லைக் கடித்துச் சகித்துக்கொண்டு எழுந்து வாசலுக்கு வந்தமர்ந்தேன். காப்பியை வைத்துவிட்டு காற்றிறங்கி தரையோடு அமிழ்ந்து கிடக்கும் பழவண்டியின் சங்கிலிப் பூட்டைத் திறந்து மேலே கிடந்த குப்பைகளையும் மழைநீரையும் தள்ளினாள். படுத்துக்கிடந்த டைகரை ஒரு எக்கு எக்கினாள். அது சுருண்டெழுந்து பாப்பாவிடம் போனது. பாப்பா கையிலிருந்த காப்பியைத் தேங்காய்ச் சிரட்டையில் ஊற்றி டைகரை அழைத்தாள். எதையும் காணச் சகிக்காமல் சலிப்புடன் திரும்பினேன். அருகேயிருந்த காப்பியிலிருந்து ஆவி மேலெழுந்து கொண்டிருந்தது. நெடுநாட்களுக்கு முன்னர் சமையல் வேலையில் இதேபோன்ற சூட்டோடு ஆவி படர குடித்துக்கொண்டிருந்த காப்பி பிடுங்கி வைக்கப்பட்ட கோபத்தில் நடுநிசியில் மண்டபத்தை விட்டு வெளியேறியது நினைவை ஊடறுத்து முன்னால் வந்து நின்றது. அந்த நாளுக்கும் இந்த மணித்துளிக்கும் இடையே கழிந்துபோன காலத்தைப் புரிந்துகொள்ள முடியாமல் குழம்பியவனாகக் கண்முன் நிகழ்ந்துகொண்டிருக்கும் உலகை மறந்து அப்படியே உறைந்துபோய் அமர்ந்திருந்தேன்.

சகோதரிகள்

1

எவரது பார்வையேனும் தன் மேல் விழுகிறதா? என வீட்டைப் பூட்டும் முன் மீண்டும் ஒரு முறை திலகா பார்த்துக்கொண்டாள். இந்திராணி பைகளைத் தலைக்கொன்றும் இடுப்புகொன்றுமாகத் தூக்கியபடி திரும்பிப் பார்த்த போதும் அவளுக்குப் பீதி குறைந்திருக்கவில்லை. அடுத்த அடியில் வீடு வந்துவிட்டால், அதற்குள் போய் ஒண்டிக் கொண்டு விட்டால் குளவி போலத் தன்னைக் கொட்டும் கேள்விகளிலிருந்து விடுதலை பெற்றுவிடலாம் என திலகா நினைத்தாள். கைலாசம் இல்லாத வேளையில் அவளது பொருட்களை எடுப்பதற்குள் சுற்றிலுமிருக்கும் வீட்டுக்காரர்களின் ஓயாத விசாரணைகளால் சோர்வுற்றிருந்தாள். மனதிற்குள் அவனை வதம் செய்தபடியே கண்ணீரைக் கட்டுப்படுத்த இயலாமல் பொருட்களை எடுத்துத் திணித்தாள். அம்மாவும் மகளும் பேச்சற்று பேருந்துக்காக நிறுத்தத்தில் காத்திருந்தனர். வீசிய காற்றில் கலந்திருந்த ஈரத்தின் குளிர்ச்சியால் அவள் நடுங்கினாலும் கூட வந்து நிற்கும் பேருந்தினுள் தெரிந்த முகம் இருப்பதைக் கண்டால் அதில் ஏறிச் செல்ல விரும்பாமல் அம்மா அடுத்ததற்காகக் காத்திருந்தாள். திடுமென அம்மாவின் கையைக் கெட்டியாகப் பிடித்து இழுத்து சற்றுத் தொலைவை நோக்கி திலகா விரலை நீட்டினாள். இந்திராணிக்கும் முகம் வெளிறிவிட்டது. அது கைலாசமா? எகிறிய மனத்துடிப்பின் அதே வேகத்துடன் ஓரக்கண்ணால் அந்த நபரைக் கண்டனர். மார்பைப் பற்றி நின்ற விரல்கள் ஆசுவாசத்துடன் நிம்மதியடைந்தன. நாணயங்கள் தங்கள் காலடியில் விழுவது

போலப் பெரிய மழைத்துளிகள் மண்ணை நனைத்துப் புரண்டன. உண்மையாகவே கைலாசம் வந்துவிட்டால் என்ன செய்வது? என்ற அடுத்த யோசனைக்கு நேரம் தராமல் மழையைப் பொருட்படுத்தாது வந்து நின்ற பேருந்தில் ஏறி முன்வரிசைக்குச் சென்றபின்னரே பதட்டம் குறைந்தவர்களாக மூச்சு விட்டனர். இறங்கி நடந்ததும் மழைக்குத் தெரு வீடுகள் சாத்தப்பட்டிருப்பதைக் கண்டு அவை திறக்கப்படுவதற்குள் நடையை எட்டிப் போட்டனர்.

தகரக்கொட்டகையின் மேல் பெரிய மழைத்துளிகள் சீரற்ற வேகத்தில் விழுவது போன்ற ஒலி சற்றுத் தொலைவில் இடைவிடாது கேட்டதும் திலகா, அம்மாவின் தோளைப் பற்றி இறுக்கி நிறுத்தினாள். யோசனைகளின் பிடி விலக, இந்திராணி சேலையின் நுனியைச் சட்டென இழுத்து முக்காடாகப் போட்டு ஒதுங்கி, அச்சத்தம் நெருங்கி வருவதற்குள் விஷேச நாட்களில் மட்டும் திறக்கப்படும் சிறிய கோவிலின் இருளான பகுதிக்குள் திலகாவைத் தள்ளிக்கொண்டு போனாள். கோவிலுக்கு வெளியே போடப்பட்டிருந்த ட்யூப் லைட்டுகள் தொடர்ந்து களவு போனதைக் கண்டு பூசாரி அவற்றைக் கழட்டி அதன் பட்டிகளையும் வீட்டிற்கு எடுத்துச் சென்று விட்டிருந்தது அவர்களுக்கு ஏதுவாகப் போயிற்று. சத்தம் நெருங்கியதும் முகத்தை இருவரும் வேறு திசைக்குத் திருப்பி நின்றனர். அந்தப் பழைய டிவிஎஸ்–50 அவர்களைக் கடந்து சென்ற பின்பே ஆசுவாசமாக மூச்சு விட்டனர்.

பெய்து தீர்த்த மழை, அந்தச் செம்மண் தெருவில் மிகுந்திருந்த குழிகளை, மிகச்சிறிய குட்டைகளாக மாற்றியிருந்தது. அந்த வண்டி நடைபழகும் குழந்தையின் தள்ளாட்டத்துடனும் பாரவண்டியின் நிதானத்துடனும் அக்குட்டைகளின் மீது இறங்கி ஏறியது. தங்கியிருந்த நீர் தளும்பி வழிந்து சேற்றுடன் கலந்தது. ஏறக்குறைய செல்வத்தின் முதுகில் மேல் குப்புறப்படுத்தபடி விஸ்வம் பின்னால் அமர்ந்து செல்வதை இந்திராணி பார்த்தாள். பாதி அவிழ்ந்திருந்த அவரது வேட்டி அந்தச் சேற்று நீரின் மேல் அலைந்தபடி வண்டியின் பின்னால் போய்க்கொண்டிருந்தது. மகளைப் பார்த்துக் கசந்த சிரிப்பை உதிர்த்துவிட்டுத் தலைகோதுவது போலக் கண்ணீரைத் துடைத்துக் கொண்டாள். திலகா வீட்டின் வாசற்படியையே கண் எடுக்காமல் பார்த்து நின்றாள். ஒன்றிரண்டு மாதங்களில் அப்பாவின் தோற்றத்தில் ஏற்பட்டு விட்டிருந்த மாற்றத்தைக் கதவு தட்டப்பட்டதும் வீட்டின் முன் எரிந்த மங்கலான விளக்கு வெளிச்சத்திலேயே கண்டுகொண்டாள். பொருளை இறக்குவது போன்ற லாவகத்துடன் செல்வம் அவரை இரண்டு பக்கமும் பிடித்துக்

கீழே விழாமல் நிற்க வைத்தான். ஒரு கையால் வேட்டியைப் பற்றியபடி அவரது கால்கள் நிதானமின்றித் துழாவித் தரையைத் தேடிக் கண்டுபிடிக்க முயன்றன. தேம்பலுடன் இந்திராணி அந்தக் கோவிலின் முன்புறம் வந்து இருண்ட உட்புறத்தைப் பார்த்து இரு கைகளையும் யாசிப்பது போல ஏந்தியதும் கண்ணீர் அனிச்சையாக வழிந்தது. அவர் அடித்துச் செதுக்கி நிறுத்திய தெய்வம் இவ்வளவையும் பார்க்காதது போல அமர்ந்திருந்தது அவளைச் சினங்கொள்ளச் செய்தது. திலகாவை அதற்கு நேரெதிராக இழுத்து நிறுத்தி பராதிகளைச் சொல்லச் சொல்ல வார்த்தைகள் தொண்டைக்குள்ளேயே சிக்கி வெற்றுக் கேவல்கள் மட்டும் எழுந்தன. திலகா வேகத்துடன் கைகளை உதறிவிட்டு அழுத்தித் திணித்த துணிகளால் உப்பி கீழே சாய்ந்து கிடந்த பைகளைத் தூக்கினாள்.

வசந்தியும் செல்வமும் ஆளுக்கொரு கைபிடித்து அப்பாவைக் கூட்டிச் சென்று படுக்க வைப்பதைக் கண்டதும் தீபா பயந்து போய் அக்காவின் பின்னால் ஒண்டிக் கொண்டாள். மனமின்றி வெளியே போன செல்வம் பல தடவை உதைத்துக் கிளப்ப முயன்று முடியாமல் மற்றொரு முறை வசந்தியைப் பார்க்க முடியும் என்ற நப்பாசையில் உள்ளே பார்த்துக் குரல் கொடுத்தான். அவள் தீபாவை அனுப்பினாள். சற்றுமுன் வசந்தியின் ஒரு பார்வைக்காக அவன் விஸ்வத்தைப் புரட்டுவதும் பாயை இழுத்துச் சரி செய்யும் பாவனையிலுமாக நின்றான். அவள் முகத்தைத் தூக்கவேயில்லை. பட்டறையில் பைக்கைக் கிளப்பி நின்றிருந்த வேறொருவனை விலக்கிவிட்டு அவளுக்காகத் தான் செல்வம் வந்திருந்தான். தலையிலும் கை கால்களிலும் படிந்திருந்த பட்டறையின் புழுதியைக் கண்டு முகத்தைத் திருப்பிக் கொண்டாள். அவனை ஒரே தடவை தான் பேண்ட் சட்டையில் பார்த்திருக்கிறாள். பிறகெல்லாம் பட்டறைகளுக்கேயுரிய அழுக்கேறிய கைலியும் பழைய சட்டையுமாகத் தான் இருந்திருக்கிறான். அவன் ஆனந்தனுக்குத் தூரத்து உறவுக்கார பையன் என அம்மா ஒரு தடவை சொல்லியிருக்கிறாள்.

அம்மாவிடம் அவனைக் குறித்துச் சொல்லுந்தோறும் கேளாதவள் போல வேறொன்றை நோக்கிப் பேச்சைத் திருப்பி விடுவாள். பள்ளிச் சீருடையை மாற்றாமல் அம்மாவுக்காகவும் அக்காவைக் காணவும் மாலையிலிருந்து காத்திருந்த தீபா அந்த உடை முழுக்க சேற்றுநீர் தெறிக்க வண்டியைத் தள்ளியபடியே பாதித் தெரு வரை ஓடினாள். வறட்டு இருமல் போன்ற சத்தத்துடன் கிளம்பிப் புகையைக் கக்கியபடியே சென்றது. வசந்தி அப்பாவின் உளறல்களையும் சவால்களையும் கடந்து சென்று ஜன்னல்களைக் காற்றுக்குத் திறந்துவிட்டுப் படுத்துக்

கொண்டாள். கைலாசத்துடன் புரண்டு சண்டையிட்ட பின் அவர் இரவில் வீட்டிற்கு வரத் தவறுவதேயில்லை. அவளுக்கு இவையெல்லாம் மரத்து விட்டிருந்தன. கைலாசத்தை அச்சத்துடன் நினைத்தபடியே மனமின்றி அக்கா, அம்மாவுடன் சென்றிருக்கிறாள். அவளுடைய பொருட்களை எந்தப் பிரச்சனையுமின்றி எடுத்து வந்து கொண்டிருப்பார்கள். அவனைச் சபித்து நெட்டை முறித்தபடியே முத்துக்குமாரைச் சிரிப்புடன் எண்ணிக்கொண்டாள். முத்து, கைலாசம் போல இல்லை. பெயரை நினைத்ததுமே அவன் முகம் மனதிற்குள் வந்து நின்றது. வெட்கத்துடன் அவனை உள்ளே இழுத்துப் போர்வையைத் தன்னோடு சேர்த்துப் போர்த்திக்கொண்டு முத்துவுக்கு மட்டும் கேட்கும் குரலில் மெல்லச் சிரித்தாள். போர்வைக்கு மேல் ரீங்காரமிட்டுச் சுற்றி வந்த கொசுக்களை விரட்ட சுருளைப் பற்ற வைக்க தீபாவைக் கூப்பிட்டபடியே எழுந்தமர்ந்தாள். அவளைக் காணாமல் வெளியே வந்த போது, தீபா நடுத்தெருவில் நின்று அந்தக் கோவிலில் இருளில் அசையும் இரண்டு உருவங்களை உற்றுப் பார்த்தபடியே நிற்பதைக் கண்டாள்.

2

அவசரமாக வீட்டை விட்டு வெளியே வந்த வசந்தி, திலகாவுக்காக வெளியே காத்திருந்தாள். அம்மாவின் தூரத்துச் சொந்தமான கதிரேசண்ணன் வந்து வாசலில் வண்டியை நிறுத்தினார். திலகா செருப்பைப் போடும் சாக்கில் அவர் கக்கத்திலிருந்த சிறிய லெதர் பையைப் பார்ப்பதைக் கண்டதும் சிரித்தபடியே தொட்டுக் காட்டி "பையன் உள்ளார தான் இருக்கான்" என்றார். வசந்தி அந்தப் பையைப் பிடுங்கித் திறந்து எட்டிப்பார்த்து விட்டுத் திலகாவைப் பார்த்து உதட்டைப் பிதுக்கினாள். அவர் கோபத்துடன் பட்டென வீட்டிற்குள் சென்று விட்டார். தெருமுனையில் சுந்தரியின் கையசைப்பு வேகமாக இருப்பதைக் கண்டு பஸ் வந்து கொண்டிருக்கக்கூடும் என யூகித்து ஓட்டத்திற்கும் நடைக்கும் இடைப்பட்ட வேகத்தில் கால்களை எட்டிப் போட்டனர்.

கதிரேசன் அந்தப் பையிலிருந்த மூன்று ஜாதகங்களை இந்திராணியிடம் தந்ததும் பொருத்தம் பார்க்க நூறு ரூபாய் வேண்டுமே என அவளுக்குத் திக்கென்றது. அவனை வறண்ட கண்களால் பார்த்து

"நல்லாப் பொருந்தற மாரி ஏதாவதொண்ணைக் கொடு..." என்றாள்.

அவன் கண்ணை நிமிர்த்தி வெடுக்கென அவற்றில் ஒன்றை உருவித் தந்து குரலில் வெப்பம் தெறிக்க

“இதயும் ஏதாச்சி நொட்டை சொல்லி தட்டிவுட்றாத... புள்ளைக்கு எத்தனை வயசாகுன்னு நெனைப்பிருக்கா..? இல்ல கட்டிக் குடுத்துட்டா புள்ள சம்பாத்திக்கறது கையவுட்டுப் போயிடும்னு நெனச்சுக்கிட்டு இருக்கியா... ஓபனா சொல்லிப்போடு” என இறைந்தான்.

மாற்றமில்லாத அதே குரலில் “விஷயந்தெரிஞ்சவனே ஏதோ தெருவுல போறவன் வர்றவன் மாரி பேசுனா இனி பிறத்தியாரை நொந்து யென்ன பண்றது?” என முகத்தைத் திருப்பிக்கொண்டாள்.

குரல் தணிந்தவனாக “அங்கியும் இங்கயும் லோல்பட்டு அலஞ்சு கொண்டுட்டு வந்தா... ஒண்ணக் கொடு ஒண்ணேகாலைக் குடுன்னா கோபம் வருமா... வராதா..? வெளீல போய்ப் பாரு... ஒரு நடை வந்துட்டுப் போனா முந்நூறு ரூபா தரோணும்... தெரியுமா..?” என நீட்டி முழக்கினான்.

அவள் கேட்காதவள் போல உள்ளே போய் ரேஷனுக்கு வைத்திருந்த ஐம்பது ரூபாயை எடுத்து வந்து தந்து “சாப்புட்டுட்டுப் போ...” என்றாள்.

அவன் இளக்காரமாகப் பார்த்து “இதெல்லாம் என்னாத்துக்குப் பத்தும்னு நெனைக்கற..? எந்தலையெழுத்து...” எனச் சலிப்புடன் வாங்கி நோட்டை விரித்து ஓட்டை, ஒட்டு எதுவுமில்லை என உறுதிசெய்த பின் “பாத்துட்டுச் சொல்லு” என சலித்தபடியே போனான்.

உள்ளே வந்து பெயரையும் ஊரையும் பார்த்ததுமே வேறொருவரின் வழியாக ஏற்கனவே வந்து திகையாமல் போன ஜாதகம் எனத் தெரிந்துவிட்டது. அவனைப்பிடிக்க வெளியே வருவதற்குள் வண்டி பாதித் தெருவைத் தாண்டி விட்டிருந்ததைக் கண்டாள்.

இந்த ஜாதகக்காரனின் வீட்டார் கேட்ட பத்து பவுனைப் பேசிச் சரிகட்டியதும் எட்டுக்கு வந்து நின்றார்கள். அவளிடம் மூன்று தான் இருந்தது. நான்கு பவுனுக்கான பணத்தையேனும் திரட்டிவிட வேண்டும் என இந்திராணி பசி கொண்ட விலங்கு போல மூர்க்கமாக அலைந்தாள். இவளுக்குப் பின் வசந்திக்குப் பார்த்து முடிக்க வேண்டும். இரவும் பகலும் அவளுக்கு இதே யோசனை தான். தூக்கமே வருவதில்லை. திலகாவிடம் சொல்லி கம்பெனியில் கேட்கச் சொன்னாள். வசந்தியின் நகைச்சீட்டைக் கணக்கிட்டுப் பார்த்தும் போதவில்லை. திலகாவுக்கு இது உறுதியாகிவிடும் என்ற நம்பிக்கை துளிர்விட்டது. அவன் பெயரையெல்லாம் கேட்டுத் தெரிந்து வைத்திருந்தாள். சுந்தரி அதைச் சொல்லிச் சீண்டும் போது செல்லமாக அவளை அடித்தாள்.

பராரி போல அலைந்து உறவினர் தெரிந்தவர் வீடுகளுக்குச் சென்று ஏதுமின்றி பித்துப் பிடித்தவள் போல அம்மா வருவதைப் பார்த்ததும் தான் திலகாவுக்கு உண்மை உறைத்தது. குளிக்கும்போது ஒருவருக்கும் தெரியாமல் அழுதுவிட்டு வந்து எதுவும் உண்ணாமல் கிளம்பி நடக்கையில் மீண்டும் குமுறி வந்த அழுகையைக் கட்டுப் படுத்த வசந்தியின் கையை இறுக்கமாகப் பற்றிக்கொண்டாள்.

3

கம்பெனிக்குள் நுழைய வேண்டிய நேரம் கடந்து விட்டிருந்ததால் ஓட வேண்டியிருந்தது. வசந்தியை வழியிலேயே அவள் கம்பெனி பையன் வண்டியை நிறுத்தி ஏற்றிக்கொண்டான். இன்னொரு ஆளின் பைக்கைத் திலகாவுக்காக நிறுத்தியபோது தலையாட்டி மறுத்துவிட்டு வேகமாக நடந்தாள்.

திலகா படியேறிக் கம்பெனிக்குள் செல்வதைக் கண்டதும் மணிகண்டன் அவசர அவசரமாகத் தலைமுடியை ஒதுக்கி சிரித்தபடி பின்னாலேயே போனான். வசந்தி போல தன்னால் பிறரிடம் சகஜமாகப் பழக முடியாமல் ஏன் இவ்வளவு சங்கோஜம் என நொந்தபடி செக்கிங் டேபிளுக்குச் சென்றாள். திலகா இந்த ஆறு வருடத்தில் இரண்டு கம்பெனிகள் மட்டுமே மாறி அதே செக்கிங் செக்‌ஷனில்தான் நின்றுகொண்டிருக்கிறாள். மூன்றே வருடத்தில் வசந்தி மாறிய கம்பெனிகளை ஒரு தடவை கேட்ட போது அவளாலேயே சொல்ல முடியாமல் திணறினாள். இரண்டாம் வருடத்திலேயே சிங்கர் டெய்லரும் ஆகிவிட்டாள். ஆனால் கடைசியாக வேலை பார்க்கும் கம்பெனிக்கு நான்கு மாதங்களுக்கு மேல் போய்க்கொண்டிருக்கிறாள். அவன் பெயரைக் கண்மூடி ஞாபகத்திற்குள்ளிருந்து துழாவினாள். நேற்று தன்னிடம் மழுப்பலான தொனியில் அவனைப் பற்றி பாதி சொல்வதற்குள் அம்மா வந்து விட்டிருந்தாள். தன்னைப் போல வசந்தி பெண்பார்க்கும் படலத்திற்கென அலங்கரித்துக் கொண்டு வந்து நின்று வணங்கி பிறகு அவர்களின் பதிலுக்காகக் காத்திருக்கத் தேவையிருக்காது என நினைத்துக்கொண்டாள்.

பெரிய குரலில் அறை அதிர அதிர பேசுவதையும் சிறிய பிரச்சனைக்குக் கூட முகஞ்சுளிக்கும் கெட்ட வார்த்தைகளைச் சொல்லித் திட்டுவதையும் கேட்ட பிறகு மணியுடன் பேசுவதற்குத் தயங்கினாள். கம்பெனியில் இது போன்ற வசவுகள் காற்று போல சகல இடங்களிலும் உலவிக்கொண்டிருக்கும். திலகா காதில் விழாதது போன்ற பாவனையுடன் மும்முரமாக வேலை பார்ப்பாள். கட்டிங் மாஸ்டர்களுக்கே உண்டான காய்ப்பேறிய விரல்களால் அவன் டேபிளில் தாளமிட்டுத் தான் நிற்பதை அவளுக்குச் சொல்லும் போதும் அவள் நிமிர்வதில்லை.

சுந்தரி குடித்த டீ தம்ளர்களை ஓரமாக வைத்த பின் செக்கிங் டேபிளில் லைட்டைப் போட்டுப் பீஸை விரித்தபடி நின்றிருந்த திலகாவிடம் 'என்ன பதில்னு கேக்கச் சொல்றான். பக்கத்துல வந்தாவே விலகி ஓடீற்றயாம்...' என அருகில் வந்து நின்று முகத்தைப் பார்த்தாள். 'கடிச்சு திங்கமாட்டாங்கெடு' எனத் தோளை இடித்தபோதும் கேட்காதவள் போலச் சிறிய ஓட்டை கொண்ட பீஸைக் குறியிட்டுக் கீழே தள்ளிவிட்டபின் சுந்தரியை உற்றுப் பார்த்தபடியே அடுத்த கட்டுகளில் ஒன்றை உருவிப் பிரித்துப் போட்டுப் பார்க்கத் தொடங்கினாள். அவள் விலகிச் சென்றாள். கைக்குழந்தையோடு அல்லாடுபவளை விட்டுவிடக்கூடாதென நினைத்தே பழகிக்கொண்டிருக்கிறாள். சுந்தரியை வளைக்க கம்பெனிக்குள் மூன்று நான்கு பேர் சுற்றி வருவது பலருக்கும் தெரியும். அவளும் மூவரிடமும் ஈடுகொடுத்துப் பேசுவாள். சுந்தரியின் சிரிப்புச் சத்தம் தைக்கும் இடத்திலிருந்து கேட்டது. திலகா பெருமூச்சுடன் நிமிர்ந்து ஒரு கணநேர தயக்கத்துக்குப் பின் அடுத்த கட்டைப் பிரித்து டேபிள் மேல் போட்டுக்கொண்டாள்.

பண்டிகைக்காலங்களில் மட்டும் கூட்டம் முண்டும் சிறிய ஜவுளிக்கடையில், பிற நாட்களின் பகல்நேரத்துச் சொற்ப வாடிக்கையாளர்களுக்குப் புடவை விரித்துக் காட்டி மடித்து வைக்கும் வேலைக்குச் சென்றுகொண்டிருந்த சுந்தரியைத் திலகா தான் கம்பெனிப் பக்கமாகக் கூட்டி வந்தவள். பயந்த முகத்தோடு கண்ணெடுக்கும் தூரத்துக்கு நிற்கும் மிஷின்களிலிருந்து எழும் இரைச்சல்களைக் கேட்டு இமை கொட்ட மறந்து நின்ற சுந்தரி, அடுத்த ஆறாவது மாதத்தில் சிங்கர் டெய்லர் பையன் ஒருவனைக் கட்டிக்கொண்டாள். அடுத்த சில வருடங்களிலேயே அவளது இரண்டு வயது குழந்தையை அம்மாவிடம் விட்டுவிட்டு மறுபடியும் வேலைக்குத் திரும்பும்படி ஆகிவிட்டது.

அவன் தனியாகக் கான்ட்ராக்ட் எடுத்துச் செய்யும் இடத்தில் வேறு பெண்ணுடன் பழக்கம் உண்டாகி அவளுடன் சென்றுவிட்டான். சுந்தரி அந்தப் பெண்ணின் வீட்டு முன் நின்ற போது ஏற்கனவே அவளுக்கிருந்த குழந்தைகளில் ஒன்று அவன் சட்டையைப் போட்டபடி வாசலில் நிற்பதைக் கண்டாள். அவன் செருப்பு வெளியே கிடந்ததைக் கண்டதும் சுந்தரியின் குரல் உயர்ந்தது. அந்தக் கத்தலுக்குப் பதிலே இல்லாமல் போனதும்

"தேவிடியா பின்னால ஏன்டா ஒளிஞ்க்கிட்டுக் கிடக்கற... தொண்டு நாயி" என வீட்டின் வெளிச்சுவர் அதிர சத்தமிட்டாள்.

"வப்பானோளிமுண்ட..! யாரத்தேவிடியாங்கற... பிஞ்சு போயிரும் ..." என்றபடியே அவள் வெளியே வந்தாள். அதற்குள் சிறு கூட்டம் கூடிவிட்டிருந்தது.

“குடியெக் கெடுத்த முண்ட . . . ஊர் மேயறவனை உன் இதுக்குள்ள கொண்டு போய் வைச்சிருக்கறயா ?” எனக் கத்திய சுந்தரி அவள் உருவத்தை அளந்து உள்நோக்கி கழுத்தை நீட்டி “அட . . . எருமைநக்கி நாயி . . . வாடா வெளியிலே” எனக் கூப்பாடு போட்டாள்.

அவள் சுந்தரியின் அருகே வந்து சேலையைத் தூக்கிக் காட்டி உதறி “பாத்துட்டீயல்லோ ... மூடீட்டு எடத்தக் காலி பண்ணு ... நின்னைனா அறுத்துக் கைல கொடுத்துருவேன் ...” என்றாள்.

சுந்தரி அறுக்கப்பட்ட ஆடு போல உள்ளே துடித்தாள். துடைக்கத் துடைக்க வழியும் கண்ணீரோடு

“இந்த மாரி பொம்பளையோடவா குடித்தனம் பண்ற . . . த்தூ . . . எச்சக்கல . . . ஓம் மேலெல்லாம் புழுத்துச் சாவ ...” எனத் தூற்றி விட்டுக் காய்ந்த கன்னத்துடன் திரும்பினாள். சுந்தரி அந்த ஞாயிற்றுக்கிழமை நேராக திலகாவைப் பார்க்க வந்து இறுகிய முகத்துடன் இதைச் சொன்னாள். அவளுக்குச் சோறு போட்டு வைத்து மாலை வரை பேசிச் சமாதானம் சொல்லி அனுப்பி வைத்த பின் ஆண்களைக் கண்டால் திலகா முன்னை விடவும் விலகிச் சென்றாள்.

4

மறதியாலோ அலட்சியத்தாலோ கவனிக்காமல் விட்டிருந்தது இந்திராணிக்குத் தாமதமாகத் தான் உறைத்தது. வசந்தி மாதத்தின் மூன்று நாள் அவதிக்குத் துணி கேட்டபோது பகீரென்றது. அவசரமாகக் கிழித்து முகம் பார்க்காமல் கொடுத்து விட்டு உள்ளே சென்ற சில நிமிடங்களுக்குப்பின் கண்களில் மிரட்சியும் அவமானமுமாக சீரக டப்பாவைக் கிளறிப் பணத்தை எடுத்துக் கொண்டு முதுகு தேய்க்க வசந்தி அழைக்கும் சத்தம் கூட காதில் விழாமல் உதடு நடுங்க அவர்களுக்குப் போட்டு அனுப்ப ஆறவைத்த சோற்றை வேகமாகத் தாண்டிச் சென்றாள். விஷயம் உறுதி எனத் தெரிந்ததும் கலைத்துவிடச் சொல்லி மன்றாடினாள். திட்டித் திருப்பி அனுப்பினர். என்ன செய்வதெனத் தெரியாமல் ஆஸ்பத்திரியின் உள்ளே போவதும் வெளியே வருவதுமாக இருந்தாள். சுற்றிலுமிருப்பவைகள் அணைந்து போக தான் மட்டும் நடந்துகொண்டிருக்கிறோம் என்ற நினைப்பில் தனக்குள்ளாகப் பேசியபடி போய்க்கொண்டிருந்தாள்.

அந்தப் பகல்பொழுதாகத் தான் இருக்க வேண்டும். போதையோடு அவளை இழுத்துச் சாய்த்த விஸ்வத்தின் பிடியை விலக்க போதிய பலம் இருக்கவில்லை. பட்டறைக்கு நீண்ட நாள் கழித்து வந்திருந்த பழைய ஆள் ஒருவன் விஸ்வத்தை கள்

குடிக்கக் கூட்டிப் போனான். அவன் பேசிய ஏதோவொன்றால் உசுப்பப்பட்டு நேராக வீட்டுக்குப் போய்க் கதவைத் தட்டினார்.

அன்று அமைதியாகச் சிறு எதிர்ப்பிற்குப் பின் நெகிழ்ந்து கொடுத்தது நினைவில் எழுந்தது. குளித்து வந்ததும் அதே படுக்கையில் வேட்டி விலகக் குறட்டையிட்டுக் கொண்டிருந்த விஸ்வத்தை எழுப்பிச் சோறிட்டாள். அவளுக்குத் துளியும் மிச்சம் வைக்காமல் அவரே தின்று அப்படியே பின்னால் சாய்ந்து மீண்டும் தூங்கிப் போனார். சுற்றி வந்தமர்ந்த கொசுக்களை விரட்டி விட்டு விலகிக் கிடந்த வேட்டியை வெட்கத்துடன் சரிசெய்து போர்த்திவிட்டாள்.

தன்னை நினைத்து இந்திராணி வெறுத்துத் துப்பினாள். தெருவுக்குள் நுழைந்ததும் அதை நினைக்கக்கூடாதென்பது போல சேலைத் தலைப்பில் முகத்தை அழுந்தத் துடைத்தாள். தெருவில் நின்றிருக்கும் ஆட்களைக் கவனிக்காதவள் போல அவளுக்குத் தண்ணீர் பிடிக்க லைன் வந்து விட்டதைச் சொல்லிக் கூப்பிட்டதைக் கேட்டு நீர் பிடிக்காமல் வெறுங்குடத்தைத் தூக்கிச் செல்வதை வியப்பு அகலாத கண்களுடன் பிறர் பார்ப்பதைக் கண்டுகொள்ளாமல் உள்ளே வந்து தாழிட்டதும் கண்களை மூடி ஆசுவாசமாக மூச்சு விட்டாள்.

வேலை முடிந்து சோர்ந்த முகத்துடன் அசதியாக வந்த திலகாவைப் பார்த்ததும் தீயை மிதித்தவள் போல ஆனாள். அவள் உடைமாற்றும் முன்பே,

"எங்கெங்கையோ சுத்தீட்டு வந்துட்டு எப்படி மாடு மாரித் தூங்குதுன்னு பாரு. எலவு..! இதையெல்லாம் வூட்டுக்குள்ளயே வுடக்கூடாது... த்தூ..." என வெறுப்புடன் பேசியபடியே போய் அவர் விழித்துவிடக்கூடாதே எனப் பதைபதைப்பில் ஓரக்கண்ணால் பார்த்தாள்.

சமாதானம் கூறும் குரல்களின் அடியில் ஒளிந்திருக்கும் கேலியை எப்படிச் செரித்துக் கொள்வதென்ற யோசனையுடன் அமர்ந்திருந் தாள். அழுகையும் ஆத்திரமும் மாறி மாறி வந்துபோயின. பல நூறு விதங்களில் தன் மகள்களிடம் இதைச் சொல்வது போலவும் அவர்கள் நடந்துகொள்ளச் சாத்தியமான முறைகளையும் ஒத்திகை பார்த்தபடியே இருந்தாள். ஆனால் அவர்களின் முகத்தைப் பார்க்க நேரும் அந்த ஒற்றைத் தருணத்திற்குத் தெய்வங்களைத் துணைக்கழைத்துக் கொண்டிருந்தாள்.

5

இருண்ட வீட்டினுள் நுழைந்து விளக்கிட்டதும் வெறுந்தரையில் கையைத் தலைக்கு அண்டக்கொடுத்து

சுருண்டு படுத்திருக்கும் அம்மாவை வசந்தி பதறியபடியே எழுப்பினாள். திலகா அவள் கழுத்தையும் நெற்றியையும் தொட்டுப் பார்த்தபின் தொங்கிக் கிடந்த தலையை நிமிர்த்தினாள். அக்கறையற்றவளாக அம்மா முதுகைக் காட்டியபடி சுருண்டு கொண்டாள். அவர்களாகவே சோறிட்டுப் பாத்திரத்தைக் கவிழ்த்தபோது விஷயத்தைச் சொல்லும் தெம்பின்றி மகள்களின் பையைத் திறந்து டிபன்பாக்ஸ்களை விளக்கி வைத்துவிட்டு ஒரு சொம்பு நீரை வாயெடுக்காமல் குடித்துப் படுத்துக்கொண்டாள். பத்து மணிக்குக் கதவு தட்டப்பட்ட போது சர்ப்பம் போலச் சீறி எழுந்து 'அவன உள்ள விடாதே... அப்படியே தொரத்தி வுடு' என ஆங்காரமாகக் கத்தினாள். விஸ்வத்திற்குப் பதிலாக வெளியே க்ளினிக்கிலிருந்து வந்த பெண் நின்றுகொண்டிருந்தாள்.

"மறந்து போய் பணங்கொடுக்காம வந்துட்டீங்கக்கா ... இப்ப தான் ஷிப்ட் முடிஞ்சுதா ... அதான் வாங்கீட்டுப் போலாம்னு வந்தேன் ..." என வசந்தியைப் பார்த்துச் சிரித்தபடியே இந்திராணியிடம் சொன்னாள். வசந்தியோடு படித்தவள் அவள். அம்மா உறைந்து செய்வதறியாது நிற்பது வினோதமாக திலகாவுக்குத் தோன்றியது.

வந்த பெண்ணை வெளியே கூட்டிப்போய் நிறுத்தி பேசியபிறகு திரும்பிய வசந்தி சற்று முன் இந்திராணி துலக்கி வைத்த பாத்திரத்தைச் சுவரோடு வீசி அடித்தாள். அவள் காலடியில் விழுந்தது. எட்டி உதைத்ததும் எகிறி விழுந்து உருண்டு அடங்கியது. திலகா அவள் பின்னாலேயே போய் "யென்னடீ ... யென்னனு சொல்லீட்டுக் குதி ..." என்றதும் "ரெண்டு பேரும் கௌவி ஆகுறவரைக்கும் சம்பாரிச்சுப் போடலாம். புதுப்பொண்ணும் மாப்பிள்ளையும் ஹூட்டி அடிக்கெட்டும் ..." என மூச்சு வாங்கினாள். "ரெட்டக் கொழந்தையா பெத்துப் போடு ... ஆளுக்கொண்ணை வளத்துறோம் ..." எனச் சொல்லச் சொல்ல சுவரில் தொங்கிய கண்ணாடியில் திலகாவின் பிம்பத்தைக் கண்டு வசந்திக்கு அழுகை முட்டியது. சென்ற வாரம் தான் திலகாவுக்குப் பொருத்தற்கென முதல் ஜாதகம் வந்திருந்தது. மேலும் மூர்க்கமாகி

"அதைச் சாப்பிடுறேன் ... இதைச் சாப்பிடுறேன் ... தொங்கறேன்னு ஏதாவது ட்ராமாக்கீது போட்டீன்னா ..." எனச் சிவந்திருந்த கண்களை மேலும் பெரிதாக்கி மிரட்டியபிறகு வசந்தி எதுவும் பேசாமல் போர்வையை முகத்துக்கும் இழுத்து விட்டு படுத்துக்கொண்டாள். சில நாட்களிலேயே செய்தி அறிந்து சிரிப்போடு கூடிய அறிவுரைகளை இருவர் காதுக்கும் கேட்கும்படி சுற்றியிருந்தோரால் சொல்லப்பட்டது. இந்திராணி

வெளியிலேயே வரவில்லை. திலகாவின் கோபமனைத்தும் அம்மா அவள் காலில் விழுந்து கதறி அழுததும் காணாமல் போயிற்று.

விஷயம் கேள்விப்பட்டு வந்து வெளியே நின்று கத்திப் பேசிய கதிரேசண்ணன் "இதென்னடா கூத்தா இருக்கு! வளைகாப்பு எப்போ..? அரைக்கிழவி ஆன புள்ளைக வெடச்சுக்கிட்டு நிக்கும் போது கெரகம். இதெல்லாம் ஒரு பொழப்பு..! ச்சீய்..?" எனப் பலருக்கும் கேட்கும்படி சத்தமிட்டுக் கொண்டிருந்தான்.

"அப்படித்தான்... மூடீட்டு போ..." என வசந்தியின் பதிலைக் கேட்டு அவனை விடவும் இந்திராணி தான் ஆச்சரியத்துடன் கண் விரிய நின்றாள். அப்பாவை வீட்டுப்பக்கமே வரக்கூடாது என பட்டறை ஆட்களிடம் வசந்தி சொல்லி அனுப்பினாள். மகள்கள் இல்லாத பகல்வேளையில் பார்க்க வந்திருந்த இந்திராணியின் உறவுக்காரியொருத்தி

"இதுவாவது பையனாப் பொறந்து வுழுந்துகிடக்கிற குடும்பத்தைத் தூக்கி நிறுத்தப் போகுதோ என்னவோ... அது தான் அந்த ஆண்டவன் இத்தன வருசங்கலிச்சு இப்படியொன்னை பண்ணியிருக்கறானோ..." என விரலிடுக்கிலிருந்த சுண்ணாம்பை வெற்றிலை மேல் தேய்த்தபடியே அவளைப் பார்த்தாள்.

இந்திராணியின் மனதிற்குள் இருந்ததைப் படித்துச் சொன்னது போல இருந்தது. க்ளினிக்கிலிருந்து எங்காவது ஓழிந்து போய் விடலாம் என அலைந்த போது சட்டெனத் தோன்றிய இந்த எண்ணம் தான் அவளை வீட்டிற்கு இழுத்து வந்திருந்தது. இருவரிடமும் ஏச்சும் பேச்சும் பெற்று வாங்கித் தின்று கிடப்பதை மகன் வந்து மாற்றுவான் என எண்ணுமளவிற்குக் கற்பனையை வளர்த்திருந்தாள். உள்ளே உறங்கிக் கொண்டிருக்கும் மகனைப் பேணுவதற்கு அவர்களுக்குத் தெரியாமல் கடன் வாங்கினாள். தன் ஜாதகப்படி மகன் பிறந்தால் மீண்டு விடுவேன், யோகம் தொடங்கிவிடும் என விஸ்வம் குடியில் உளறிக் கூக்குரலிட்டுச் சிரித்ததாக இந்திராணிக்குத் தெரிய வந்தது. காட்டிக் கொள்ள முடியாத சந்தோஷம் அவள் கண்களில் வெளிப்பட்டு மறைந்தது. பல நாட்கள் தொடர்ச்சியாக வசந்தி இந்திராணியிடம் கடுமையாக நடந்துகொண்ட போது திலகா அவளைக் கூட்டிப்போய் அம்மா இல்லாதிருந்தால் என்னவாகியிருப்போம் எனக் கம்மிய குரலில் கேட்டாள். பிறகு வசந்தியிடம் எந்த எதிர்ப்பேச்சும் எழவில்லை. அவர்களிருவரும் வீட்டிலிருந்த ஞாயிற்றுக்கிழமை "எஞ் சாமி..." என திலகாவை அழைத்தபடியே அப்பா சாராயவாடையுடன் நுழைவதைக் கண்டு வசந்தி ஒன்றும் சொல்லாமல் அலுமினியப் பக்கெட்டில் ஊறப்போட்டிருந்த அந்த வாரத்துத் துணிகளை ஒருபக்கமாகச் சாய்ந்து தூக்கியபடி துவைக்க எடுத்துப்போனாள்.

அம்மா வலியெடுத்த பின்பும் ஆஸ்பத்திரிக்கு வர மறுத்துப் பிடிவாதத்துடன் ஆர்ப்பாட்டம் செய்வதைக் கண்டு ஏனென்று புரியாமல் வசந்தி பேதலித்த முகத்துடன் ஓடினாள். சமிக்ஞைகள் எதுவும் இந்திராணிக்கு நம்பிக்கையை அளித்திருக்கவில்லை. அவள் வயிறு வழக்கத்துக்கும் அதிகமாகவே மேடிட்டிருந்தது. அது பெண் குழந்தை என்பதற்கான அறிகுறியெனப் பார்க்க வந்திருந்தவர்களில் ஒருத்தி சொல்லிவிட்டுப் போனாள். டாக்டரிடம் கேட்டு அது பொய் என அறிந்ததும் மனதின் வேறொரு பகுதி அது உண்மையாக இருந்து விட்டால் என்ன செய்வது? எனக் குழப்பி விட்டிருந்தது. குறித்த நாளுக்கும் அதிகமாக நாள் கடந்த போதும் வலியேதுமின்றி வெறித்து அமர்ந்திருந்தாள். திலகாவும் வசந்தியும் குறித்த நாளுக்குப் பின்னர் பிறந்தவர்கள். எனவே ஒரு வேளை அந்த அம்மா சொன்னது உண்மையாக இருக்குமோ என அஞ்சிப் பதட்டமடைந்தாள். கனக்கும் இரு சுமைகளைத் தாங்க முடியாமல் தள்ளாடுகையில் மேலுமொன்றா எனத் திகைத்து விட்டாள்.

நெஞ்சு விரிய கேவி அழுவதைக் கண்டு திலகா அம்மாவைத் தன் மடியில் போட்டுத் தலையைக் கோதித் துடைத்தபடி எதற்கழுகிறாள் எனத் தெரியாமல் முகத்தில் படர்ந்திருந்த வியர்வையைத் துடைத்து விசிறி விட்டாள். அப்படியே இறந்து போய்விட்டால் என்ற எண்ணம் எழுந்ததுமே இந்திராணி நிம்மதியாகக் கண்களைத் திறந்தாள். கையைப் பற்றி இழுத்த போதும் வலியால் துடித்தபடியே வர முரண்டு பிடித்தாள்.

வசந்தி மருத்துவச்சியைக் கூட்டி வருகையில் வீட்டின் முன் ஆட்கள் கூடி நிற்பதைக் கண்டு அவளை விட்டுவிட்டு வேகமாக முன்னே சென்றாள். இந்திராணி வாசல்படியைத் தாண்டும் முன்பே பிறந்து விட்டிருந்த குழந்தையை ஏந்தியவாறு திலகா சிரிப்பும் கண்களை மறைத்த நீருமாக நிற்பதைப் பார்த்தாள். வசந்தி குனிவதைக் கண்டு 'தங்கச்சி பொறந்திருக்கா...' என்ற குரல் வெளியேயிருந்து கேட்டது. பின் அது நீண்ட சிரிப்பாக மாறியது. மருத்துவச்சித் தொப்புளை வெட்டிச் சுத்தம் செய்து கிளம்பும்வரை அம்மா ஏன் வராமல் முரண்டுபிடித்தழுதாள் எனத் திலகா தன்னுள் கேட்டுக்கொண்டிருந்தாள். அவள் கிளம்பும்போது கண் விழித்துக் கிடந்த அம்மாவின் வாடிய முகத்தைப் பார்த்து "கண்டவனோட படுத்தா பெத்திருக்கற... கட்டுன புருஷங்கூடத்தானே... பின்னயெதுக்கு கூலுகூலுன்னு அழுதுக்கிட்டிருக்கற... ச்சீ... வாய மூடு..." என அதட்டியபிறகு அடங்கினாள். பிறந்த குழந்தையை முகஞ் சுளுக்கி ஒதுக்கிய அம்மாவைக் கடிந்து வழிக்குக் கொண்டு வந்ததும் அதற்குப் பெயர் இட்டதும் திலகா தான். அவள் தான்

கே.என். செந்தில்

பலமாதங்கள் காபந்து செய்தாள். அவள் சிறிது வளர்ந்த பின் திலகாவின் வருகைக்காக வாசலில் அமர்ந்து ஓயாமல் எட்டிப் பார்த்துவிட்டு வந்து அம்மாவிடம் சொல்வது வழக்கமாயிற்று. மூத்த இருவரை விடவும் தீபா அழகுடன் இருப்பதைக் கண்டு அவர்கள் இல்லாதபோது இந்திராணி ஓயாமல் முத்துவாள். கிழவியின் நெற்றிப்பொட்டு போல அகலமான கருஞ்சாந்தைத் திருஷ்டிக்குக் கன்னத்தில் வைத்த பின்பே வெளியே எடுத்து வருவாள். தீபாவுடன் விளையாடும் மூத்த மகள்களைக் கண்டு இந்திராணி பொய்யாகக் குழந்தையை அதட்டுவாள். மூவரையும் வட்டமிட்டு அமரச்செய்து வரிசையாக தீபா முத்தியபடியே இருந்ததைக் கண்டு இந்தச் சிரிப்புச் சத்தமும் சந்தோஷமும் அப்படியே நிலைத்து இங்கேயே தங்கிவிடக்கூடாதா என அவளுக்குத் தோன்றும். ஒவ்வொருவரையும் போல அவள் நடித்துக் காட்டுவாள். அடிக்கத் துரத்துவார்கள். அகப்பட்டதுமே அவர்களுக்கு முத்தம் தந்து சரிசெய்வதை உணர்ந்து இருவரும் பூரிப்புடன் முன்னிலும் வேகமாக அவளைத் துரத்துவார்கள்.

6

கைலாசம் நிற்கும் இடங்களிலெல்லாம் சிரிப்பொலி கேட்கும். அவ்வப்போது ஏறிட்டுப் பார்ப்பாள். அவன் தலை தூக்கியதுமே திலகா வேகமாக நகர்ந்துவிடுவாள். உள்ளூர அவனைப் பிடித்தானிருந்தது. சுந்தரி வந்து மீண்டும் ஒரு தடவை கேட்ட போதும் தட்டிக் கழித்து விட்டிருந்தாள். தீபா பிறந்து நான்கு வருடங்கள் ஓடி விட்டிருந்தன. கன்னத்தில் வந்து விட்டிருந்த மங்கு மறைய திலகா முன்னை விடவும் கூடுதலாக மஞ்சள் பூசிக் குளிக்க வேண்டியிருந்தது. வசந்திக்கு வீட்டின் மீதிருந்த பயம் கூட இப்போது இல்லாமல் போய்விட்டது. ஒரு மதியம் திலகாவை அழைத்துப் போய் முத்துக்குமாரை அவனுக்குத் தெரியாமல் காட்டினாள். கைலாசத்தைப் பற்றி அவளிடம் சொல்லலாமா என ஒரு கணம் தோன்றியது. ஆறு மாதங்களுக்கு முன் வசந்தியின் கம்பெனியில் அயர்ன் செய்துகொண்டிருந்தவன் அவன். எந்நேரமும் மானிக்செந்தும் பான்பராக்கும் மென்று நடக்கும் வழியெங்கும் துப்பி வைப்பவனைப் பற்றி அவள் ஒரு முறை எரிச்சலுடன் சொன்னாள். இவனாகத் தான் இருக்கும். வசந்தி அவனைப் பற்றிக் குற்றங்குறையாக ஏதேனும் சொல்லி விட்டால் தாங்க முடியாதென முத்துவைப் பற்றி மட்டும் கொஞ்சமாக விசாரித்துவிட்டு வந்துவிட்டாள். திரும்பி வருகையில் கடைவாயில் அதக்கிய பாக்குடன் பேப்பரை விரித்துப் பிடித்தபடி அவளையே பார்த்துக்கொண்டு நின்றதைக் கண்டாள். மணிகண்டனைப் போல இவனும் கைநழுவிப் போய்விடுவானோ? என்ற பதற்றம் அவள் நடையில் இருந்தது.

யாரிடமோ சொல்வது போல ‘பாக்கு போடறவங்க உள்ள வரக்கூடாது’ என்றபடி திரும்பிப் பார்த்துவிட்டு வேகமாக உள்ளே போனாள். தன்னிடமா? என நம்பமுடியாதவனாக கைலாசம் அவள் பின்னாலேயே சென்றான்.

வசந்தியை முன்னே செல்லவிட்டு சில நாட்கள் கைலாசத்தோடு பேசியபடி திலகா நடந்துசெல்வாள். அவனுக்காக திலகா விடிகாலையிலேயே எழுந்து சமைத்து எடுத்து வருவாள். அம்மா காணாதவள் போல வேலைகளைப் பார்ப்பாள். கூட்டம் குறைவாகவுள்ள சினிமாவுக்கு வசந்திக்கும் சேர்த்து மூன்று டிக்கெட்டுகளோடு வந்து அழைத்தான். முறைத்த கண்களை அவனை விட்டு விலக்காமலேயே மூன்றையும் கிழிக்கப் போய் அவன் கெஞ்சலுக்குப் பின் ஒன்றை மட்டும் கசக்கி எறிந்தாள். திரையரங்கின் சிறிய வெளிச்சத்தில் அவனை அளவாக அத்துமீற அனுமதித்தாள். பின்னர் வசந்தியை அவனுடன் நடக்க அவள் விடவேயில்லை.

திலகா அரைமணி தாமதமாக வீடு திரும்புவதைக் கூட இந்திராணி கண்டுகொள்ளவில்லை. கைலாசம் அவளுடன் பேசியபடி வந்து தெருமுனையில் விட்டுச் செல்வதைப் பார்த்த பின்பும் அதைக் கேட்க பயந்தாள். அவனைப் பார்த்ததுமே இந்திராணிக்குப் பிடிக்கவில்லை. சுந்தரியிடம் திலகாவுக்குத் தெரியாமல் கேட்டுப் பார்த்தாள். வேறு பக்கம் யோசிக்கவிடாமல் அவளை மற்றொன்று தடுத்தது. திலகாவுக்கு ஜாதகங்கள் வருவது நின்று போய் இரண்டு வருடத்திற்கு மேல் ஆகிவிட்டது. திலகா மணமாகாமல் இருக்கையிலேயே வசந்தியைக் கேட்டு வந்தவர்களைப் பிறிதொரு காதுக்கு விஷயம் எட்டாதவாறு மென்மையாகப் பேசித் திருப்பி அனுப்பினாள்.

சில தினங்களுக்குப் பின் கைலாசம் வீட்டு வாசலிலேயே அவளை இறக்கி விட்டுப் போனான். மறுநாள் காலையில் ஹாரனை உரக்க ஒலிக்கவிட்டபின்னும் பதில் இல்லாததால் பைக்கில் அமர்ந்தபடியே திலகாவைப் பெயர் சொல்லி அழைத்து கண்ணாடியில் தலைமுடியைச் சரிசெய்வதை இந்திராணி பார்த்து உள்ளே அழைத்து டீ கொடுத்து சம்பிரதாயமாக விசாரித்தாள். அவன் இந்திராணிக்குப் பின்னால் நின்றுகொண்டிருந்த திலகாவையும் அவள் குனியும் போது வசந்தியையும் மாறி மாறி பார்த்தபடி பேசிக்கொண்டிருந்தான். அடுத்த வாரம் இந்திராணி, குறித்த கிழமையில் சொன்ன நேரத்திற்கு கைலாசம் கிளம்பி வந்திருந்தான். அம்மா குரலில் எவ்விதக் கெஞ்சலும் குழைவும் இன்றிப் புறப்பட்டு உள்ளே நின்றிருந்த திலகாவை கூப்பிட்டுக் கையிலிருந்த நான்கு பவுன் செயினை அவள் கழுத்தில் மாட்டிவிட்டுக் கொஞ்சம் பணத்தையும் தந்து அவனை நோக்கி

‘ஏதாச்சும் கோயிலுக்குப் போயி இவ கழுத்துல கயித்தைக் கட்டிக் கூட்டிக்கிட்டு எங்கயாச்சும் போய் பொழுச்சுக்குங்க. ரெண்டு பேத்துக்கிட்டயும் தான் தொழில் இருக்குதே . . . பெறகென்ன ... மகராசரா இருங்க...’ எனச் சொல்லச் சொல்ல அவள் குரல் தழுதழுத்தது. சேலைத் தலைப்பை எடுத்து வாயைப் பொத்திக் கொண்டாள். திலகா விடுவிடுவென வந்து அவனை இழுத்து அம்மாவின் காலில் விழ முயன்றாள். அவன் உள்ளே காயும் உள்ளாடைகளைப் பார்த்தபடி நின்றுகொண்டிருந்தான்.

கண்ணீர் உலராமல் அம்மா எடுத்து வைத்திருந்த புதுச்சேலையைக் கட்டிக்கொண்டு திலகா சென்றபிறகு பாறை போன்ற இறுக்கமான முகத்துடன் அம்மா எதுவும் நடக்காதது போலக் குடத்தைத் தூக்கிக் கொண்டு குழாயடிக்குச் சென்றாள். திரும்பி வந்த போது தீபா நோட்டுப்புத்தகங்களைப் பையினுள் அடுக்குவது கண்டு அவற்றை ஆவேசமாகப்பிடுங்கி வீசினாள். அவள் புரண்டு கால்களைத் தரையில் உதைத்தபடி அழுதாள். குச்சியை ஒடித்து வந்து அந்தக் கால்களின் மேல் வீசினாள். வசந்தி உள்ளே புகுந்து தடுத்துச் சிதறிக்கிடந்த புத்தகங்களை அடுக்கியபடியே தீபாவை அணைத்துக் கொண்டாள். அப்பாவிற்கு அத்தகவல் தாமதமாகத் தான் போய்ச் சேர்ந்தது. ஏதேனும் பட்டறைகளில் உண்டு குடித்து உறங்கிக் கிடப்பவரை அவள் கணக்கிலேயே எடுக்கவில்லை. அவர் விஷயம் அறிந்து வந்து சத்தமிட்டவாறே சுவரில் தன் தலையை மோதிக்கொண்டு விசும்பினார். இந்திராணி எதுவும் பேசாமல் தீபாவைத் தூக்கி மடியில் போட்டுக்கொண்டு திலகா போன பாதையையே வெறித்துப் பார்த்தபடி அமர்ந்தாள்.

7

குடியை மறக்கடிக்க விஸ்வத்தை மருந்து குடிக்க வெவ்வேறு ஊர்களுக்குக் கூட்டிக் கொண்டு அலைந்திருக்கிறாள். முரண்டு பிடிக்கும் அவரைச் சம்மதிக்க வைப்பதற்குள் மயங்கும் நிலைக்கு வந்துவிடுவாள். மருந்து குடித்த அந்தச் சமயங்களில் மட்டும் சில பத்து நாட்கள் காய்ந்த உதடுகளோடு எங்கும் போகாமல் வீட்டிலேயே கிடப்பார். அந்த மருந்தின் வலு ஓயந்த பிறகு நிதானமிழந்து சரியும் வரை குடித்தபடியே இருப்பார். அவரை அவராலேயே கட்டுப்படுத்த முடியாமல் போனதும் இந்திராணி வீட்டின் கதவு நீக்கி விடுவது தவிர அவருக்கு வேறெதுவும் செய்யவில்லை.

அவர் கைவேலையை மெச்சி முன்பணம் தந்து பட்டறை வைக்க ஆட்கள் சொன்னபோது எதுவும் பேசாது எழுந்து

போய்விட்டார். விஸ்வம் செதுக்கிப் பிரதிஷ்டை செய்த அம்மனின் கீர்த்தி உச்சத்துக்குப் போனதும் ஆட்கள் வீடு நோக்கி வந்துகொண்டே இருந்தனர். தட்டுமுழுக்கக் கனிகளும் பூக்களுக்குக்குமிடையே பணத்தை வைத்து ஆர்டர் தர எழுந்த ஆட்களைக் கண்டு 'வந்த லச்சுமியை வேணாங்காதே . . .' எனக் கையெடுத்துத் தொழுது இந்திராணி சொன்னபோது காதில் விழாதவர் போல அவர்களை ஆனந்தனிடமே கூட்டிப் போனார். வந்த ஆட்கள் திரும்பச் சென்ற பின் அதிலிருந்து ஒரு கத்தையை எடுத்து அவன் விஸ்வத்திடம் தந்தான். அவ்வளவு பணத்தைக் கண்டதும் சிறிய பையன் ஊதிய பலூன் போல விஸ்வத்தின் வயிறு பெருத்துச் சுருங்கியது. அதை அவர் எண்ணிக் கூடப் பார்க்காமல் சொற்பத்தை மட்டும் இந்திராணியிடம் தந்து விட்டு நேராகக் கடைக்குப் போனார். ஓயாத குடியால் அவரது கைகள் நடுங்கத் தொடங்கியிருந்தன. பீடி பற்ற வைக்கவே மூன்றுக்கும் மேற்பட்ட குச்சிகளை உரசவேண்டிய அளவிற்கு அந்நடுக்கம் இருந்தது. கடந்த சில நாட்களாக உளியை அவர் தன் வசத்திற்குப் பிடித்து நிறுத்தி அடிக்கும் முன் விலகிப் போயிற்று. வெறும் கல்லின் மேல் சுத்தியலை அடித்தார். நேற்று ரோசத்தோடு மீண்டும் கோபமாக சுத்தியலை உளியின் மேல் அடித்ததும் இடக்கைப் பெருவிரல் நகம் தெறித்து விழுந்தது. எந்தக் கட்டும் போட சம்மதிக்காமல் 'ஓ'வெனக் குழந்தையைப் போல அழுதார். அது கைவிரல் காயத்துக்காக அல்ல என அங்கிருந்த அனைவருக்கும் தெரிந்திருந்தது. அதை நினைத்து பாக்கெட்டைப் புடைக்கச் செய்திருக்கும் பணம் வற்றும் வரை குடிப்பதும் சுற்றுவதும் மீண்டும் குடிப்பதுமாக அலைந்தார்.

மூன்று நாட்களும் ஓயாமல் போகிறவர் வருகிறவர்களுக்கெல்லாம் வாங்கித் தந்துகொண்டிருந்தார். கேள்விப்பட்டுக் கடையின் முன்னால் இந்திராணி கூப்பாடு போட்டு அவரை இழுத்துவர முயன்றாள். அவளை எட்டி உதைத்து பாரில் நாய்களை விரட்ட வைத்திருக்கும் தடித்த கம்பை எடுத்து அடித்தார். அவள் வலியால் துடித்தபோதும் பிறர் விலக்கிவிட முயன்றபோதும் மூர்க்கமாகிக் கொண்டே போனார். அவள் கழியைப் பற்றியபடியே எழுந்து சட்டைப்பையைப் பிடித்தாள். 'திருட்டு முண்ட' என ஓங்கி அறைந்து வானத்தை நோக்கி வெடித்துச் சிரித்தபடி பட்டன்கள் கழன்று திறந்திருந்த சட்டையைக் கழட்டி வெற்றுடம்புடன் பாக்கெட்டிலிருந்த நோட்டுகளைப் பறக்க விட்டார். மீதியைக் கடைக்காரனின் டேபிளில் எறிந்து 'இங்கிருக்கிறவனுகளுக்கெல்லாம் சரக்கு கொடு . . . இன்னைக்கு என் சப்ளை . . . ங்கோத்தா . . .' என வாயில் ஊறிக் கிடந்த எச்சியைக் காறித் துப்பினார். அவள்

முகத்தை மறைத்துக் கிடந்த முடியைக் கூட ஒதுக்காமல் பேச்சற்று வெளியே போனாள்.

மறுநாள் திலகாவை இந்திராணி பள்ளியை விட்டே நிறுத்தி கம்பெனிக்குச் சரசாவுடன் அனுப்பி வைத்தாள். போக மறுத்து அடம்பிடித்து எதுவும் சாப்பிடாமல் கிடந்தவளைக் கையில் கிடைத்தவற்றைக் கொண்டு அடித்தாள். தடுக்க வந்தவர்கள் அவளது ஒரு முறைப்பிற்கே பின்வாங்கினர். மறுநாள் செய்வதறியாது சோறு போட்டு வைத்திருந்த டிபன்பாக்ஸைத் தூக்கிக்கொண்டு பஸ்ஸைப் பிடிக்கச் சரசாவுடன் ஓடினாள்.

8

தீபா நோட்டின் மேல் விழுந்து எழுதுவதை அதை அழித்து மீண்டும் தொடர்வதை நைட் ஷிப்ட் முடித்து வந்து மாலை வரை தூங்கி எழுந்த வசந்தி கொட்டாவியோடு பார்த்துக் கொண்டிருந்தாள். அக்கா கம்பெனியிலிருந்து வர இன்னும் நேரமிருப்பது கடிகாரத்தைப் பார்த்ததும் தெரிந்தது. மணமான சில மாதங்களிலிலேயே கைலாசத்தின் போக்கு வேறு மாதிரியாக இருப்பதைத் திலகா திகைப்புடன் கண்டாள். குடும்பச் செலவுக்கு ஏதும் தராமல் வேலைக்கும் போகாமல் அவன் செயலாளராக இருக்கும் ரசிகர் மன்றத்திலேயே கேரம் ஆடிக் கொண்டும் பாக்குமென்று கொண்டும் கிடந்தான். கைச்செலவுக்கு அவள் பையில் துழாவி எடுத்துச் செல்வான். திலகா அவனுக்குப் புளித்துப் போனபின் வீட்டிற்கு வருவதே வெகுவாகக் குறைந்து விட்டது. வந்தாலும் வசந்தி பற்றியே கேட்டுக்கொண்டிருப்பான். அவளும் அடிக்குப் பயந்து அக்கறையின்றிப் பட்டும்படாமல் பதில் சொல்வாள். மூன்றாம் நாளே திலகா சொன்ன பதிலால் கொதித்தெழுந்து அறைந்தான். அந்த அதிர்ச்சி சில தினங்களில் வழக்கமானதாக ஆனதும் அடிப் பழகிப் போய்விட்டது. சில தடவைகள் அவளைப் பார்க்க அம்மா வந்து சென்ற போது மூச்சுவிடவில்லை. கன்னத்தின் சிறிய கீறலையும் உதடு வீக்கத்தையும் தொட்டு அவள் கேட்ட போதும் மழுப்பலாகப் பதில் சொல்லி அவளை விரைந்து அனுப்பி வைத்தாள். வசந்தியை வழியில் காணுந்தோறும் நெருங்கி வந்து பேசுவதும் கடைவாயில் புகையிலை ஒதுக்கிய வாய்திறந்து சிரிப்பதையும் வசந்தி கடுமையாக வெறுத்தாள்.

சில வாரங்களுக்குப் பின் அப்பாவை வீட்டிற்கே கூட்டி வந்து அவருக்குச் சாராயம் ஊற்றிக் கொடுத்து வசந்தியைத் தனக்குத் தருமாறு கெஞ்சிக் கொண்டிருந்ததைக் கடைக்குக் கிளம்பிப் பாதித் தூரத்தில் பணமெடுக்க மறந்து போய் விட்டதை நினைத்து திரும்ப வந்து வீடேறுகையில் திலகா

கேட்டாள். அவர் போதையில் எழுந்து அவன் முகத்தைச் சுவரோடு சேர்த்து வைத்து மிதித்தார். அவன் எலி போலக் கீறிச்சிட்டுத் தொண்டையில் சத்தமேதும் வராமல் அப்பாவின் காலைப்பிடித்துத் தள்ளிவிட்டு அவளைக் காணாதவன் போல வெளியே போனான். நரக வாழ்க்கையாகத் தன் மகளுக்கு அமைந்துவிட்டதே என முகத்தை மறைத்தபடி தேம்பினார். அவள் காலைப் பிடித்து நகரவிடாமல் அப்பா தன் தலையால் அவள் பாதத்தில் மோதி மன்னிக்கும்படி கதறி அவிழ்ந்து போயிருந்த வேட்டியைக் கூட சரியாகக் கட்டாமல் அப்படியே சுற்றிக்கொண்டு சென்றார்.

9

வெகு நேரம் கழித்து அவன் உள்ளே வந்து தாழிடுவதைக் கண்டு அவள் சுவரோடு மேலும் ஒண்டிக் கொண்டாள். எதையும் பார்க்காதவன் போல அவன் எதிர்சுவரில் தூக்கிக் காலை வைத்தபடி வார இதழை விட்ட இடத்திலிருந்து திருப்பிக்கொண்டிருந்தான். திலகாவின் தேம்புதல் நின்றதும் அவளைப் புரட்டி இணங்க அழைத்தான். அவள் கால்களை இறுக்கமாகப் பின்னிக் கொண்டு அவனைத் தள்ளினாள். அவளது தொடைகளை விரிக்க அவனால் முடியவேயில்லை. மூச்சு வாங்க எழுந்து முழங்காலில் தன் கட்டைவிரலில் வளர்த்திருந்த நீளமான நகத்தால் கீறினான். ஊசியால் கிழித்தது போல அலறினாள். கால்களை இழுத்த போதும் அவனால் நுழைய முடியவில்லை. பயமும் கோபமும் கொண்டு பதட்டத்துடன் திலகா நடுங்கியபடி இருந்தாள். அது பூட்டிக் கொண்டது போல அவனை அனுமதிக்க மறுத்து வெளியேற்றியது. அவன் மூர்க்கமாகி அவளை அந்தச் சுவரோடு சேர்த்து அழுத்தி உதைத்து அவள் அழுவது கேட்காமல் போய்ப் படுத்துக் கேட்கக்கூசும் வசவுகளைப் பொழிந்துகொண்டே இருந்தான்.

மறுநாள் திலகா தப்பி வந்து அம்மாவிடம் நடுங்கும் குரலில் நடந்தவைகளைப் பயத்துடன் திணறித் திணறிச் சொன்னாள். அவளைப் பத்திருபது நாள் வைத்திருந்து விட்டு ஆனந்தனை வைத்துப் பஞ்சாயத்துப் பேசி கைலாசத்திடம் எழுதி வாங்கியபின் அவளிடம் கொஞ்சம் பணம் தந்து அனுப்பினாள். அதற்குப் பலனே இருக்கவில்லை. சில வாரங்களுக்குப்பின் வீட்டிற்கு முகம் தெரியாத ஆட்கள் வந்து போகத் தொடங்கினர். போஸ்டர்களும் காய்ச்சிய பசை நிரம்பிய ஈய பக்கெட்டும் அந்தக் குறுகிய வீட்டின் முக்கால் பாகத்தை அடைத்துக்கொண்டிருந்தன. அவனும் வீடு தங்காமல் கண்டபடி சுற்றியலைந்து கொண்டிருந்தான். இரு வருடங்களுக்குப்பின் அவனது தலைவனின் படம்

வெளியாவதாக உற்சாகமாகப் பேசினான். கொஞ்சம் பிரியமும் அதிலிருப்பதாகப்பட்டது. அவன் அப்படிப் பேசிய நாட்களின் நினைவு அவளுக்குள் மங்கிவிட்டது. கம்பெனியில் வைத்து, தனக்கு யாருமேயில்லை என அவளிடம் அழும் நிலையில் பேசி மனதைக் கரைத்த நாள் பட்டென ஞாபகத்தில் எழுந்தது. தினமும் அவளுக்கு ஏதாவதொன்றை வாங்கி வருவான். அவன் வாங்கித் தந்த ரப்பர் வளையல்களிலும் ஜடைவில்லைகளிலும் தயங்கியபடி அவளருகில் வைத்து விட்டுப்போன புடவையிலும் அவன் அழைத்துச் சென்ற சொற்ப சினிமாக்களிலும் திலகா அவனையே கண்டாள். பணி முடித்துத் திரும்பும் வேளையில் சில சமயங்களில் அந்தப் பட போஸ்டர்கள் கண்ணில் படும். நேற்று அவற்றில் ஒன்றான 'காதல் தேசம்' படச் சுவரொட்டியைக் கண்டதும் சிரிப்பு வந்தது. அந்தப் படப் பாடல்கள் கம்பெனிக்குள் ஒலித்தால் அவள் கால்கள் மெல்லத் தாளமிடும். மறுகணமே அவனது தற்போதைய குணம் நினைவில் எழும். கடும் கசப்புடன் தன்னையே சபித்தபடி அதைக் கடந்து செல்வாள். நகரை விழாக்கோலம் பூணச்செய்ய மும்முரமாக அலைந்தான். அவளிடம் கெஞ்சியபடியே வந்து பற்றாக்குறைக்குப் பணம் வேண்டும் என்றான். அவள் எதுவும் கூறாமல் கேள்விக்குறியோடு நின்று புருவத்தை உயர்த்தி அவனைப் பார்த்தாள். நெற்றி மீது கலைந்து விழுந்துகிடந்த அவள் முடியைக் காதோரத்திற்கு ஒதுக்கி விட்டுக் கன்னத்தைப் பிடித்துச் செல்லமாகக் கிள்ளினான். அவள் பார்வை மேலும் கூர்மையாவதைக் கண்டு அவளுக்குப் பின்னால் இருந்த வர்ணம் வெளிறிப் போயிருந்த சுவரைப் பார்த்தபடி அவள் தாலிக் கயிற்றில் பின்னூசிகளுக்கிடையே கறுத்துக் கிடக்கும் குண்டுமணித் தங்கத்தைக் கேட்டான்.

அவளது நம்பாத முகக்குறியைக் கண்டு "அடகு தானே வைக்கறேன். கலெக்‌ஷன் ஆனதும் மீட்டுக்கலாம்" என்றபின் மேலும் நெருங்கி வந்து கால் மாற்றி நின்று 'கால் பவுன் சேத்தியே செஞ்சுட்டாப் போச்சு...' என சுவரிலிருந்த பார்வையை அவள் முகத்துக்குக் கொண்டு வந்தான்.

அவள் ஆத்திரம் கொப்பளிக்க "எந்தத் தேவிடியாப் பையன் நடிச்சா எனக்கென்ன? அவங்கம்மாவோடதைப் போய்க் கேளு... இல்லீன்னா அவம் பொண்டாட்டிய எவனுக்காவது கூட்டிக் கொடுக்கச் சொல்லு" என்றபின் இதைச் சொன்னது தானல்ல என வெறித்துப் பார்த்து விட்டுத் தலைகவிழ்ந்து குமுறினாள்.

தன்னைப் பெயர் சொல்லி அழைத்துப் பக்கத்தில் இருத்தி விசாரித்த தலைவரையா சொல்கிறாள்? எழுந்ததும் தன் பர்ஸில்

வைத்திருக்கும் அவர் படத்தில் தானே கண் விழிப்பதும்..! அக் கண்களில் உக்கிரம் ஏற கைலாசம் சுற்றிலும் துழாவினான். அருகில் ஏதுமில்லை எனக் கண்டு

"மூடுடீ வாயை" என எகிறிக் குதித்து அடித்தான். வலியை அலட்சியம் செய்தவளாக "அப்படித்தாண்டா சொல்லுவன்... அவனொரு திருட்டு முண்ட மவன்... நீயொரு வக்கத்தப் புடுங்கி" எனக் கையை வேகமாகத் தட்டி விட்டாள். அவள் கரைகள் உடைந்திருந்தன.

அவன் மூர்க்கமாகிக் கீழே தள்ளினான். அவள் துடித்துக் கிடந்தபோது அந்தக் குண்டுமணித் தங்கத்தை வெட்டியெடுத்துக் கொண்டு போனான்.

அவன் மேலும் இருநாட்கள் கழித்து இரவில் வந்தான். கூடவே வேறொருத்தியும் இருந்தாள். அவள் மிகையான அலங்காரங்களுடன் பூக்களின் மட்டுமீறிய வாசனையுடன் நுழைந்தாள். சிரித்தபடியே இருந்தாள். வெளியே மழை பெய்ய ஆரம்பித்தது. திலகா உள்ளே சிறு அறையில் கண்களை இறுகமூடிக் கிடந்தாள். முடிவு செய்தவளாக எழுந்து பருத்த தொடைகளைத் தாண்டி வெளியே வந்தாள். சட்டென அவள் அவனைத் தள்ளி எழுந்து அமர்வதைத் தன் முதுகுக்குப் பின்னால் உணர்ந்தாள். இனித் திரும்பவே கூடாது என்பது போல திலகாவின் வேகம் கூடியிருந்தது.

10

சுந்தரி வேகமாக வந்து "உன்ற அக்காவைப் புடுச்சு அவென் அடிச்சிக்கிட்டு இருக்கான்டீ...' என மூச்சு விடும் இடைவெளியில் சொன்னாள். தலைவிரிக் கோலமாக முகமெல்லாம் காயங் களுடன் திலகா அமர்ந்திருப்பது வசந்திக்குப் பாதித் தூரத்திலேயே தெரிந்தது. கம்பெனி ஆட்கள் அவனைத் துவைத்துவிட்டிருந்தனர். சட்டை கிழிந்து குப்புறப் படுத்தபடி கத்திக்கொண்டிருந்தான். போதை அவனை எழவிடாமல் செய்திருந்தது. திலகா அவனை விட்டுச் சென்றதும் என்றோ மறந்துவிட்டிருந்த குடியில் விழுந்திருந்தான். ஆட்கள் குடிக்க வைத்திருந்த குடத்தைத் தூக்கி வசந்தி அவன் தலையில் ஊற்றி அந்தக் காலிக் குடத்தால் அவனைச் சரமாரியாக அடித்தாள். குழறல் அவளை ஆவேசங்கொள்ளச் செய்தது. குடம் ஒடுங்கிய பின்னும் அவள் நிறுத்தவில்லை. செக்கிங் பெண்கள் தான் இழுத்துப் போயினர். அவனது நீளமான கிருதாவைக் கண்டு முகத்தில் 'ச்சீய்' எனத் துப்பினாள். அவளுக்குக் கோபத்தை அடக்கவே முடியவில்லை. அவள் அக்காவிடம் விரைந்து

போய் முடியைப் பிடித்து இழுத்து 'ஏன்டீ... நாயே..! ஒனக்கு வேறெவனுமே கண்ணுல படலையா... போயும் போயும் இந்த தெல்லவாரியைப் புடுச்ச பாரு...' எனப் பல்லைக் கடித்தாள். டீயும் பன்னும் தந்து கம்பெனியில் சொல்லி விட்டு திலகாவைக் கூட்டிச் சென்றாள். திலகா பயத்தால் நடுங்கிக் கொண்டிருந்தாள். அவளது காயங்கள் மெதுவாக ஆறிக் கொண்டிருந்தன. அந்த வாரம் முழுக்க திலகாவை வீட்டிலேயே இருக்கச் செய்துவிட்டு வசந்தி மட்டும் கம்பெனிக்குச் சென்றாள். அன்று இரவோடு இரவாக அம்மாவுடன் போய் அவளது பொருட்களையெல்லாம் பைகளில் போட்டு அள்ளி வந்த கோபம் தான் அவன் மதியநேரத்தில் அவள் வேலை பார்க்கும் இடத்தில் குடித்து விட்டு ரகளை செய்யக் காரணம் என சுந்தரி அந்த வாரம் ஞாயிற்றுக்கிழமை வீட்டுக்கு வந்தபோது சொன்னாள்.

திலகாவின் போக்கு வசந்தியைப் பயங்கொள்ளச் செய்தது. உண்ணும் போதும் பேசிக்கொண்டிருக்கையிலும் திடீரென மௌனமாகி வெறித்தபடி எங்கோ பார்க்க ஆரம்பித்து விடுவாள். கைலாசம் இரண்டாவது மணம் செய்யப் போகிற செய்தி கேட்டதிலிருந்து அவள் உள்ளூர உடைந்து விட்டிருந்தாள். அம்மா தனக்குத் தெரிந்த போலீஸ்காரனைப் பார்த்துப் பேசுவதாகச் சொன்ன போதும் திலகா மறுத்துவிட்டாள். இச்செய்தி அப்பாவின் காதுக்கு எப்படியோ எட்டி விட்டது. அன்றைய மாலையில் அப்பா அவன் வீடேறிச் சென்று வெளியே இழுத்து வந்து தெருவில் தள்ளினார். இருவரும் கட்டிப் புரண்ட போதும் விலக்கிவிட ஒருவரும் வராமல் வேடிக்கை பார்த்தபடி நின்றனர். அப்பா அரைநிர்வாணியாக எழுந்து கீழே கிடந்த காலி பாட்டிலை உடைத்து அவனைக் குத்தப் போன போது பிடித்து இழுத்து வந்ததாக அவரை வீட்டில் விட்டுச் சென்ற பாலு சொன்னான். தீபா அப்பாவிடம் போகவே அஞ்சினாள். அவர் அன்றிரவெல்லாம் போட்ட கூச்சல் கேட்டுப் பயந்து வசந்தியின் சூடான வயிற்றை இறுக்கிக் கட்டியபடி படுத்துக்கொண்டாள். அதன் பின் அப்பா எங்கே சுற்றினாலும் இரவானதும் வீட்டிற்கு வந்து விடுவதை வழக்கமாக்கிக் கொண்டதை திலகா கூறித் தான் வசந்தி உணர்ந்தாள்.

அப்பாவின் பிராந்தி பாட்டிலின் மூடியில் துளையிட்டுச் செய்திருந்த மண்ணெண்ணெய் விளக்கின் திரியிலிருந்து வந்த தீய்ந்த மணம் அவ்வீடு முழுக்கச் சுற்றி வந்தது. திலகா மெல்ல ரேடியோவைத் திருகி அலைவரிசை பிடிக்க முடியாமல் அணைத்தாள். திலகா தன் மனதை மீறி உடல் செல்வதைக் கட்டுப்படுத்த முடியாமல் திணறிக் கொண்டிருந்தாள். ஆணின்

துணைக்கு ஏங்குகிறேனா? எனக் கேட்டுக்கொண்டாள். அந்த எண்ணத்தை விரட்டுவது போலத் தலையை அசைத்து மறுத்தாள். பேருந்தின் நெரிசலில் ஆண்களின் உடல் படும்போதெல்லாம் கடும்சினத்துடன் திரும்பி முறைப்பாள். அருவருப்படைவாள். இன்று இறங்குகையில் தவறுதலாக ஒருவனின் விரல் அவள் புறங்கையில் உரசிய போது தன் உடல் முழுக்க அந்த ஸ்பரித்தின் சுகம் ஊடுருவிச் செல்வதை உணர்ந்து அச்சம் கொண்டாள். அப்போது கைலாசத்தின் நினைவு எழுந்தது. கண்களை இறுகமூடி, கால்களைக் குறுக்கிப் போர்வையால் தலையையும் சேர்த்து மூடிக்கொண்டதும் பக்கத்துப் படுக்கையில் வசந்தியின் போர்வைக்குள்ளிலிருந்து அவளது சிரிப்புச் சத்தமும் வளையல்களின் ஓசையும் திலகாவுக்குக் கேட்டது.

11

முத்துக்குமார் சிறிய மொபட்டின் மேல் முகத்தை மூடும் அளவு பீஸ்களை அடுக்கி அதன் மேல் ஏறக்குறைய படுத்தபடியே ஓட்டி வந்து, ஓரமாக நின்று பீடி புகைக்கும் சிங்கர் டெய்லர்களைக் கடந்து வருவதைக் கண்டு வசந்தி பாதி மென்ற வடையை விழுங்காமல் அவனையே பார்த்தபடி நின்று கொண்டிருந்தாள். புன்முறுவலை அடக்கி நகரும் முத்துவைக் கண்டு நினைவு மீண்டு தன் தையல் மிஷினை நோக்கிச் சென்றாள். மனம் நடுங்க அப்பாவை எண்ணிக்கொண்டாள். அப்பாவைக் கண்டால் முத்துக்குமார் மறுத்துவிடுவானோ என்னும் கிலி படர்ந்தது. வீட்டிலிருப்பவர்களுக்கே தெரியாமல் பணம் சேர்த்துக்கொண்டிருக்கிறாள். கம்பெனிக்குள் அரசல்புரசலாக முத்துவோடு தன்னைச் சேர்த்துப் பேசும் விஷயம் உறுதியாகிவிட்டால் கையைப் பிசைந்து நிற்க வேண்டுமே என்ற எண்ணமே அவளை வீட்டினர் அறியாமல் சீட்டுப் போடத் தூண்டியது. தொழில் கற்கும் முனைப்பில் இரவும் பகலும் கம்பெனிக்குள்ளேயே முத்துக்குமார் பலியாகக் கிடந்தான். வசந்தி மும்முரமாக அடுத்தடுத்த பீஸ்களைத் தைத்துக் கீழே தள்ளிக் கொண்டிருக்கையில் ஒரு நிழல் அவள் முதுகின் மீது விழுவதை உணர்வாள். ஒரு வினாடி கால்கள் தைக்க மறந்து நிற்கும். பின் அது அவன் என அறிந்ததும் முன்னை விட வேகமெடுக்கும். திலகா போல அளந்து பேசுபவளையே இரட்டை அர்த்த வசனங்களுடன் நெருங்க முயல்கிறவர்கள் உள்ள இடத்தில் வசந்தி எதிர்கொள்ள நேர்வது அதைவிட மோசமானவைகளையே. நேர் நின்று அவர்களுக்குச் சமதையாக வாயாடுவாள். கொச்சையாக அவள் காதில் படும்படி ஜாடை பேசுவார்கள். எதிர்த்து நின்றால் பம்மி பதுங்குவார்கள்.

12

கம்பெனி முதலாளியின் மகளை வீட்டிற்கு இழுத்து வந்ததிலிருந்தே முத்துக்குமாரின் முகம் சரியாகயில்லை என்று தோன்றியது. இவள் பேசச் செல்லுந்தோறும் அவனது சோர்ந்த முகத்தையோ காதிலிருந்து தொலைபேசியை எடுக்காமல் பேசிக் கொண்டிருப்பதையோ பார்த்துவிட்டு வருவாள். வதந்தி போன்ற ஒன்று அவளை எட்டி இதயத்தைப் பிசைந்தது. யாருமில்லாச் சமயத்தில் வாட்ச்மேன் பெரியவர் தான் அவளிடம் அதைச் சொன்னார். சில வாரங்களுக்கு முன் அவன் அவளுக்காக தன் பைக்கின் மேல் வைத்துவிட்டுப் போன ரோஜாவைக் கண்டு சிரிப்புடன் தலையாட்டியவர் அவர். அதன் பிறகும் கூட இருவரும் பேசிக்கொள்ளவில்லை, பார்வைகளே பாஷையாக இருந்தன. அதை அவ்வப்போது கண்ணுறும் பெரியவரைக் கண்டு வெட்கமும் சந்தோஷமும் கூடிய சிரிப்பு வரும். அவர் அருகில் வந்து அந்தத் தகவல் உறுதியானதில்லை எனச் சொல்லி பிறரின் நிழல்கள் அருகில் வருவதை உணர்ந்து பேச்சை மாற்றி நகர்ந்தார்.

13

ஓனரைக் கண்டால் முத்து குறுகுவான். அரையடி தள்ளி நின்று பதில் சொல்வதே அவன் வழக்கம். அவரது மனைவியும், இறந்து போய்விட்ட அவரது தம்பியின் மனைவியும் ஆள் மாற்றி ஆள் வந்து கணக்குகளைக் கேட்பார்கள். அவன் அவர்கள் முன் அமர்ந்து பதில் சொன்னதேயில்லை. தம்பி மனைவியின் கண்கள் அவனைத் தொட்டதும் பேண்ட் பாக்கெட்டில் நுழைத்திருந்த கையை விஷப்பூச்சி தீண்டியது போன்ற வேகத்தில் வெடுக்கென எடுத்துக்கொண்டான். தன்னை ஏமாற்றிவிடுவார்களோ என்னும் அச்சவுணர்வு அவள் கண்களை நிலைகொள்ளவிடாமல் தவிக்க வைக்கும். அதை மறைக்கும் விதமாகக் குரலில் எச்சரிக்கை யுடன் அதட்டும் தொனியைக் கொண்டு வருவாள். ஓனரின் மனைவி இவளுக்கு நேரெதிராகப் படிப்பு வாசனையே இல்லாதவள். அவரது தம்பி மனைவி கம்பெனியைச் சுற்றி வர வெளியே போன சிறு இடைவெளியில் அவனை மடக்கி ஆறுமணிக்கு மேல் அவர் எங்கே போகிறார் எனக் கேட்டாள். ஏற்றப்பட்டிருந்த விளக்கின் மேல் தயக்கமேயில்லாமல் கையை நீட்டிச் சத்தியமாகத் தெரியாதென்றான். அடுத்த அறையில் இவையனைத்தையும் கேட்டு நின்ற முதலாளி அவர்களிருவரும் கிளம்பிச் சென்றதும் அவனை அழைத்து –இதே போன்று நான்கைந்து யூனிட்டுகள் அவருக்குண்டு என்றாலும் –இந்த யூனிட்டின் முழுப் பொறுப்பையும் அவனுக்களித்தார். சொந்த ஜாதிக்காரன் வேறு.

அகாலம்   109

கண்ணாடித் தடுப்பின் பின்னே டீ தம்ளர்கள் ஏந்திய தட்டுடன் வசந்தி நிற்பதைக் கண்டு ஓடிப்போய் சிரித்தபடியே வாங்கி வந்து அவர்களுக்குத் தந்து அனுப்பி வைத்தான். அது முதல் சமிக்ஞையாக அவளுக்குப் பட்டது. அந்த நிமிடத்தைப் பல தடவைகள் மனதில் ஓட்டிப் பார்த்துச் சிரித்துக்கொண்டாள். திலகாவிடம் கவிழ்ந்த தலையுடன் இந்தக் காட்சியைச் சொன்னதும் அவள் ஏதும் சொல்லாமல் கீரையை ஆய்ந்தபடியே செல்வத்தின் அம்மா மாலையில் வந்து பேச்சின் இடையே அவளைப் பெண் கேட்டுச் சென்றதைத் தயங்கிய குரலில் சொன்னாள். வசந்தி எதையோ சொல்ல நினைத்து பின் ஆவேசமாக முகத்தைத் திருப்பிக்கொண்டாள். திலகாவின் குனிந்த தலை நிமிரவேயில்லை.

இரண்டு மூன்று நாட்களாகக் கம்பெனி பரபரப்புடன் கிடந்தது. பொத்தி வைக்கப்பட்டிருந்த ரகசியம் முதல் நாள் மதியத்திலேயே பகிரங்கமாகிவிட்டிருந்தது. விசையுடன் கார்கள் வந்து நிற்பதும் கதவைச் சாத்தக்கூடப் பொறுமையின்றி ஆட்கள் வெளியே குதித்து அந்தக் கண்ணாடி தடுப்பிற்குள் சத்தமிட்டுப் பேசியபின் வந்த வேகத்தைவிடவும் அவசரத்துடன் செல்வதுமாக இருந்தார்கள். முந்தைய நாள் மாலை முதலாளி மகள் வீட்டுக் கார் டிரைவரோடு வெளியே சென்றவள் திரும்பி வந்திருக்கவில்லை. பீரோவைத் திறந்து பார்த்ததும் துணிகளும் நகைகளும் இன்றித் துடைத்து வைத்தது போன்ற சுத்தத்துடன் இருப்பதைக் கண்டனர். அவள் அம்மா மூர்ச்சையாகி விழுந்து தெளிந்ததும் முதலாளி விஷயம் அறிந்து வந்து அவளை உக்கிரமாக அடித்து மிதித்தார். வீடே அமளியாகி இரவெல்லாம் அணைக்கப்படாத விளக்குகளுடன் கண்ணீரும் வன்முமாக விழித்துக் கிடந்தது. முத்துக்குமார் வீட்டிற்கும் கம்பெனிக்கும் ஓயாது அலைந்தபடி இருந்தான். நான்காம் நாள் மதியம் உறங்காமல் வீங்கிச் சிவந்த கண்களோடு அலைந்துகொண்டிருந்த ஆட்களிடம் அகப்பட்டு விட்டிருந்தனர். சூரியோதயத்தை நோக்கிக் கைக்கூப்பி நின்றிருந்த ஆட்களுக்குள் துழாவி விட்டுச் சாலைக்கு வந்தபோது கறுப்புத் துப்பட்டாவை முக்காடாகப் போட்டபடி நடந்து சென்று கொண்டிருந்தவளை முதலாளியின் சித்தப்பா மகன் பார்த்து விட்டிருந்தார். பின்னாலேயே பதுங்கி அவள் ஏறிச் சென்ற உயர்தர லாட்ஜின் அறைக் கதவை அவளுக்கு முன்னாலேயே அவர்கள் தட்டிக் காத்திருந்தனர். தூறல் நின்றிருந்த அந்தக் குளிர்ந்த காலையிலேயே அந்த அறை ஏசியால் மேலும் ஜில்லிட்டிருந்தது. விசில் அடித்தபடியே வந்து கதவைத் திறந்தவன் பெர்முடாஸ் மட்டும் போட்டிருந்தான். அவன் கையிலிருந்த ரிமோட்டை ஒருவன் பிடுங்கி டிவியை உச்சபட்ச அலறலில்

ஒலிக்கவிட்டான். அவன் போட்டிருந்ததையும் உருவி எறிந்துவிட்டு வாயில் துணியைத் திணித்து மயங்கிச் சரியும் வரை அடித்தனர். அவனைத் தூக்கிக் காரின் பின்பக்கம் போட்டுவிட்டுக் கிளம்பிய போது அவளை முன்னரே ஏற்றிப் புறப்பட்டிருந்த கார் அந்த ஊரின் எல்லையைக் கடந்து விட்டிருந்தது.

அவனோடு இரண்டு இரவுகள் அவள் தங்கிவிட்டிருந்த செய்தியை அமுக்க முயன்ற போதும் கசிந்துவிட்டது. அவன் கட்டிய தாலிக்கயிறை அவள் அம்மா ஆவேசத்தோடு பிடுங்கி எடுத்து வீட்டின் பின்பக்கம் வறண்டு போய்க் கிடந்த கிணற்றில் வீசிவிட்டு வந்தாள். அவள் பிரம்மை பிடித்தவள் போல எதுவும் பேசாது உறைந்துபோய் அமர்ந்திருந்தாள். அவ்வளவு சொத்துக்கும் ஒற்றை மகள். ஒரே வாரத்திற்குள் அவள் அதிலிருந்து மீள்வது போல அவளுடன் படித்த ஒருத்தியை வரவழைத்து உடன் இருக்கச் செய்திருந்தனர். தீவிரமாக அவளுக்கு மாப்பிள்ளை தேட வேண்டிய தேவையே இருக்கவில்லை. விஷயம் அறிந்திருந்த உறவுகளுக்குள்ளேயே ஒருவரை மற்றவர் பின் தள்ளி முன் செல்ல போட்டி இருந்தது. அதை முதலாளியும் அறிந்தே இருந்தார். அழைப்பு மணிச் சத்தம் கேட்டாலே அவர் வேறொரு அறைக்கு நகர்ந்து விடுவார். தைரியம் சொல்ல வருகிறேன் எனப் பொல்லாதவைகளைக் கொட்டிவிட்டுப் போகும் ஆட்களின் முகங்களைக் கூட பார்க்க அவர் விரும்பவில்லை. அப்போது முத்துக்குமார் இருந்த இடத்திலேயே அல்லாடிக் கொண்டிருப்பதைக் கண்ணாடி ஜன்னலின் வழி பார்த்தார். சம்பளம் தர செக்கில் கையெழுத்துக்காக உட்கார்ந்திருந்தான். அவர் கையொப்பம் இடும் போது ஓரக்கண்ணால் பார்த்தபடியே மெல்லக் கனைத்தார். காத்திருந்தவன் போல அந்தத் தொகைக் குரிய கணக்கை ஒப்பித்தான். தலையசைத்து அவனைப் போகச் சொல்லிவிட்டு மனதிற்குள்ளாகப் பேசியபடி தன் மனைவியைப் பார்க்கச் சென்றார்.

முதலாளியின் சித்தப்பா பையன் முத்துக்குமாரை விலை உயர்ந்த காரில் அமரவைத்து ஆளில்லா இடத்திற்குக் கூட்டிப் போய் நிறுத்தி சிகரெட்டை நீட்டினார். டிரைவரைச் சாக்கு மூட்டையில் போட்டுக் கட்டி வேனுக்குள் தூக்கி எறிவதைக் கண்ட பிறகு அவன் என்ன ஆனான் என்பதே ஒருவருக்கும் தெரிந்திருக்கவில்லை. அந்த கிலியுடனே அவர் முகத்தைப் பார்த்து, பழக்கமில்லை என மறுத்தான். அவர் பாதி சிகரெட்டைக் காலில் போட்டு மிதித்தபடி "நம்ம பாப்பாக்கு மருந்து கொடுத்துக் கூட்டிட்டுப் போயிட்டான் அந்தப் பலசாதிக்குப் பொறந்த நாயி..." தொண்டையின் கமறலைச் சரிசெய்யக் கனைத்து இறுமி சளியைத் துப்பியபடி அவனைக் கூர்மையாகப் பார்த்தார்.

அகாலம் 111

அவர் கண்களைப் பார்க்காமல் பளபளப்பான அந்த காரின் மீது காகம் இட்டுக் காய்ந்து போயிருந்த எச்சத்தையே முத்து பார்த்துக் கொண்டிருந்தான். 'அட எலவு... இப்படீன்னா சுத்தமாயிட்டுப் போகுது' என்றவாறே தன் மொடமொடக்கும் கதர் வேட்டியில் துடைத்த பிறகு அவனைப் பார்த்துச் சிரித்தார். மேலும் ஒரு சிகரெட்டைப் பற்ற வைத்தபடியே 'ம்ம்ன்னு சொன்னவுன்னீமு பாப்பாக்கு நீயு... நானுன்னு ஆளாப் பறக்கறானுங்க ஆனா பாரு... அண்ணனுக்கு உம் மேல தான் அபிப்ராயம்...' என மேலும் சகஜபாவத்துடன் கையைப் பற்றி "நீயும் நம்ம பையந்தான்னாலும் கொடுக்கற மருவாதையைக் கொடுத்துத் தான பேசோணும்..." என நிறுத்தினார். அப்போது அவன் மனதில் ஒரு வினாடி கூட வசந்தியின் முகம் வரவேயில்லை. அவர் திருப்பிக் காரை எடுக்கையில் முத்துக்குமார் முன்சீட்டில் அமர்ந்து அவர் அறியாதபோது தொடையில் விரல்களால் மனதிற்குள் போட்டுக்கொண்டிருந்த கணக்கை நினைத்துத் தாளமிட்டான். பிறகு வீடு சேரும் வரை அவன் முன்னால் அவர் சிகரெட்டைப் பற்ற வைக்கவேயில்லை. நேராக முதலாளியின் வீட்டு வாசலின் முன் கார் நின்றது. அவன் இறங்கியதும் முதலாளியின் மகளைப் பார்க்க அவனைக் கூட்டிக் கொண்டு போனார்.

14

நான்கு நாட்களாக முத்துக்குமாரைக் காணாமல் யாரிடம் கேட்பதென்றும் தெரியாமல் வசந்தி தவித்துக் கொண்டிருந்தாள். வாட்ச்மேன் அய்யா நைட் ஷிப்ட் என அறிந்து சுடுநீரைக் காலில் கொட்டிக் கொண்டவள் போல மனதிற்குள் வந்தமர்ந்த அந்தப் பழைய வதந்தியை விரட்டியவாறு பரபரவென அங்குமிங்கும் நடந்தாள். தூசு படிந்து நிற்கும் அவன் பைக்கின் கண்ணாடியைத் துடைத்து அதில் தன் முகத்தைப் பார்த்தாள். அவன் கண்களுக்குள் தன்னைப் பார்ப்பது போல இருந்தது. வேலை முடிந்து பெய்துகொண்டிருந்த மழையில் நனைந்தபடியே போய்த் தலைகூடத் துவட்ட மறந்து எதுவும் உண்ணாமல் படுத்து விட்டிருந்தாள். கொதிக்கும் காய்ச்சலுடன் இரண்டு நாட்கள் மல்லுக்கட்டிவிட்டு அடுத்த நாள் சோர்ந்த முகத்துடனும் இன்று முத்துவைப் பார்த்துவிட முடியும் என்ற ஆவலுடனும் நடையை எட்டிப் போட்டாள். கம்பெனி இருக்கும் தெருவை அடைந்ததும் வாசலின் முன் நான்கைந்து டெம்போ டிராவலர் வண்டிகளும் ஒரு பஸ்ஸும் நின்றது விநோதமாக இருந்தது. வண்டிகளை நெருங்கியதும் அதன் கண்ணாடிகளில் ரோஜாப்பூக்களிடையே முத்துவின் புகைப்படமும் முதலாளி மகளின் புகைப்படமும் ஒட்டிய அழைப்பிதழைக் கண்டாள்.

பேச்சற்று நின்றாள். அவளை வண்டியில் ஏறச் சொல்லி நக்கலாகச் சிரித்தவர்களைக் கூக்குரல் இட்டவர்களை அதே நிலையில் பார்த்துக்கொண்டிருந்தாள். அவளுக்குக் கண்முன் நிகழ்பவை எல்லாம் கனவுக்குள் நடந்துகொண்டிருக்கிறது என்றும் இவையெல்லாம் வெற்று பிரம்மை என்றும் பட்டது. ஹாரன்களின் இடைவிடாத ஒலியைக் கேட்டதும் தான் நிஜ உலகிற்கு மீண்டு கால்கள் போன பக்கமாக நடந்தாள்.

பேருந்துகளைத் தவற விட்டுக் கொண்டே நின்றிருந்தாள். அவற்றின் குறுக்கே போய் விழக்கூட ஒரு முறை காலெடுத்து வைத்துவிட்டாள். வெயில் தாளாமல் பஸ்ஸில் ஏறி ஊரில் இறங்கியதும் வீட்டை நோக்கிக் கால்கள் செல்லாமல் அங்கேயே நிலைத்தன. அவள் வேறு பாதையில் வீட்டுக்குச் சுற்றிக்கொண்டு போனாள். அந்த மொபட்டின் கடகடத்த சத்தம் அவள் நடையைத் தாமதப்படுத்தியது. டிவிஎஸ்–50இல் செல்வம், வேறு பட்டறையிலிருந்து செதுக்க எடுத்த கல்லைக் கிழிந்த சாக்கின் மீது வைத்து எதிரே வந்துகொண்டிருந்தான். இவளைப் பார்த்ததும் வேகம் மட்டுபட்டது. உடனே ஆஃப் ஆகிவிட்டது. வசந்தி செல்வத்தைப் பார்த்து மெதுவாகச் சிரித்தாள். அதைக் கண்டு அவன் பைக்கைக் கல்லோடு கீழே போட இருந்து சுதாரித்துத் திணறி நம்ப முடியாமல் நின்றான். அவன் கைலியைக் கீழே இறக்கிவிட்டு வண்டியைத் திருப்பிப் பெயரைச் சொல்லி ஆசையாக அழைத்தபடி அவள் பின்னால் பைக்கை முக்கி முணகித் தள்ளிக்கொண்டு வந்தான். அவள் மேலும் உரக்கச் சிரித்தபடி வேகமாக வீடு நோக்கிப் போனாள். அவளைக் கடந்து சென்றதும் செல்வம் தூரமாகப் போய் நின்றுகொண்டு வசந்தி நடந்து வருவதையே பார்த்துக்கொண்டிருந்தான். சட்டென வீட்டிற்குள் நுழைந்த வசந்தியின் சிரித்த முகத்தைக் கண்டு திலகாவின் மடியில் இருந்த தீபா குதித்து வந்து அவள் கால்களைக் கட்டிக்கொண்டாள். விஷயம் தெரிந்து கம்பெனியில் போய்த் தேடிவிட்டு அவளுக்கு முன்னாலேயே திலகா வீடு வந்திருந்தாள். தீபாவைத் தூக்கி முத்தியபடி இறக்கிவிட்டுத் திலகாவைப் பார்த்துக் கைப்புடன் மீண்டும் சிரித்தாள். துளிர்த்து நின்ற நீரைக் கடந்து ஒரு கணம் இருவரது கண்களும் தொட்டு அறிந்து மீண்டன. சட்டென வசந்தி வேறு பக்கம் பார்வையைத் திருப்பிக்கொண்டாள். அதற்குள்ளாகவே அக்கண்களில் இருந்ததை திலகா படித்து விட்டிருந்தாள். தாமதிக்காமல் எழுந்து போய் வசந்தியின் அருகில் அமர்ந்து எதுவும் பேசாமல் அவள் கைகளை எடுத்துத் தன் கைகளுக்குள் வைத்துக்கொண்டாள்.

இல்லாமல் போவது

தடியைக் காற்றில் மீண்டும் வீசியபின் தரையைத் தட்டி, அடித்து விரட்டுவது போல ராஜம்மாள் அவர்களிடம் அக்கம்பைக் காட்டினாள். பின் களைத்துப்போய் அச்சம் கலையாத கண்களுடன் மூச்சு வாங்கினாள். அந்த அதட்டலுக்குப் பயந்து சென்றுவிடுவார்கள் என நினைத்ததற்கும் மாறாக அவர்களிடமிருந்து சிரிப்புச் சத்தத்தைக் கேட்டாள். எண்ணெய் படிந்த சிறிய படிக்கட்டுப் போன்ற உயரம் கொண்ட தலையணையைத் தூக்கிக் கண்ணாடியைத் தேடி எடுத்துப் பயத்தை மறைத்தவளாக உலர்ந்த உதடுகள் நடுங்கச் சுற்றுமுற்றும் கண்களைச் சுழற்றினாள். சுவர் மேல் ஒருவனும் ஓட்டுச் சார்பின் மீது மற்றொருவனும் அமர்ந்திருக்கத் துவைக்கும் கல் மீது உட்கார்வதற்காக வேறொருவன் அந்த ஈரத்தின் மீது துணியைப் போடுவது மங்கலாகத் தெரிந்தது. அவர்களில் ஒருவன் ஓட்டுக்கூரையிலிருந்து இறங்க முயல்வதைக் கண்டதும் அருகில் கவிழ்ந்து கிடந்த தம்ளரை எடுத்து எறிந்தாள். கரண்டிக்கு விரல்கள் முளைத்தது போன்ற சிறிய கையில் அதை அவன் எடுத்து, நேற்றைய மழைக்குப் பாதி நிறைந்திருந்த குடத்திலிருந்த நீரால் கழுவியபடியே அவளை நோக்கி உதடு விரித்தான். தாழ்வாரத்தின் முன்வரிசையில் இரண்டு ஓடுகள் இல்லாதது போல முன்பற்களின்றி அதற்கான வெட்கமுமின்றி நன்றாக வாய் விரித்துச் சிரித்தான். மற்றொருவனும் எழுவதைக் கண்டதும் அருகில் கிடந்த தென்னம்மட்டைகள் மல்லாக்கக்கிடப்பது கண்ணில் பட்டது. அதில் அவள் ஒன்றுக்குப்

போனது போலச் செம்மஞ்சள் நிறத்தில் மழைநீர் தேங்கியிருந்தது. பாதித் தூக்குவதற்குள்ளாகவே மேலெல்லாம் தண்ணீர் வழிய வெற்றுமட்டையை எறிந்தாள். அவர்கள் விலகியதும் அது சுவரில் தெறித்து விழுந்தது.

“வரமாட்டன் எந்திரிச்சுப் போங்கடா . . . கேப்மாரி நாய்ங்களா... அறுத்து விட்டுறுவேன்...” என்ற பின்னும் அவர்கள் பயம் சிறிதுமின்றி அப்படியே நிற்பதைக் கண்டு உள்நோக்கி

“ரத்தினா இந்த பனாதி நாய்களை வந்து என்னன்னு கேளு... தூங்கவே வுடமாட்டேங்கறானுங்க...” என ஓலமிட்டாள்.

அவளைச் சுற்றிலுமிருந்த வாடகை வீட்டுக்காரர்கள் அரைமணிக்கும் முன்பே அந்தத் தடியின் சத்தத்திலேயே விழித்து விட்டிருந்தனர். இந்தச் சத்தங்கள் இல்லாத வேளைகளில் கூடுதல் கவனத்துடனும் தெளிவுடனும் ராஜம்மாள் இருப்பதைக் கண்டு அந்த வாடகைவீட்டுக்காரர்கள் வியப்பில் முகம் விரிய தங்களுக்குள் பேசிக்கொள்வார்கள். பத்து நாட்களுக்கும் மேலாகக் கிழவியின் இந்தக் கூப்பாடு நடுநிசிக்கும் அதிகாலைக்கும் இடைப்பட்ட நேரத்தில் தொடங்குவதைக் கேட்டு அவர்களுக்குப் பழகிப் போயிருந்தது. அது பெரும்பாலும் தெலுங்கில்தான் இருக்குமென்பதால் அர்த்தமேதும் புரியாமல் மறுநாள் கிழவியை உற்றுநோக்குவார்கள். அப்படி ஓலமிடும் நேரத்தைத் தெருநாய்கள் அறிந்து வைத்திருந்தன. அவை எழுப்பும் ஊளையும் குரைப்புச் சத்தமும் சங்கொலி போல நீண்டு சென்றுகொண்டே இருக்கும். பகலிலும் இந்தக் களேபரம் இருக்கும் என்றாலும் இவ்வளவு சத்தம் அப்போது கிழவியிடமிருந்து வராது. அந்தச் சமயத்தில் அவளைப் பார்க்க வருகிறவர்கள் கூட தூரமாக நின்று பார்த்துவிட்டுச் சென்று விடுவார்கள். செல்வி சேலையை அரைகுறையாகச் சுற்றியபடியே எழுந்து வந்து பின்வாசல் விளக்கிட்டதும் பேய் போல அம்மா தலைவிரிகோலமாகக் கண்களைச் சுழட்டியபடியே உட்கார்ந்திருப்பதைக் கண்டாள். எரிச்சலும் கோபமும் தெறிக்கும் குரலில்

“யெந்த மயிரானையும் காணோம்... ஏம்மா உசுர யெடுக்கற... சுத்தியிருக்கறவங்கயெல்லாம் பயந்துக்கறாங்க... தூங்க உடாம இப்படி பெனாத்திக்கிட்டே கிடக்கற . . .” என இறைந்த பின் குரலைத் தணித்து “சாகவும் மாட்டீங்குது... பொழைக்கவும் உட மாட்டீங்குது...” என்றவாறே திரும்பிச் செல்லவதற்கு அடியெடுத்ததும்

“போகாதடா ரத்தனா... உம் பின்னால தான் நிக்கறானுங்க ஓயாமத் தொல்ல பண்றானுங்கடா... டேய்... பல்லக் காட்டறயா... கிட்டத்துல வாடா அந்தப் பல்லக் கழட்டிப் போடறன் ...”

அவள் சட்டென பீதி ஏறிய கண்களுடன் உடம்பின் அத்தனை ரத்தங்களும் இதயத்திற்குள் பாய மெதுவாகத் திரும்பி யாரெனும் நிற்கிறார்களா என அச்சத்துடன் நோக்கினாள். எவருமில்லை. எதற்கும் இருக்கட்டுமென்று சற்றுத் தள்ளிக் கீழே கிடந்த விளக்குமாற்றை எடுத்துக் கிழவியின் அருகே சென்று அவள் கண் முன்னாலேயே காற்றில் அடித்தாள். பின் அதை அவள் படுக்கைக்குக் கீழே வைத்துத் திரும்பும் நேரத்தில் அவள் கையைப் பற்றிக் கொண்டு "இங்கேயே இரு... வுட்டுட்டுப் போகாத... என்னையக் கொண்டுக்கிட்டுப் போயிருவானுங்க..." என்றபோது கிழவியின் கண்ணீர் அவளது சுருங்கிய கன்னங்களில் தேங்கி நின்றது. அந்தக் கையை மெதுவாக நீவி விட்டவாறே

"செரி . . . செரி . . . இங்கயே இருக்கறன் . . . நீ பேசாமத் தூங்கு . . ." எனச் சிறிய இடத்தில் வழிசெய்து அமர்ந்துகொண்டாள். சில நிமிடங்களுக்குப் பின் அவளிடமிருந்து சிறிய குறட்டையொலி எழுவதைக் கேட்டதும் கையை மெல்ல எடுத்தபோது மூத்திர நாற்றத்தை நாசி உணர்ந்தது. பயத்தில் காலோடு ஒன்றுக்குப் போய்விட்டிருப்பதை அறிந்து பரிதாபத்துடன் அம்மாவைப் பார்த்து அந்த வாசம் வெளித்தெரியாதவாறு போர்வையால் கால்வரைக்கும் மூடிவிட்டுச் சென்றாள்.

ஏதோ உருளும் சத்தம் கேட்டு வெடுக்கென ராஜம்மாள் கண் திறந்து கைகளால் சுற்றிலும் அளைந்தாள். பொக்கை வாய் திறந்து "ரத்தினா . . ." எனப் படுத்தவாக்கிலேயே அழைத்துத் தலை திருப்பித் தேடினாள். துணியைப் பிழிந்து காயப்போட்டுக் கொண்டிருந்த செல்வி

"ம்க்கூம் . . . உம் பீயும் மூத்திரத்தையும் அள்ளுறவ நானு... உன் நெனப்பு மட்டும் செத்துப் போனவன் மேலேயே தான் . . ." என்றபடியே கொடியில் துணியைப் பரத்தி விட்டுச் சீற்றத்துடன் பற்களைக் கடித்தாள். "போனவன் தான் போனான் வாங்குன ஐய்யாயிரம் ரூவாயைக் கொடுத்துப்போட்டு சாக வேண்டியது தானே . . ! அந்த ஆம்பிளகிட்ட இன்னைக்கு வரைக்கும் திட்டு வாங்கிட்டுக் கெடக்கறேன் . . . அதய நீ தாம்மா தரோணும்... சொல்லீட்டேன்..." என்றபடியே பிழிந்த மற்றொரு சேலையைக் கல் மீது வைத்தாள். ரத்தினத்தின் மீது அக்கறையும் பரிவும் கொண்டிருந்தவள் தான் அவள். அவன் பெட்டியில் கௌசல்யாவுக்கும் அவளது மகள்களுக்கும் சேர்த்து வைத்திருந்தவைகளைப் பார்த்த பிறகு அப்படியே அது கசப்பாக மாறிவிட்டிருந்தது. அம்மாவுக்குக் கேட்காத குரலில் "எவ எவளுக்கோ கொண்டு போய் அவுக்கறதுக்கு எம் பணந்தான் கிடைச்சுதா..." எனத் தனக்குள் முணுமுணுத்தவாறு சொட்டு நீல டப்பாவைப் பிதுக்கிக் கையில் நீலத்துடன் அலைந்து

கொண்டிருந்த மகளின் மீது அந்தக் கோபம் திரும்பியது. அது 'அவ்வா ...' என சிணுங்கியபடியே ராஜம்மாளிடம் சென்றது.

ரத்தினத்தை நினைத்துக்கொள்ளாத நாளேது எனப் பெருமூச்சுடன் பேத்தியை அள்ளித் தூக்க முயன்றாள். அதுவும் இந்த ஒரு வாரகாலமாக அவன்தான் நினைவை இடறிக் கொண்டேயிருக்கிறான். ரத்தினம் பிறந்த பின்னரே நல்ல காலத்துக்கான காற்று தன்னை நோக்கி வீசத் தொடங்கியது என்பதில் ராஜம்மாளுக்கு உறுதியிருந்தது. அவனது ஜாதகத்தை எழுதிய, தாமரைக்குளத்து மேட்டில் வசித்த வள்ளுவன் அவனை அவன் போக்கில் விட்டால் ஆயுள்ரேகைக்குச் சேதாரமில்லை எனச் சொல்லி அனுப்பினான். அதை மனதில் வைத்துக்கொண்டு தான் அவன் செய்தவையெதற்கும் ராஜம்மாள் குறுக்கில் நிற்கவில்லை. குறுக்கில் நின்று விலக்கும்படி அவன் நடந்து கொண்டதுமில்லை. எனவே அவனது வழக்கத்துக்கும் மாறான சில சமிக்ஞைகளை ராஜம்மாள் கவனிக்கத் தவறிவிட்டிருந்தாள். கௌசல்யாவுடனாக அவனது பழக்கம் கரை மீறிச் சென்றுவிட்ட பிறகே அவளால் அறிந்துகொள்ள முடிந்தது. அதுவும் மகள் செல்வியின் மூலம். பிறகு தாமதிக்காமல் கௌசல்யா வீடிருந்த தெருவுக்குத் தன் மகளைக் கூட்டிச் சென்று பலரும் வேடிக்கை பார்க்கச் சண்டையிட்டு வந்தாள். அதைச் செவியுற்ற பிறகு ரத்தினம் வீட்டிற்கே வராமல் தனியாக அறையெடுத்துச் சென்று விட்டான். சில ஆட்களை விட்டுப் பேசிய பின்னும் அவன் திரும்ப மசியாமல் பிடிவாதத்தோடு தனி அறையில் கிடப்பதைக் கண்டபிறகு தீவிரமாக இறங்கி அவனைக் கட்டுப்படுத்த முயல வில்லை. ஜோசியக்காரனின் தெளிந்த அந்த வார்த்தைகள் அவளை நகரவிடாமல் செய்து விட்டிருந்தது. அவனுக்கு முன் தழைத்து நின்ற இரு மகள்களை ரத்தினத்தின் சம்பாத்தியத்தோடு தான் கரையேற்ற முடிந்தது.

ராஜம்மாள் திடீரென மணப்பெண்ணாக ஆக நேர்ந்தது வரை அவள் நிழல் போலச் சுற்றிக்கொண்டிருந்த தனது அப்பாவைப் போன்றே முகவெட்டும் தோற்றமும் நடையும் ரத்தினத்திற்கு இருந்ததைக் கண்டு பூரிப்பு தாளாமல் முத்தியதை நினைத்துக் கொண்டாள். அவரது பெயரான ரத்தினசபாபதியைச் சுருக்கித் தான் அவனுக்கு வைத்திருந்தாள்.

ரத்தினம், கௌசல்யாவை விட்டு வந்த பின் அடுத்த ஏழு ஆண்டுகள் அவளுடனேயே சிறிய சண்டைகள் இட்டுக் கொண்டு அவளது பழைய காலத்துக் கதைகளை வெற்றிலை இடித்துத் தந்தபடி 'ம்ம் ...' கொட்டியவாறு கேட்டுக் கொண்டு கூடவே கிடந்தான். அவன் எப்போதேனும் செய்வது போலத் திடீரென எங்கேனும் கிளம்பிச் சென்று ஒரு வாரமோ பத்து நாட்களோ

கழித்துத் திரும்பி வருவது போலத்தான் அவன் காணாமல் போன சில நாட்களையும் ராஜம்மாள் கருதியிருந்தாள். ரத்தினம் இறந்த சேதி கேட்டு வந்து சேர்ந்த மூத்த கன்னிமுத்துவும் அவனுக்கு அடுத்து பிறந்த குணவதியும் சொன்ன பிறகே அவர்களின் வீட்டிற்கு அவன் சென்றிருந்ததைக் கிழவி அறிந்தாள். அவர்கள் ஏதேனும் மனதைக் குத்தும்படிக்கு அவனைச் சொல்லியிருப்பார்களோ என ஒரு நிமிடம் அவளுக்குத் தோன்றியது. தன் காலடியில் வளர்ந்து ஆளானவர்கள் அல்லவா? அந்த முகங்களை ஒரு கணம் ஏறிட்டு நோக்கினாள். அதற்கான பதட்டமோ கண்களில் மாறாட்டமோ தென்படவில்லை. மாறாகச் செய்தி தந்த அதிர்ச்சியின் உறைந்து போனவைகளாக அவையிருப்பதைப் பார்த்தாள். கன்னிமுத்தைத் தொட்டழைத்து ரத்தினத்தின் உடல் கிடத்தப்பட்டிருந்த ஆஸ்பத்திரிக்குச் செல்ல உறவினரொருவர் வாகனத்தை முடுக்கினார். தெருவிலிருந்தே கேட்ட கூக்குரல் வாசலையெட்டியதும் அழுகுரலாக வெடிப்பதைக் கேட்டுக் கிழவி குணவதியை இழுத்து மேலே போட்டு அடிவயிற்றிலிருந்து அவன் பெயரை எடுத்து உரக்க ஒலியெழுப்பிக் கதறினாள்.

செல்வி காயப்போட்டிருந்த உடுப்புகள் காற்றில் அசைந்து ஈரத்தை அவள் மேல் விசிறின. கிடையில் விழுந்த இந்தப் பதினைந்து நாட்களில் அவளது கடந்த காலமும் ரத்தினத்தின் முகமும் தான் ராஜம்மாளுக்கு உணவாகவும் விஷமாகவும் இருந்து வருகிறது. மீண்டும் ஒரு முறை அவன் பெயரைச் சொல்லச் சொல்ல பெருமூச்சு அன்னிச்சையாக வெளிபட்டது. பேத்தி கழுத்திலிருக்கும் சிறிய மருவைப் பிடித்து இழுத்ததும் வலியில் நினைவு மீண்டு அவள் கன்னத்தைப் பிட்டு வாய்க்குள் போட்டுக் கொண்டாள்.

அப்போது பேத்தியின் காதில் கம்மல் மின்னுவது கிழவிக்குத் தெரிந்தது. ரத்தினம் சாவதற்கு ஒரு வாரம் முன்னர் வாங்கிப் போட்டது அது. அன்று செல்வி ரத்தினத்துடன் வெகு நாட்களுக்குப் பின் ஆற அமரப் பேசினாள். "இத்தச்சோடு ஒலகத்துல ஒனக்கொரு துணை இல்லாமயா போச்சு ... நாய் நரிகளுக்கெல்லாம் ஆயிருது ஒன்னுத்துக்கும் ஆகாத கழுவாடுகயெல்லாம் சோடியா அலையுதுக..! மச்சாங்கிட்ட சொல்லி சட்டுன்னு இதுக்கொரு வழிய பண்ணிப்போடுணும்டா..! என்றபடியே பொரியலை மீண்டுமொருமுறை வைத்தாள். அவனுக்கு வயது ஐம்பதை நெருங்கவிருப்பதை அவன் வாங்கித்தந்த வேலைப்பாடு கொண்ட அந்தக் கம்மல் மறைத்துவிட்டிருந்தது. "எத்தன பவுணு இது..." என மகளை மடியில் இழுத்துப் போட்டுக் கொண்டு திருகாணியைச் சரிசெய்தபடியே கேட்டாள். பதிலைக் கேட்டதும் உள்ளே ஊறி வந்த மகிழ்ச்சியைச் சிரிப்பில் காட்டி "மாமாக்கு

பேனைப் போட்டுவுடு ...." என மகளை அனுப்பினாள். உள்ளுக்குள் ஓடிய எண்ணத்தால் திரும்பி வந்து கடன் வாங்கிய பணத்தைக் கழித்து விடுவானோ என நினைத்து "அந்தப் பணம் அவரு வெளியில வாங்கிக் கொடுத்ததுடா ..." என ஜன்னல் வழியே தெருவைப் பார்த்தவாறே சொன்னாள். "அதுக்கென்ன செல்வி... ரெண்டு நாள்ல வாங்கிக்கலாம்..." எனச் சிரித்தபடியே வெளியே போக எழுந்தான். முகத்தில் நிம்மதி படர சுவரில் சாய்ந்து, அதற்குரிய வட்டியை இப்போது அல்ல பிறகு நினைவுப் படுத்திக்கொள்ளலாம் எனத் தீர்மானித்தவளாக "மாமாக்கு டாடா சொல்லு ..." என மகளை வாசற்படிக்கு இழுத்துச் சென்றாள். அதற்குள் அவன் சென்று விட்டிருந்தான்.

அம்மாவின் அருகிலேயே அதற்குள் உறங்கிவிட்டிருந்த மகளைத் தூக்கி மேலே போட்டுக்கொண்டு "அண்ணங்காரன் ஒரு நாளாவது இப்படியெல்லாம் பண்ணிப் போட்டிருப்பானா... எனக்குத் தான் வேண்டாம். இந்தா... காணாததை கண்ட மாரி ஒரு புள்ளய பெத்தனே... அதுக்கு ஒரு இணுங்காவது செஞ் சிருப்பானா..?" என்ற போது கோபத்தில் முகம் விரிந்தது. "அந்த ஒண்ணுக்குமாகாதவனோட நாயத்தை எங்கிட்ட எடுக்காத..." என்றபடியே அவளைக் காண விரும்பாதவள் போல ராஜம்மாள் கண்களை மூடிக்கொண்டாள்.

ராஜம்மாள் ஏதுமறியா பிராயத்தில் வீரய்யனுடன் வாழத் தலைப்பட்டதற்கு மறுவருடமே பிறந்தவன் கன்னிமுத்து. அறியாத ஊரில் புதிய ஆட்களுடன் புழங்க நேர்ந்த திகைப்பில் அவள் பேசவே திணறிக்கொண்டிருந்தாள். கண்மூடி பற்களைக் கடித்து அச்சத்தால் வீரய்யனின் முகத்தைக்கூட சரியாகப் பார்க்காமல் அவனுடன் கிடப்பாள். அப்படிக்கிடந்து பெற்ற பிள்ளையும் ஆட்களுடன் ஒட்டுதலேதுமின்றித் திரிந்தான். அவனுக்கு வீரய்யனின் அம்மாவுடன் தான் பிணைப்பு அதிகமும். சந்தை வியாபாரத்துக்குப் போய்த் திரும்பியதும் சில்லரைக்காசுகளை எண்ண பேரனை அழைப்பாள். பைசாவாரியாகப் பிரித்துக் கோபுரம் போல அடுக்கி அவளிடம் முத்தங்கள் பெறுவான். ஒன்றை நான்காக மாற்றும் சூட்சமத்தை அந்தச் சிறுவனுக்குக் கைமாற்றிவிட்டுத் தான் போய்ச் சேர்ந்தாள். உடன் பிறந்தவர்கள் மீது அவனுக்கு விலக்கத்தோடு கூடிய உறவிருந்தது. அப்பாவிடம் பயந்தது போல பாவனை செய்வானேயன்றி அவனது அச்சம் அம்மாவிடம் தான். அவன் மனதிற்குள் கிடப்பதை ஏகதேசமாகப் படித்துவிடக்கூடியவள் அவள் என்பதை வளரும் போதே கண்டுகொண்டான். அவனுக்கு வந்த வரன்களை ஒதுக்கிவிட்டுத் தரகரிடம் தனியாகப் பேசி ஒற்றைப்பெண் கொண்ட செல்வம் பெருகி நிற்கும் வீட்டைத் துழாவிப் போய்

இருபத்தொரு வயதிலேயே பேசி முடித்தான். அங்கேயே தன் ஜாகையையும் மாற்றிக் கொண்டு சென்றுவிட்டான். தனக்குக் கீழ் சமைந்து நின்ற தங்கைகளின் மங்கல காரியங்களில் அவன் மூன்றாமவன் போல வந்து நின்றுவிட்டுச் செல்வான். தன் தங்கைகளுக்குச் சுமாரான, அதட்டினால் பம்முகிற பையன்களின் உறவுக்காரர்களைப் பேசுவதற்கு அழைத்து வந்தான். ஊரிலிருந்து வெறுங்கையோடும் பசித்த வயிற்றோடும் வந்து சேர்ந்த ராஜம்மாளின் வீடும் ஆஸ்தியும் பெருகியதற்கு மகள்களின் அயராத வேலையே பிரதான காரணமாக இருந்தது. அவள் ஐயத்தோடு தொடங்கிய, ஆனால் குறைந்த காலத்திலேயே வெகுவாக ஆட்களை ஈர்த்துவிட்டிருந்த பலகாரக்கடையின் பின்கட்டுகளில் உழன்ற மகள்களை அப்படிக் கைமாற்றிவிட அவள் துணியவில்லை. முடுக்கப்பட்டவர்கள் போல அவர்கள் சுழன்று பணி செய்ததற்கான பலன்களை அவள் எண்ணிப் போடும் பணத்தில் கண்டிருந்தாள். கன்னிமுத்துவை அவன் கூட்டி வந்த ஆட்களின் முன்னாலேயே "ஒன்னயக் கேட்டுட்டா பெத்தன் . . . போடா சோலிமயிரபாத்துட்டு . . ." என்றதைக் கேட்டு அவன் பதில் சொல்ல வாயெடுப்பதற்குள் "மூடிக்கிட்டுப் போயிரு . . . வூட்டுக்குப் போய் உம் பொண்டாட்டிகிட்ட யோசனய நொட்டு . . ." எனக் கைகளைத் தட்டிக் கட்டினாள். கூட்டி வந்த ஆட்களைத் துரத்திக் கொண்டு அம்மாவைத் திரும்பி முறைத்தபடியே ஏறக்குறைய ஓடினான். மூத்தவள் வேலையில் சற்று மந்தம். அவளைத் தூரத்துச் சொந்தத்தில் சைக்கிளில் ஜவுளி விற்பவனுக்குக் கட்டி வைத்தாள். படு சூட்டிகையான செல்வியை அருகிலுள்ள ஊருக்கு மணம் முடித்து வைத்துத் தனக்குப் பக்கத்திலேயே இருத்திக்கொண்டாள்.

படிக்கட்டுகளில் பிதுங்கி நெரியும் கூட்டத்தைக் கண்டு ரத்தினம் விலகிச் சென்றான். சீரற்ற இடைவெளிகளில் வந்து நின்ற பேருந்துகள் எவற்றிலும் சொருகிக்கொள்ளக் கூட இடமின்றிப் புடைத்த வயிறு போல ஆட்கள் அடைபட்டுப் படிக்கட்டுகளை மூடியபடி தொங்கிக் கொண்டு வந்தனர். நிறுத்தத்திற்கும் தூரமாகப் போய் நின்று மூச்சுவிட்ட பின் துரத்தி வருபவர்களை அலட்சியப்படுத்தியவாறு பேருந்துகள் கிளம்பின. கார்த்திகை மாதக் கிருத்திகைக்கான கூட்டம். மலைக்கோவிலுக்கு அம்மாவின் கட்டளையின் பேரில் வெகு காலையிலேயே ரத்தினம் சென்று விட்டிருந்தான். பின் மதியம் மாலையைத் தொடச் சிறிது நேரமே இருந்தது. பின்பக்கம் ஏறி மூன்றுநான்குமுறை ஜேப்படியில் பணத்தை விட்டதை நினைத்துக்கொண்டிருக்கும் போதே பேருந்தின் இன்ஜின் ஒலி கேட்டது. சூழ நின்றிருந்தவர்களிடம் பரபரப்புத் தொற்றிக்

கொள்ள எதிரியை நேர்கொள்கிறவர்களின் உடலசைவுகளுடன் தயாராகினர். தீர்மானித்தவனாக நெட்டித் தள்ளியபடியே ஏறியதும் புளிமூட்டையை ஆட்டுபவன் போல ஓட்டுநர் பேருந்தை அசைத்தான். பழங்களும் காய்களும் பிஞ்சுகளும் ஒன்றுடன் ஒன்று மோதிக் கிட்டிய இடத்தில் பற்றியபடியே நின்றனர். அவன் நின்ற இடத்திற்கு வரமுடியாமல் நடத்துநர் மூன்று நான்கு பேரைத் தள்ளிக் கொண்டிருந்தார். ஒருவனது உடம்பு இன்னொருவனின் தலைக்குப் பொருந்துவது போலச் சில நிமிடங்கள் தோன்றிற்று. இரத்தினமே பணத்தை வாங்கிப் பின்பக்கம் அனுப்பிக் கொண்டிருந்தான். சில ஆட்களை அடுத்துக் கையிலொரு பிள்ளையையும் கால்களுக்கிடையில் மற்றொரு பிள்ளையையும் வைத்துத் திணறியபடியே பணத்தை எடுக்க இயலாமல் ஒருத்தி அமர்ந்திருப்பவர்களின் மேல் சில தடவை விழுந்து எழுவதைக் கண்டான். அவளைச் சில முறை கோவிலிலும் வேறு சில தடவைகள் கடைவீதியிலும் பார்த்திருக்கிறான். இவனே அவர்களுக்கும் சேர்த்து டிக்கெட் எடுத்ததைக் கண்டதும் அவள் நன்றியுடன் சிரித்து எதையோ சொல்ல வாயெடுப்பதற்குள் தலையாட்டித் தடுத்து விட்டான். தன் முதுகில் அழுந்தும் முலையை உணர்ந்தவனாக ஒதுங்க முயற்சித்த போதும் அதற்கு வழியிருக்கவில்லை. தன்னைக் கட்டுப்படுத்த முடியாமல் அவதியுடன் கிடைத்த சிறு இடத்திலேயே கால்களை மாற்றி மாற்றி நின்றான். கொஞ்சமாக முன்னேறிய போது இளைஞனும் மத்திய வயதுடையவனுமான இருவர் தன் முன் நிற்கும் பெண்களை ஒட்டி நின்றுகொண்டு அவர்களுக்குள் புக முயல்பவர்களைப் போலக் காற்றுச் செல்லவும் வழியின்றி அவர்களைத் தேய்த்தபடியே நின்றனர். அவர்களில் ஒருத்தி நெகிழ்ந்து இடம்செய்து தருவதும் மற்றொருவள் எரிச்சலுடன் விலகி ஓட முயல்வதும் அவர்களது உடலசைவுகளிலேயே தெரிந்தன. சட்டென்று ஒரு கை தன் பேண்ட் புடைப்பின் மேல் படருவதை உணர்ந்து அந்த விரல்களைப் பிடித்து மடக்கித் திருகியதும் ரத்தினத்தின் காதோரம் வந்து மன்னிப்பைக் கேட்டு இறைஞ்சிய பிறகு அந்த நபர் வேறொருவனை நோக்கி நகர்ந்தான். பெண் ஸ்பரிசம் இல்லாத இந்த முப்பத்து மூன்று வருடங்களில் அந்த முலை உரசலும் அழுந்தலும் ரத்தினத்தை நிம்மதியிழக்கச் செய்தது. அவளை விட்டு விலகி வந்திருக்க வேண்டாமோ? என அப்படி முடிவெடுத்த நிமிடத்தின் மீது காறி உமிழ்ந்தான். திருட்டுத்தனமாக அவள் நிற்குமிடத்தைத் தேடினான். அவளைக் காணோம். கால் எட்டித் துழாவியதும் அவள் இருக்கையில் அமர்ந்திருப்பதைக் கண்டான். அவள் அருகில் சென்று பார்க்க முயன்ற போது சம்பந்தமற்றவள் போல நகரும் ஜன்னலோரக் காட்சிகளில் கண் பதித்திருந்தாள். நழுவிப் போன நிமிடத்தை

எண்ணி நொந்து பெருமூச்சு விட்டவனாகக் கம்பியில் முட்டிக் கொண்டான். அவள் எழுந்து இறங்கத் தயாரானதை உணர்ந்து வழிவிட்டு ஒதுங்கி நின்று திரும்பியதும் அவள் தன் மொத்த உடம்பையும் அவன் மேல் அப்படியே உரசி சில வினாடிகள் நின்று அவனை விழுங்குவதைப் போலப் பார்த்தபின் மெல்ல இறங்கினாள். இரண்டாக மடிந்து பிதுங்கியிருந்த அவளது இடுப்புச் சதை அவன் புறங்கையில் பட்ட போது அந்தச் சூடு அவனைக் கொதிக்க வைத்தது. இறங்கி நின்று வண்டி நகரும் வரை சாலையைக் கடக்கும் பாவனையில் அவனையும் பிற வாகனங்களையும் மின்னல் வெட்டும் கணநேர இடைவெளிப் பார்வையில் அளந்து கொண்டிருந்தாள். அவளது தோளுக்கும் மேல் வளர்ந்திருந்த பெண் பிள்ளை கையைப் பற்றி இழுத்த பின்னரே விலகியிருந்த மாராப்பைச் சரிசெய்தபடியே நகர்ந்தாள். ரத்தினம் அவளை அதிலும் காமத்தின் வெப்பம் ஏறிக்கிடந்த அந்தக் கண்களை நினைத்தபடியே நிறுத்தத்தில் இறங்கிப் பிறரது கூடைகளை வாங்கி இறங்க உதவிக்கொண்டிருந்தான். கௌசல்யா தன் சிறிய மணிபர்ஸை மூன்று நான்கு பைகளில் மாறிமாறித் தேடிய போதும் அகப்படவில்லை. கைக்குழந்தை அசந்து தூங்கி விட்டிருந்தது. மற்றொன்று சோர்வு படர வாடிய முகத்துடன் சாய்ந்து நின்றது.

"பரவால்லை... அப்பறமா பாத்துக்கலாமெடுங்க..." என அனுப்பி வைத்தான்.

அவள் மறுநாள் குழந்தைகளைத் தன் அம்மாவிடம் விட்டுவிட்டு ரத்தினத்தைத் தேடி அவனது தெருவீடுகளின் முன்னால் நின்று கொண்டும் நடந்தபடியுமிருந்த பெண்களைத் தவிர்த்துவிட்டு ஒன்றிரண்டு ஆண்களிடம் விசாரித்த பின் வீட்டைக் கண்டுபிடித்தாள். அந்த ஆட்கள் சொல்லித்தான் அவன் எலக்ட்ரீசியன் என அறிந்தாள். முந்தைய தினம் பாதியில் விட்டுவந்திருந்த வேலையை முடிக்க ரத்தினம் சூரியனுக்கும் முன்பே கிளம்பிவிட்டிருந்தான்.

பெரிய வீட்டிற்கருகே அதன் சுவரையொட்டி நின்ற கதவைத் திறந்ததும் அது அடுத்தடுத்த குடித்தன வீடுகளுக்கு இட்டுச்செல்லும் சந்து போல இருந்தது. அவனது அம்மா கோதுமை அரைக்கச் சென்றிருந்தாள். பெரிய குங்குமப் பொட்டுடன் கையில் சதை தனித்துத் தொங்கி ஆடும் பாரியான அம்மா அந்த வீடுகளின் ஒன்றிலிருந்து வெளியே வந்தாள். அவளிடம் விஷயத்தைச் சொல்லிவிட்டு அவளது அடுத்தடுத்த கேள்விகள் எதுவும் காதில் விழாதவளாகக் கௌசல்யா திரும்பி விட்டிருந்தாள்.

அந்த ஞாயிற்றுக்கிழமை இரத்தினம் கௌசல்யாவின் வீடு தேடிச் சென்றான். ஒரு வீட்டின் புறவாசலில் கொடியில் அசைந்து ஆடியபடியே உலர்ந்து கொண்டிருந்த சேலையைப் பார்த்ததும் முகம் மலர்ந்தது. பேருந்தில் அவளைப் பார்த்தபோது கட்டியிருந்த சேலை அது. முன்வாசலுக்குச் சென்றதும் அங்கு பெரிய மனுஷி போலத் துண்டை சேலை போலத் தோளில் சுற்றி அந்த மதிய நேரத்தில் வாசலில் நீர் தெளித்துக் கொண்டிருந்த சிறுமியைக் கண்டதும் மெல்ல அதன் கன்னத்தைக் கிள்ளிச் சிரித்த பிறகு அவ்வளவு உறுதியாக அழைப்பு மணியை அழுத்தினான். கதவு நீக்கியதும் விலகி நின்று "வாங்க..." என்றாள். அன்று கண்டதை விடவும் களை கூடிய முகம் என்று தோன்றியது. திரும்பி வந்த போது சிறுநேரம் கண்ணாடி முன் நின்று வந்திருக்கிறாள் என்பது தெரிந்து சிநேகமாகச் சிரித்தான். காப்பியின் மணம் காற்றிலேறி வந்தது. அவள் உள்ளே போனதும் டிவியின் மேல் சரிந்து வைக்கப்பட்டிருக்கும் சட்டமிடப்பட்ட புகைப்படத்தில் மணக்கோலத்தில் அவள் நாணும் முகத்துடன் நிற்பதைக் கண்டான். அவளுடன் நிற்பவனின் தனித்த படமொன்று கடவுளர்களின் வரிசையில் மாலையுடன் மாட்டப்பட்டிருந்தது. அவளது தித்திப்புக் கூடிய காப்பியை அவன் குடித்து முடிப்பதற்குள் ளாகவே அதன் காரணத்தைக் கசியும் கண்களுடன் தரையை நோக்கியவாறு சொல்லி முடித்திருந்தாள். உண்மையில் அவள் கூறத்தொடங்கிய அடுத்த நிமிடத்திலேயே அவன் குடிப்பதை நிறுத்திவிட்டிருந்தான். கணவன் பைக்கிலிருந்து தூக்கி எறியப்பட்ட செய்தி அவளை அடைந்த போது மதிய உறக்கத்தில் இருந்தாள். தீவிர சிகிச்சைப்பிரிவில் அனுமதிக்கப்பட்ட சில நாட்களுக்குப் பின்னும் மூளையில் உறைந்த ரத்தம் கரையாமல் உடலைச்சுற்றிக் குழாய்களால் மூடப்பட்டுக் கண் விழிக்காமல் கிடந்தான். இரண்டாவது வாரத்தில் மருத்துவர்கள் கைவிரித்து விட அவன் வெறும் உடலாக வெளியே இழுத்துவரப்பட்டான். அவளது நகைகள் லட்சங்களாக மாறிய பின்பே அவனை வீட்டுக்கு எடுத்து வர முடிந்தது. அப்போது வயிற்றில் சரண்யா எட்டுமாதம். ஆறிப்போன காப்பியுடன் இரத்தினம் செய்வதறியாது பேச்சற்று அமர்ந்திருந்தான். மேலும் இரு தினங்கள் கழித்து வந்து அவளைத் தனக்குத் தெரிந்த ஒன்றிரண்டு அதிகாரிகளின் வீட்டிற்குக் கூட்டிச் சென்று நிறுத்தினான். நம்பிக்கையின் வெளிச்சம் அவள் மனதில் படர்ந்தது. அப்போது அவன் நடந்துகொண்ட முறை கௌசல்யாவை உள்ளுக்குள் அசைத்தது. அதை வெளியே காட்டிக்கொள்ளாமல் அவன் குறிப்பிட்டுக் கூறி விட்டுச்செல்லும் நேரத்தில் தயாராக, வேண்டிய சான்றிதழ்களுடன் அவன் அழைப்புமணியை

அடிக்கத் தேவையில்லாதவாறு திறந்த கதவுடன் காத்திருந்தாள். விபத்து வழக்கிற்காகவும் அவனது வேலையை வாங்கித் தரவும் அவளைக் கூட்டிக்கொண்டு அலைந்தான். இரண்டாவது வாரத்திற்குப் பிறகு அந்த வீட்டிற்கு ரத்தினம் சென்றபோது அவளது அறைக்குள் அவளது வருகையை எதிர்நோக்கியபடியே சற்று முன் சிரித்தபடியே அவள் தந்துவிட்டுப்போன பசும்பாலை உறிஞ்சிக் கொண்டிருந்தான். பிறகு அவன் பெண் பார்க்க வேறு எங்கும் கிளம்பிச் செல்லவேயில்லை.

அவனை அங்கிருந்து விடுவிக்க முயலுந்தோறும் அது அவனை மேலும் வலுவாகப் பிணைக்கவே வழிவகுத்தது. சில மாதங்களிலேயே கசந்து திரும்பி வருவான் என்னும் ராஜம்மாளின் நம்பிக்கை அணைந்து போயிற்று. இரண்டாமவளான சரண்யா அவனோடு ஒட்டிக் கொண்டுவிட்டாள். ஆனால் மூத்தவளான பூரணிக்கு விலகலும் எச்சரிக்கையும் அவனிடம் இருந்தது. ஆரம்பத்திலிருந்த நெருக்கம் மெதுவாக விலகி அவளுக்குப் பத்துப் பதினோரு வயதான போது அவன் வீட்டிற்குள் நுழைந்தாலே வெளியே போய்விடும் அளவுக்குக் கசப்புக் கூடிற்று. தன்னுடைய அப்பா அல்ல அவன். அப்பாவின் வாசமும் அவர் அழைக்கும் செல்லப்பெயரும் அவளுக்குள் வேர்விட்டிருந்தது. கௌசல்யாவுடன் துணைக்கிருந்த அவளது அம்மா இவனது வருகையை சாடைமாடையாகவும் பிறகு நேரடியாகவும் கண்டித்தபோது அது நிறுத்தும் கட்டத்தைத் தாண்டி விட்டிருந்தது. அம்மா சண்டையிட்டுக் கிளம்பிச் சென்றவுடன் பூரணி இல்லாத வேளைகளில் சுதந்திரமான உடலசைவுகளுடன் அங்கு உலவினான். அவள் முதிர்ச்சியடையும் போது இயல்பாகவே தன்னை ஏற்றுக்கொள்வாள் என கௌசல்யாவின் கையையெடுத்துத் தன் கைகளுக்குள் வைத்துக்கொண்டு அவள் உள்ளங்கையை வெற்றிலை நீவுவது போல நீவியபடியே சொல்வான். தன் உறவினரொருவரின் கல்யாணத்திற்குச் சென்று வந்த பின் பூரணியின் திருமணம் எப்படி நடத்தப்பட வேண்டும் என அவன் கண்கள் விரியச் சொன்னபோது கௌசல்யா புன்னகையுடன் சரண்யாவைத் தூக்கி மடியில் போட்டு அவனைக் கண் எடுக்காமல் பார்த்தவாறே அழுந்த முத்தம் தந்தாள்.

வழக்குக்குக் கிடைத்த லட்சங்களும் அதன் பின்னாலேயே வந்து சேர்ந்த வாரிசுரிமையான வேலையும் கௌசல்யாவை எட்டியதில் ரத்தினத்தின் அலைச்சல் ஒரு தந்தைக்கு ஈடானது. அவனது மென்மையான சுபாவமும் மாசற்ற பிரியமும் அவளை அவனுடன் இறுகக் கட்டியது. அந்தப் பேருந்தை ரத்தினம் வீட்டுக்கு வந்து சென்ற அன்று அவள் மனதில் படம் போல

மீண்டும் கண்டாள். கடைத் தெருக்களில் நடந்து செல்கையில் அவனுக்குக் காட்டி அவன் மட்டும் அறியும் வண்ணம் சிரித்த பின் பார்வையை சம்பந்தமில்லாத பொருள் மீது திருப்பிக் கொள்வாள். அவள் பேசியபடியே முன்னால் செல்ல ரத்தினம் அந்தப் பேருந்தையே கண் சிமிட்ட மறந்து அது மறையும் வரை பார்த்துக்கொண்டே நிற்பான். ராஜம்மாளும் அவனது அக்காளும் வந்து சண்டையிட்டுப் போனபிறகு அவன் தன் வீட்டிற்குப் போவதை நிறுத்தித் தனி அறையெடுத்துக் கொண்டுவிட்டான்.

எவ்வளவு முயன்றும் பூரணியை மாற்ற அவளால் இயலவேயில்லை. அவளது பன்னிரண்டாவது வயதில் ஏறக்குறைய அந்த வீட்டிற்கு வரத் தொடங்கி எட்டு வருடங்களுக்குப் பின் கௌசல்யா தேம்பும் குரலில் இனி இங்கு வரக்கூடாதெனச் சொன்னாள். ஒன்றுமறியாச் சிறுவன் போல ரத்தினம் விழித்துக் கொண்டு நின்றான். பூரணி உள் அறையின் கதவை உடைத்துவிடும் வேகத்தில் சாத்தினாள். தவறான காலத்தைக் காட்டியபடி நிற்கும் முள் உடைந்த கடிகாரத்தின் பெண்டுலம் போல அவன் அந்த வீட்டு வாசலுக்கும் தெருமுனைக்குமிடையே ஊசலாடிக் கொண்டேயிருந்தான். சோர்ந்து போய் ஜன்னல்களில்லாத தன் ஒற்றைச் சிறிய அறைக்குக் கால் பழக்கத்தால் போய்ச் சேர்ந்தான். ஏதோ அப்போது தான் உணர்ந்தவன் போல உறக்கத்திலிருந்து சற்று முன் எழுந்தவன் போல நிலைக்கண்ணாடி முன் திகைத்து நின்று தனக்கு வயதாகிவிட்டிருப்பதைக் கண்டான். மேலும் பல வருடங்கள் மூப்படைந்து விட்டது மாதிரி பலவீனமாகப் படுக்கையில் சாய்ந்தான். எவரைத் தூதனுப்பிக் கௌசல்யா விடம் பேசச் சொல்லலாம் என்பது தான் அப்போது அவன் உலகில் இருந்த ஒரே வாக்கியமாக இருந்தது. தனக்குள்ளாகப் பேசியபடியே காதோரம் வழிந்த கண்ணீரைப் புறங்கையில் துடைத்துப் புரண்டு படுத்தான். இரு நாட்களுக்குப் பின் அவன் ஆஸ்பத்திரியின் சுவரில் கண் விழித்தான். எதுவும் உண்ணாது மயங்கிக் கிடந்தவனை அவன் அக்காவும் அருகில் இருந்தவர்களும் தூக்கி வந்து சேர்த்திருந்தனர். அவர்கள் யாரும் இல்லாத மதிய வேளையில் கௌசல்யா வந்து அவன் கையைப் பற்றியபடியே அழுது தீர்த்துவிட்டுப் போனாள்.

மருத்துவமனையில் அம்மா செய்த ரகளையில் மனம் இறங்கி நாற்பத்திரண்டாம் வயதில் வீட்டிற்குச் சென்றபோது அது தோற்றத்தில் பெருமளவு மாறியிருப்பதைக் கண்டான். ராஜம்மாள் அவன் கன்னத்தைத் தன் இரு கைகளிலும் தாங்கிக்கொண்டு அழமுடியாமல் புசுபுசுவென மூச்சுவிடும் இடைவெளியில் அவள் மூக்கிலும் கண்களிலும் நீர் வழிந்தது. தன் தளர்ந்த கைகளால் அவனை அடித்தாள். அவன் அதற்கு வாகாக

வளைந்து நின்றான். அவனுக்குப் பெண் தேடும்படி அவனது அக்காவிடம் சொன்ன போது ரத்தினம் சிரித்துக்கொண்டே

"கெழவனாயச்சும்மா ... இன்னும் உம் மகனை நீ சின்ன பையன்னு நெனச்சுக்கிட்டு இருக்கறயா ..?" என்றான்.

"போனதெல்லாம் போகட்டும்டா ... அந்தத் தட்டுவாணி முண்டகிட்ட இருந்து அறுத்துட்டு வந்துட்டயல்லோ ... அது போதும்டா ... பொறகு ஒனக்குன்னு ஒரு தொண வேணுமல்ல சாமி ..." என இறைஞ்சும் குரலில் கேட்டபிறகு "காக்காகுருவிக்கெல்லாம் ஒரு நிழல் இருக்கும்போது ஒனக்குன்னு ஆதரவா ஒரு கை இருக்கோணும்டா ரத்தனா ..." என்றாள்.

"இவ்வளவ்வு பெரிய்ய ஒலகத்துல என்னயத் தூக்கிப் போட நாலு பேரு இல்லாம போயிட்டாங்களாம்மா ..! அந்த நாயத்த வுட்டுப் போட்டு வேற ஏதாச்சும் இருந்தா பேசு ..." என்ற போது அவன் மனதில் கௌசல்யா இந்த நேரத்தில் என்ன செய்து கொண்டிருப்பாள் என்பது தான் ஓடிக்கொண்டிருந்தது.

"கூடப்பொறந்த பெத்து பொறப்புகயெல்லாம் அவங்கவுங்க மக்கம்மாரை அவங்கவுங்க ஜோலியத் தாண்டா மொதல்ல பாப்பாங்க ... நாஞ்சொல்றத ஏன்னு தான் கேளேன் ... ஒங்கெடுதலுக்கா சொல்லப் போறேன் ..." என அவள் பேசிக் கொண்டிருக்கும் போதே கேட்காதவன் போல எழுந்து போனான்.

அடுத்த ஏழு வருடங்களும் அவன் தன் அம்மாவுடனேயே செல்வி வீட்டிலும் கடையிலும் உண்டுவிட்டு உடனிருந்தான். செல்வி தனியாக அதற்குப் பணம் வாங்கிக் கொண்டாள். மூத்த அக்கா குணவதியும் முடிந்த மட்டும் அம்மாவுக்குத் தெரியாமல் அவனிடம் அழுது தீர்த்துப் பிடுங்கிச் செல்வாள். அவனைத் தனியே கூட்டிப் போய் செல்விக்கு அம்மா செய்வதையெல்லாம் கேட்டுக் குமைவாள். அவன் முகத்தைத் தூக்கி "உம் பொழப்ப மட்டும் பாருக்கா..." எனச் சத்தமிட்டபிறகே அடங்குவாள். தனக்குப் பின் பிறந்த சந்திரா இப்போது உயிருடன் இருந்திருந்தால் தன்னை எப்படியெல்லாம் தாங்கியிருப்பாள் எனத் தனித்திருக்கையில் அவ்வப்போது எண்ணிக்கொள்வான். தன் பின்னாலேயே சுற்றி வந்தவளை விரட்டி அடித்தது உடனேயே நினைவுக்கு வரும். ஊருக்குள் பரவிய விஷக்காய்ச்சல் அவளை எட்டு வயதிலேயே பறித்துக்கொண்டு விட்டது. வெறும் உடலாகத் தூக்கிச் செல்ல விடாமல் அழுது அவர்களின் காலைப் பற்றி இழுத்து ஆர்ப்பாட்டம் செய்ததை இப்போதும் அம்மா அவ்வளவு துல்லியமாகச் சொல்வாள்.

மீண்டும் கௌசல்யாவிடம் சென்று விடும் நாளுக்காக உள்ளூர ஏங்கிக் கிடந்தான். அவளே வந்தழைத்தால் ஒழிய

அங்கு செல்லக்கூடாது என்னும் பிடிவாதமும் அவனுக்கிருந்தது. பூரணியின் திருமணத்திற்கு அழைக்க வருகையில் அது நடக்கும் என்னும் நம்பிக்கை வலுவாக அவனுள் இறங்கியிருந்தது. அதைச் சாக்காகக் கொண்டு அந்த வீட்டின் கதவைத் திறந்து கொள்ளலாம் என்றிருந்தான். முன்பு போலில்லாமல் அவ்வப்போது மட்டும் சென்று மனதாறி விட்டுத் திரும்பி விட வேண்டும் எனக் கட்டளை போலத் தனக்குள் சொல்லிக்கொண்டான். பூரணி இல்லாத வீட்டில் மற்ற இருவரின் முகங்களைப் பார்ப்பதும் அவர்களுடன் தன்னை இழந்து பேசுவதுமே கூட அவனுக்குப் போதும் போலிருந்தது. அதற்காக இவர்கள் எவரும் அறியாமல் பணத்தைச் சேர்த்துக்கொண்டிருந்தான். அதைப் பூரணிக்கும் சரண்யாவுக்கும் சமபங்காகப் பிரித்துக் கொடுத்துவிட வேண்டும் எனப் பல நாட்கள் மனதிற்குள் முணுமுணுத்தபடியே உறங்கிப் போய்விடுவான். ஆனால் அதுவரை அவர்களை, அதிலும் கௌசல்யாவை மறந்திருக்க வேண்டுமே..! நெஞ்சில் கீறியது போலச் சிறிய வலியை உணர்ந்தான். பார்வையை மங்கலாக்கும்படி கண்களில் நீர் நின்றது.

கௌசல்யாவையொட்டிய ஞாபகங்களைப் பிளந்து அதனூடாகவே இறங்கிக் கடந்து சென்றுவிடவேண்டும் என விரும்பினான். ஆனால் முடியாத சுவராக வளர்ந்து கிடந்தது அது. அவளது வீட்டின் பின்பக்கமாகச் சென்று சாத்தப்பட்டிருக்கும் கதவின் மீது கண்களைப் பதித்து நின்றுகொள்வான். அவள் துணி துவைக்கும் நாட்களை நன்கு அறிவான். அதற்கும் மறுநாள் வீட்டின் பின்கட்டில் வெயிலில் காயும் அவளது புடவைகளைப் பாப்பாக்களின் உடைகளைக் காண்பதற்காகவே பார்ப்பவர்களுக்கு விநோதமாகத் தெரியாதவாறு அருகிலிருக்கும் சிறு மைதானத்தில் சிறுவர்களின் பந்தாட்டங்களைப் பார்ப்பவனாக மாலைவேளையில் மரநிழலில் ஒதுங்கி நின்றுகொள்வான். தெரிந்த முகம் ஏதேனும் தட்டுப்பட்டால் வம்படியாகப் பிடித்து நிறுத்தி அவர்களுடன் பாவனையாகப் பேசுவது போல முகத்தை வைத்துக்கொள்வான். வெற்று உடல் மட்டும் அங்கு நின்றிருக்க அவனது தகிக்கும் உயிர் அந்த உலரும் உடைகளுக்கிடையே மீனைப் போல நீந்திக்கொண்டிருக்கும். உள்ளே எத்தனை உடுப்புகள் அடுக்கி வைக்கப்பட்டிருக்கும் என்பதைக் கூட அவன் யோசித்துக் கணக்கிட முயன்றிருக்கிறான்.

கௌசல்யாவின் அண்மைக்காகத் தான் இவ்வளவும் என்பதை அந்த வீட்டிலிருந்து வெளியேற்றப்பட்ட மறுவாரத்திலேயே உணர்ந்து கொண்டான். அந்த உதட்டின் சுழிப்பும் கண்களின் கூர்மையும் அவனை அவளிடம் சரண் அடைய வைத்திருந்தது. அதுகூட மேலோட்டமாகத் தான்.

அகாலம்

அடியில் கிடந்தது சதைக்கான வேட்கை. எவரும் இல்லாத வேளைகளில் அவள் அவனுக்கு மிக அருகில் அவன் உடலில் தன்னைப் புதைத்துக்கொள்பவள் போல நெருங்கி அமர்ந்து ஊடுருவுவதுபோலப் பார்ப்பாள். அதன் பின் அவனிடம் சொல்லே எழாது. முன் விளையாட்டுகளில் சிறுவன் விடும் சோப்புநுரைக் குமிழ் போல அவன் அவள் முன் மிதந்து கொண்டேயிருப்பான். அவர்களது பிம்பங்கள் விழுந்த அந்தக் குமிழ்கள் அறையெங்கும் நிறையும். இருவரும் அவற்றை உடைக்கத் துள்ளுவார்கள். அவன் அவளை மூர்க்கமாகப் புரட்டிப் போடுவான். அவள் வழுக்கியபடியே நழுவி எச்சிலில் குமிழி செய்து அவன் மீது விடுவாள். பின் இருவரும் மூச்சு வாங்க ஒருவர் மீது ஒருவர் கிடப்பார்கள்.

அவனுக்குப் பின்னழகின் மீது தீராத மோகமிருந்தது. வாயிக்கும் கைக்கும் அமுதூட்டும் முலைகளின் மீதும். ஆட்கள் இருக்கும் போதே அவளது நடையில் அவனை வம்புக்கிழுக்கும் தந்திரம் இருக்கும். அதிர்ந்து பேசாத ரத்தினம் உள்ளுக்குள் வைத்திருக்கும் ஆசையை கௌசல்யா படுக்கையில் கண்ட போது அள்ளி எடுத்துச்சிரித்து தன் மீது போட்டுக் கொண்டாள். அந்த வேளைகளில் அவளது குரலில் ஏறும் கிறக்கம் மீண்டும் ஆண்மையை உசுப்பிவிடும். எந்தச் சேட்டைகளும் இன்றி வெறும் குரலிலேயே தூண்டிவிட்டு நெடுநேரத்துக்கு அவனை அணையாமல் வைத்திருந்திருக்கிறாள். பேசவே தயங்கும் கௌசல்யா தன் காதிற்குள் முணுமுணுக்கும் கிளர்ச்சியேற்றும் சொற்களைக் கேட்டு அவன் அவளைப் போலச் சிரிக்கவில்லை. மனம் சுருங்கத் தலை தூக்குவான். நொடி நேர திகைப்புக்குப்பின் தனக்கும் முன்னமே ஆண் வாடையைக் கண்டவள் தானே என ஓரக்கண்ணால் முறைத்தபடியே முத்துவான்.

அவனுக்கொரு பிள்ளையைப் பெற்றுத்தர முடியாமல் போய்விட்டதே என்பதைத் தான் தீராதகுறையாகச் சொல்வாள். ஆனால் பிள்ளை போலத்தான் அவள் அவனைக் கவனித்துக் கொள்வாள். சுற்றியலைந்து தலையெல்லாம் தூசு படிந்திருக்க வேலை முடித்து அவளைப் பார்த்துவிட்டுச் செல்ல வரும் போது இழுத்துப்போய் அரப்புத் தேய்த்துக் குளிப்பாட்டி விடுவாள். நீரை மொண்டு தலையில் ஊற்றுகையில் அவனது கண்ணீரும் அதனுடன் வழிந்து போகும். அவன் சம்பாதிப்பதை ஏதோ கட்டிய கணவன் போல அவளிடம் கொண்டு வந்து தந்து செலவுக்கு வாங்கிச் செல்வான்.

கௌசல்யாவின் குரல் கேட்டுச் சடாரென முகம் மலர்ந்து கதவு நீக்கி வெளியே வந்தான். ஒருவரையும் காணோம்.

சாலையில் எங்கேனும் சிறு ஜாடையில் அவள் போலவே எந்தப் பெண்ணேனும் தென்பட்டால் அவளை நோக்கி ஏறக்குறைய ஓடிப் பின் ஏமாற்றத்துடன் தலைகவிழ்வான். பெண்களின் உடம்பை போகமேறிய கண்களுடன் மேயும் போது கூட அந்த உடம்பிற்குரிய முகமாகக் கௌசல்யாவைத் தான் கொண்டு வந்து வைப்பான். அவனது அலட்சியமான சுபாவத்தின் மீது ஒருவித நேர்த்தியைக் கொண்டு வந்தவள் அவள். அவனுடைய ஆடைகள் மட்டுமல்ல முடிவெட்டும் முறையிலிருந்து போடும் செருப்பு ஈறாக சற்றேறக்குறைய அனைத்துமே அவளது தேர்ந்தெடுப்புகளால் ஆனவையே. அவன் அவளோடு வசிக்கத் தொடங்கிய இரண்டாவது வருடத்திலேயே தனியாக ஆள் போட்டுத் தொழில் தொடங்கச் சொன்னாள். முன் பழக்கமுள்ளவர்களிடம் அலைந்து புதிய கட்டிடத்திற்கு ஒட்டுமொத்த எலக்ட்ரிக் வேலைக்கான கான்ட்ராக்ட்டை வாங்கினான். அதற்கான கருவிகள் வாங்குவதற்காகத் தன் நகைகளை வங்கியில் வைத்துப் பணம் தந்திருந்தாள். தன் ஒற்றையறையில் அவற்றை வைக்க இடமில்லாமல் அவளது வீட்டில் வைத்தே எடுத்துச் செல்வான்.

குழந்தைகள் வளரத் தொடங்கியபின் அவனோடு சேர்ந்து நடப்பதைத் தவிர்த்தாள். அப்போதே அவள் மனதில் விலகுவதற்கான விதை விழுந்துவிட்டதோ..? அதற்கு நீரூற்றி வளர்த்துக் கருகாமல் பார்த்துக் கொண்டது மட்டும் தான் பூரணியா? ஏன் இன்னும் விடியாமல் கிடக்கிறது? பகலை விடவும் முடியாமல் நீளும் இந்த இரவுகள் ஏன் தலைக்குள் சுடுநீரைக் கொட்டுகின்றன? என்றேனுமாவது என்னை நினைத்துக் கொள்வாளா? இல்லை, அவள் நிம்மதியின் படுக்கையில் உறங்குவாளாக இருக்கும். அசங்காத வேலை, மகள்களின் பெருமிதம் என வேறு வாழ்க்கைக்குள் லகுவாகப் பொருந்திக் கொண்டிருப்பாள். நேராக அவளது வீட்டிற்குப் போய் அவளைக் கண்டால் தன்னை எவ்வாறு எதிர்கொள்வாள்? என்பதைக் காணும் தினவு அவன் உடம்பிற்குள் கெட்ட ஆவி போல சில கணங்கள் பீடித்தது. அந்த வாயிற்படியை ஒருபோதும் மிதிக்க மாட்டேன், ராஜம்மாவின் மகன் நான் என அதை விரட்டி அடித்தான். தெருவில் மணிச்சத்தத்தையும் குரல்களையும் கேட்டு விடிந்ததை உணர்ந்து கதவு நீக்கினான். கௌசல்யா நின்று கொண்டிருந்தாள். அவனுக்குப் பரவசமும் பரபரப்பும் கூட இதயம் வாய்வழியாக வந்துவிடும் என்பது போல எகிறியது. அதை நிறுத்த வழியின்றி அறையைச் சுத்தப்படுத்தி நாற்காலியைப் போட்டு 'வா கௌஸி...' எனச் சிரித்தபடியே வெளியே வந்ததும் அங்கு யாருமேயில்லை என்பதைக் கண்டான்.

ஆனால் கௌசல்யா எங்கேனும் எதிர்பட நேர்ந்தால் துவேசத்துடன் முகத்தைத் திருப்பிக் கொண்டு தன் மனதிற்குள் நிகழும் இழுபறியை மறைத்தவனாகப் பார்க்கச் சகிக்காததைக் கண்டு விட்டவன் போல கசப்புடன் விலகிச் சென்று விடுவான். சில தப்படிகளுக்குப் பின் எங்கேனும் பதுங்கியபடி அவள் தன்னைத் தேடுகிறாளா எனப் பரிதவிப்பான கண்களுடன் பதட்டத்தில் நடுங்கும் கால்களைப் பிறர் காணாதிருக்க பேண்ட் பாக்கெட்டினுள் கைகளை நுழைத்துத் திரும்பி நோக்கினான். இருபக்கமும் மகள்கள் சூழ சிரிப்பில் மிதந்து போய்க்கொண்டிருப்பவளைக் கண்டான். இவ்வளவு ஆட்களுக்கு மத்தியில் அவள் முகத்தில் உமிழ்ந்தாலென்ன? என்று தோன்றியது. ஆனால் கண்களுக்குள் தேங்கி நிற்கும் சிரிப்பைப் பார்த்து விட்டால் அந்தக் குரலை அந்த விரல்களை மீண்டும் அறியுமாறு நேர்ந்துவிட்டால் அங்கேயே உருகிக் கரைய வேண்டி வருமே..! யாருமில்லாத சமயங்களில் ரத்தினம் வீட்டிக்குள் நுழைந்ததும் முதலில் அவள் விரல்கள் தான் சற்றுப் பரபரப்படையும். சரியாக ஒதுக்காமல் கலைந்து கிடக்கும் முடிகளுக்கிடையே அவ்விரல்கள் அளைந்து ஏதோ பள்ளிக்கு அனுப்பும் சிறுவனுக்குச் செய்வது போலக் கோதி விடும். அவன் கேசத்திற்குள் அந்த விரல்கள் நுழையும் போதே ஸ்பரிசத்தின் சுகத்தில் அவன் கைகள் இடுப்பில் ஊர்ந்து செல்லத் தொடங்கியிருக்கும். அந்தக் கண்களை அவனுக்குத் துல்லியமாகத் தெரியும். அது சொல்வதற்கேற்ப அவளை அள்ளி உள்ளே செல்வான் அல்லது விலகிச் சென்று அமர்ந்து கொள்வான். நினைவு கலைந்த போது கௌசல்யா அந்தச் சாலையின் முனைக்குச் சென்று விட்டதைக் கண்டான். பின்னும் சில பல எதிர்கொள்ள முடியாத சந்திப்புக்குப்பின் இளைய மகளோடு தட்டுப்பட்டாள். சிறிது தூரம் சென்ற பின் மகளை அங்கேயே விட்டுவிட்டு அவனை நோக்கி வந்து

"யேன் இப்படி உசுரோட..." என்றபின் சுதாரித்தவளாகச் சுற்றிலும் பார்த்துக் குரலைத் தணித்து "சாகடிக்கற ரத்தனா..." எனக் கெஞ்சும் குரலில் கேட்டாள்.

வேறெங்கோ பார்வையைப் பதித்தவனாக அவளை யாரென்றே அறியாத முகத்துடன் மௌனமாக நின்று கொண்டிருந்தான்.

"உன்னய ஒவ்வொரு தடவ பாத்துட்டு போகையிலுமு வூட்ல நடக்கற ரகளயச் சொல்லோணுமா..! அப்படித்தான் ரத்தனா... வேற வழி இல்ல ஆமா... ரெண்டு பேரும் ஆளாளுக்கு அவங்கவங்க மூலையில படுத்துக்கிட்டு பழகினத நினைச்சுப்பாத்துட்டே நொந்து நொந்து சாகவேண்டியது

தான் ... என்னத்தப் பண்ணச் சொல்ற ..? இல்ல, அவுளகள வுட்டுப்போட்டு உங்கூட வந்தரச் சொல்றயா ...!" என மூச்சுவிடாமல் பேசிக்கொண்டே சென்றாள்.

அவன் மனதிற்குள் அதுகாறும் நொதித்துக்கிடந்தவைகளைக் கொட்டிவிட வேண்டும் என விளக்கில்லாத இருண்ட வீட்டில் பொருளைத் தேடுவது போலத் தன்னுள் மூழ்கி சொல்லைத் துழாவினான். தட்டுப்படவேயில்லை. அப்போது அந்தியின் பொன்மஞ்சள் ஒளியில் சரண்யா அவர்களை நோக்கி வருவதைப் பார்த்ததும் அக்காட்சி அளித்த பரவசத்தில் தனக்குள் பொங்கி மேலெழும் மனதை வெறுமனே பார்த்துக்கொண்டு மட்டும் நின்றான்.

"யேன் இப்படி எளச்சுப் போய்க்கெடக்கற ..." எனச் சதை வற்றிய அவனது கையைப் பிடிக்க கௌசல்யா முயன்றபோது விலக்கிக்கொண்டு அருகில் வந்துவிட்ட மகளைப் பார்த்து "அம்மாவ பத்திரமா பாத்துக்கோணுஞ்சாமி ..." என்ற பின் "பாத்துப் போங்க ..." என மையமாகச் சிரித்தான். சரண்யா நேரே வந்து அவன் கைகளைப் பற்றிக்கொண்டு வயிற்றில் குத்தினாள். அந்த விளையாட்டை ரசித்தபடியே "ஒரே வயித்துல தான் ரெண்டுகளையும் பெத்தேன் ..!" எனக் கண்ணோரம் தங்கி நின்ற நீரைக் கைக்குட்டையால் பெருமூச்சுடன் ஒற்றினாள். அங்கிருந்து கிளம்பி அவர்கள் ஒரு கடைக்குள் நுழைந்ததைக் கண்டது தான் அவன் அவர்களைக் கடைசியாகப் பார்த்தது.

அதற்குப்பின் ரத்தினம் உயிரோடிருந்த அடுத்த ஏழு வருடங்களில் அவர்களைக் காண முயலவேயில்லை. எளிதில் பிறர் கண்டுபிடிக்க இயலாத ரகசிய இடத்தில் அவர்களை மறைத்து வைத்தான். வேண்டும் போது அவன் மட்டும் எடுத்து ஆசை தீரப் பார்த்த பிறகு வைத்து விடுவான். அவளும் அந்த வீட்டை போக்கியத்திற்கு விட்டுவிட்டு சில கிலோமீட்டர்கள் தள்ளி வீடு பார்த்துச் சென்று விட்டிருந்ததை மிகவும் பின்னால் தான் வேறொருவர் சொல்லி அறிந்தான்.

கிழவி கண் திறந்து மூடிப் பதறி அச்சத்தை மறைத்தவளாக மீண்டும் கண் திறந்த போது சிறிய சட்டியைத் தவளை போலக் கால்கள் பின்ன தூக்கிக்கொண்டு வீரய்யன் ஓடுவதைக் கண்டாள். தென்னைமரத்தின் கீழே அமர்ந்து நீர் விளாவித் தேங்காய் நாரால் தன் உடம்பைத் தேய்த்து வீரய்யன் குளித்தான். உடலிலிருந்து வழிந்த அந்த அழுக்கு நீர் அருகிலிருந்த செம்பருத்திச் செடியையும் வேப்பமரத்தையும் தென்னையையும் நோக்கிச் சென்றது. செல்வி மணமாகும் வரை அதில் முளைத்த பூக்களைப் பறித்த பின்னரே கோவிலுக்குச் செல்வாள். வருடந்தோறும் சங்கராந்திக்கு

வேப்பிலைக்காக அந்தத் தெருவாசிகள் அந்த வேப்பமரத்தைச் சுற்றி ஈசல்கள் போல வட்டமிட்டுக் கொண்டிருப்பார்கள். கிழவி வெறுங்கையில் ஈ கூட ஓட்டமாட்டாள் என்றாலும் பலரும் எகிறியும் ஏறியும் அதன் கிளைகளை கொப்புகளை முறித்து எடுத்துச் செல்கையில் ‘கொரங்குப் பசங்களா ... மரத்துக்கு மொட்டைய போட்டுவுட்டுப் போயிராதீங்கப்புணு ...’ எனச் சிரித்தபடியே சொல்லிவிட்டுச் சென்றுவிடுவாள். அப்படியொரு பொங்கல் பண்டிகை முடிந்த மறுதினம் ராஜம்மாளுக்கு தன் அக்கா இறந்துபோன செய்தி வந்து சேர்ந்தது. அவள் வீரய்யன் சாவுக்கு வந்தபோது பார்த்தது. அப்போது கூட அவளிடமிருந்த பவுசைக் கண்டு அளந்து பேசிச் சடங்குகள் முடிந்ததும் மீண்டும் மனதைத் திருப்பிக் கொண்டு விட்டாள். பிள்ளை வரம் வேண்டி கோவிலுக்குக் கிளம்பிக்கொண்டிருந்த செல்வியைக் கூட்டிக் கொண்டு போய்ச் சேர்ந்ததும் அந்த பூ வேலைப்பாடு கொண்ட பெரிய தேரைப் பார்த்து அசந்து விட்டாள். நினைத்ததற்கும் மேலாக அவளது வீடும் சொத்துக்களும் விரிந்து கிடப்பதைக் கண்டாள்.

“உங்கொப்பன் வேண்டாம்ன்னு சொன்ன இந்த கறுத்த முண்டையோட பாடைக்கு யெதுக்கு இத்தன அலங்காரத்தைப் பண்ணி வைச்சிருக்கறான் அந்த கறுத்த கட்டித்தின்னீ...” எனப் பேருந்துக்குத் திரும்பியபோது பொரிந்து தள்ளினாள். பல நூறு தடவைகள் அதைக் கேட்டுச் சலித்துவிட்ட செல்வி காதிலேயே விழாதவள் போலப் பயணச்சீட்டுக்கு நடத்துநரை கை நீட்டி அழைத்தாள். ராஜம்மாள் முகத்தைத் திரும்பிக் கொண்டாள். அங்கிருந்து வந்த மறுவாரமே சேறும் மணலுமாகக் கிடந்த வீட்டின் பின்புறத்தைக் கொத்தி எடுத்து அந்த மரங்களை வெட்டி வீழ்த்தி வீடுகளை எழுப்பினாள். தண்ணீரின்றிக் குப்பைக்கிடங்காக மாறிவிட்டிருந்த கிணற்றில் குழாய் பதித்து மூடி மலக்குழியாக்கினாள். முன்னாலும் பின்னாலுமாக வீடுகள் எழுந்து அவற்றின் வாடகைகள் மடியில் வந்து விழுந்தபோது கண்டிப்பான குரலில் “மாசம் பொறந்த நாலு நாளுக்குள்ள பணம் வந்தரோணும்... இல்லீனா சட்டி பானை ரோட்டுக்குப் போயிரும் ...” என்றபடியே தன் அக்காவை மனக்கண்ணில் ஒரு கணம் கண்டு இளக்காரத்துடன் சிரித்தவாறு இடித்த வெற்றிலையை வாயிலிட்டுக் கண்மூடி மென்றாள்.

வீரய்யனுக்கு ராஜம்மாளைக் கட்டிக்கொடுக்கும் போது பதினான்கு வயது. தொழுவத்தில் கட்டியிருக்கும் எருமைகளையும் மாடுகளையும் அப்பாவுடன் ஓட்டிக்கொண்டு போய்த் திரும்பப் பதனமாகக்கூட்டி வந்துவிடும் சாமர்த்தியசாலிப் பெண் அவள். மதியம் அவைகளைக் குளிப்பாட்ட அவளது அப்பா குடுமியை

முடிச்சிட்டபடியே குளத்தில் இறங்குவார். அவள் தண்ணீருக்குள் நின்றுகொண்டு நீரை அள்ளியள்ளி அவற்றின் மீது எறிவாள்.

குறும்பு பேசி அக்காவைக் கேலி செய்து அம்மாவுக்கு அஞ்சி மறைந்து ஒதுங்கி உள் அறையில் நின்ற ராஜம்மாளை வீரய்யன் தான் கூடத்துக்கு நடுவே கொண்டு வந்தான். பெட்ரோமாக்ஸ் விளக்கின் வெளிச்சம் ஒருவரது நிழலை மற்றவரது முகத்தில் வீழ்த்தி இருந்தது. அக்காளின் கறுப்பு நிறத்தைப் பார்த்ததும் வீரய்யனின் எண்ணெய் வழிந்த முகத்தில் பரவிய ஏமாற்றத்தின் கோடுகளை ஒளி மங்கிய அவ்விடத்திலிருந்த எவரும் காணவில்லை. வரக்காப்பியைக் குடித்தபின் செருமிக்கொண்டு தள்ளி அமர்ந்திருந்த தன் அப்பனை ஒரு கண்ணை மட்டும் தூக்கிப் பார்த்தபிறகு வீரய்யன் அவளது தங்கையைக் கட்டிக்கொள்ள விரும்புவதாகச் சொல்லிவிட்டு எழுந்து விட்டிருந்தான். அறையப்பட்டது போல அமர்ந்திருந்தவர்கள் திகைத்து விட்டிருந்தனர். அக்காளின் அழுகையும் தங்கைக்கு விழும் அடிகளின் சத்தமும் அவர்களை வெளியே கொண்டு நிறுத்தி நானாவித பேச்சுக்களைக் கிளப்பி விட்டன. ஊராரின் வாய்கள் கேலி பேசிச் சுழிக்கும் முன் சற்று முன் பேசி நிச்சயக்கப்பட்டிருந்த அதே மங்கலகரமான முகூர்த்தத்தில் தாலிக்குத் தங்கம் உருக்கப்பட்டது. ஒன்றுக்கு இரண்டாக. வீரய்யனை விட ஒரு வயது இளையவனான தம்பி, அக்கா தனலட்சுமியைக் கட்டிக் கொள்வதென்றும் வீரய்யனுக்கு அவன் விரும்பிய சிவப்பு நிறத்தவளான ராஜம்மாளை மணம் முடிப்பதென்றும் முடிவாயிற்று. ராஜம்மாளின் விருப்பத்தை அந்த வீட்டுச் சுவர்கள் மட்டுமே கேட்கத் தயாராக இருந்தன.

எதிர்நோக்காத திடீர் செலவு தொழுவத்தின் மீது அவரது கண்களைத் திருப்பியது. வெளியே வாங்கிய பணம் போதாது என்று பட்டது. ராஜம்மாள் இல்லாமல் தங்களைப் பத்தி வருவதை அறிந்து ஒன்றுபோல நின்று குரலெழுப்பி அவளை அழைத்தன. அந்தக் கயிற்றிலேயே முதுகில் விளாசினார். அவளிடம் புகார் சொல்வது போல இறைஞ்சும் குரலில் கூப்பிட்டுத் திரும்பவும் வீடு நோக்கிக் கால்களைத் திருப்பின. அவள் வெளியேவந்து முகத்தையும் முதுகையும் தடவிக் கொடுத்து மெல்லத் தட்டிப் போகுமாறு சைகை செய்தாள். அவளது கைகளை நக்கியபடியே தலையாட்டி நடந்தன. அவற்றின் கண்களை நெடுநாளைக்கு ராஜம்மாள் கனவில் கண்டு கொண்டிருந்தாள். எவரும் விழிக்கும் முன் மரங்களின் மீது பறவைகள் எழுந்துகொண்டிருந்த அதிகாலையில் குளத்துக்குக்கூட்டிச் செல்வதுபோலச் சென்று குளத்து மேட்டில் நின்றிருந்த ஆட்களிடம் கயிறுகளைக் கைமாற்றி விட்டு எங்கோ விழப்போகிறவர் போல வேகமாகத் திரும்பி

அகாலம்   133

வந்தார். அந்த எருமைகளும் மாடுகளும் நிராதரவான குரலில் அழைப்பதைக் கேளாதவர் போல நடந்தார். திரும்பிப் பார்த்தால் வேட்டியில் சுற்றிக் கட்டப்பட்டிருந்த பணத்தை அவர்களிடமே மீளவும் கொடுத்து விடுவோம் எனத் தோன்றியது.

வீரய்யனின் இந்தத் திடீர் குளறுபடி அவனது தந்தையைத் தலைகவிழ வைத்திருந்தது. அவனுக்கும் பாதிப் பங்காக நினைத்து வைத்திருந்த ஜவுளிக்கடை முழுவதும் தம்பியின் பெயருக்கு மாற்றி எழுதிவிடுவேன் என மிரட்டிப் பார்த்தார். வீரய்யன் அசையவில்லை. அவர்கள் மணமுடித்து வந்த பத்து நாட்களுக்குப் பின் சொன்னது போலவே கடை அவன் பேருக்கு மாறியது. சச்சரவிட்டு ஆட்களைக் கூட்டி வந்த போதும் அவனது அப்பா பிடி கொடுக்கவில்லை. அந்தக் கடைச்சாவியைத் தம்பி பவ்யமாக அவர் காலில் விழுந்து பெற்றுக்கொள்வதை வெறுமனே பார்க்க மட்டுமே வீரய்யனால் முடிந்தது. ஊர்ச்சொத்தாக மஞ்சம்பாளையத்தில் இருந்த பெரிய வீட்டை மனைவியின் நச்சரிப்பினால் வீரய்யனுக்குச் சாசனம் செய்து தந்தார். மொத்தமாகவே நூற்றைம்பது குடித்தனங்கள் கொண்ட சிறுகிராமம் அது.

வீரய்யனிடம் ராஜம்மாள் சுகப்படவில்லை. அடுத்தடுத்து பிறந்த குழந்தைகள் அவளை வேறு முடிவுக்கு யோசிக்கவிடாமல் செய்தன. அவனுக்கு வேறு சில வீடுகளில் போக்குவரத்து இருந்தது கூட அவளுக்குத் தாமதமாகத் தான் தெரியவந்தது. அவளை விடவும் எட்டொன்பது வயது இளையவளை ஏமாற்றுவதொன்றும் அவனுக்குக் கடுமையாக இருக்கவில்லை. அது குறித்த பராதிகளை அவன் உயிரோடிருக்கும் தோறும் ஒப்பாரி போலப் பாடுவாள். ராஜம்மாள் விவரசாலியாகிக் குடும்பம் அவளது கைகளுக்குக் கீழே பசியாறிய போது வீரய்யன் சத்தம் காட்டாமல் அவளது நிழலில் ஒண்டிக் கொண்டு விட்டான்.

எட்டுப்பிள்ளைகளை அடுத்த பன்னிரண்டு வருடத்தில் ராஜம்மாள் பெற்றெடுத்தாள். அவற்றில் இரண்டு பிறந்த மறுவருடத்திலும் மேலும் ஒன்று நான்கு வயதிலும் போய்ச் சேர்ந்தது. பத்துவயதுவரை சூட்டிகையாகத் திரிந்த சந்திரா படுத்த நான்கு நாட்களிலேயே இல்லாமல் ஆனாள். அவளுக்கும் முந்தி ஏழாவதாகப் பிறந்த ரத்தினம் பெயருக்கேற்பவே கண்கள் கொள்ள ஜொலிப்பான். அவன் வயிற்றிலிருக்கையில் தான் வீரய்யன் சந்தை வியாபாரத்துக்கும் போகாமல் ஊருக்குள் சுற்றித் திரிந்தான். பஞ்சம் ஊரிலிருந்து ஆட்களை விரட்டிக் கொண்டிருந்தது. அந்த சூழ் வயிற்றோடு போய்த் தோட்டங்களின் ஓரத்தில் முளைத்துக் கிடக்கும் குப்பைக்கீரையைப் பறித்துக்

கொண்டு களி கிளறிப் போடுவாள். அப்போதும் கூட மூத்தவனான கன்னிமுத்து பிறரது பசியை உணராமல் களியை உருண்டையாக்கிக் கீரையில் தோய்த்து விழுங்குவான். பசியில் வரிசையாகத் தட்டுகளின் முன் அமர்ந்திருக்கும் பிள்ளைகளின் வாய் பார்த்து அவளுக்கிருப்பதையும் அவர்களின் தட்டுக்கே ராஜம்மாள் போட்டு விடுவாள்.

வீட்டுக்கூரைகளை அறுத்து ஓடுகளை அடுக்கி, கதவுகளையும் ஜன்னல்களையும் உடைத்தெடுத்து வண்டியில் கட்டிக் கொண்டு ஊரைப் பலரும் காலி செய்து செல்வதை அந்த வண்டிகளும் ஆட்களும் எழுப்பும் புழுதியில் நின்றபடி ராஜம்மாள் பார்த்துக்கொண்டிருந்தாள். திரும்பி வந்தபோது யார் எதைக் கொடுத்தாலும் வாங்கித் தின்னும் அவளது நான்கு வயது பையன் பேதியால் சுருண்டு கிடந்தான். காலி செய்கிறவர் கொடுத்த கெட்டுப்போன மாம்பழங்களைச் சாப்பிட்ட அரைமணிநேரத்தில் உடம்பில் தண்ணீர் கூட மிச்சமின்றி வயிற்றில் போனது. கண்கள் செருகிவிட்டிருந்தன. கடன் வாங்கப் போயிருந்த வீரய்யன் திரும்பி வந்தபோது அந்தச் சிறிய கிராமத்தில் மிச்சமிருந்த முப்பது வீடுகளைச் சேர்ந்தவர்களும் தன் வீட்டின் முன் கலைந்து அங்குமிங்கும் நிற்பதைக் கண்டான். அந்தக் கடன் பணத்தில் செத்துப்போன குழந்தைக்கு ஈமக்கிரியைகள் செய்துவிட்டு பதினேழாம் நாள் ஊரை விட்டு அவர்கள் செல்லும்போது அந்த ஊரில் பதினான்கு வீடுகளில் மட்டுமே ஆட்கள் இருந்தனர்.

வண்டியின் பின்னால் அவள் நடக்கையில் அதற்கும் பின்னால் வேறு குடும்பத்தாருடன் பேசியபடியே செல்வியைத் தோளில் போட்டுக் கழுத்து வழியே தொங்கும் அவளது கால்களைப் பற்றியவாறே வீரய்யன் வருவதை எரிச்சலுடன் பார்த்த பிறகு வண்டியின் மேல் ஆடியபடியே போகும் குழந்தைகளின் மீது கண்களைத் திருப்பினாள். பேச்சு என்றால் அவனுக்கு எப்படித் தான் இருக்குமோ..! ஓயாத பேச்சு. ஊருக்குள் அந்த வக்கணையான பேச்சுக்குப் பெண்கள் காத்திருப்பார்கள். அவன் செய்த வினைதான் தன்னையும் குழந்தைகளையும் பிடித்து ஆட்டுவதாக இடுப்பிலிருந்து நழுவிய பையை மேலே தூக்கும் போது எண்ணிக்கொண்டாள்.

செல்வாக்கோடு பிழைக்கும் அக்காவின் ஊருக்குப் போகும் பாதையில் திரும்பாமல் நேராக மாடுகள் செல்வதைக் கண்டு பின்னாலிருந்து கூப்பாடு போட்டபடியே வீரய்யன் ஓடி வந்தான். இப்போது அவள் வண்டியின் மீது அமர்ந்திருந்தாள். அவள் கிளம்பும் போதே பிறந்த வீடன்றி வேறெங்கும் நிழல் ஆறுவதில்லை

என வண்டிக்காரனிடம் உறுதி தொனிக்கும் குரலில் சொல்லி இருந்தாள். முதல் குழந்தை பெற தாய்வீட்டுக்குச் சென்றிருந்த போது அக்காவும் மேடிட்ட வயிற்றுடன் வந்திருந்தாள். வீரய்யன் அவளைக் காண வருந்தோறும் தனம் தனக்குப் பணிவிடை செய்வதற்காகவே தன் கணவனால் அனுப்பி வைக்கப்பட்டிருந்த பெண்ணை ஏவியபடியே துச்சமாக அவனைப் பார்ப்பாள். சொத்துப் பிரச்சனையில் வீரய்யன் தன் தம்பியுடனான பேச்சுவழக்குகளை முறித்து ஆறு மாதங்களுக்கும் மேல் ஆகியிருந்தது. தன் புகுந்த வீட்டு வசதியின் பெருமிதத்தோடு தங்கையைத் திரும்பிப் பார்த்து ஏளனமாகச் சிரித்தபடி அப்போது தான் அறுக்கப்பட்ட ஈரம் காயாத பலாச்சுளையை வாய்க்குள் நழுவவிட்டாள். அந்தச் சிரிப்பின் அவமானம் அவளைப் பலநாட்கள் துரத்தியிருக்கிறது. பின் ஒரு போதும் அவளுடன் ஒரு சொல் பேசக்கூட தன் மனதை அவள் திருப்பவேயில்லை.

நாய்கள் சுற்றிலும் நின்றுகொண்டு வண்டியின் மணத்தையும் ஆட்களின் வாசத்தையும் முகர்ந்த பின்னும் குரைப்பை நிறுத்தவில்லை. சாட்டையை வீசி அடித்ததும் வலி தாளாமல் தூர ஓடிப்போய் நின்று கால்களால் தரையைப் பறித்தவாறு ஊளையிட்டன. அந்த விடாதக் குரைப்பொலி அத்தெருவீடுகளின் காதுகளை அகாலவேளையில் உசுப்பிற்று. கதவு நீக்கி வந்தவர்கள் ஆளுக்கொரு கைபிடித்துப் பொருட்களை இறக்கியபின் குழந்தைகளைத் தங்கள் வீட்டுத் திண்ணைக்கு அழைத்துச் சென்றனர். நட்சத்திரங்களால் வானம் நிறைந்து கிடந்தது. அதற்குள்ளாகத் தெரு வீடுகளிலிருந்து வரக்காப்பியும் பொரிகடலையும் கொண்டு வந்து விட்டிருந்தனர். பசியால் வதங்கிப் போயிருந்த குழந்தைகள் அதன் தொலியைக்கூட விட்டுவைக்காமல் காலி செய்துவிட்டிருந்தன.

மூன்று பேருந்துகள் மாறிச் செல்ல வேண்டும் என்பதாலும் வேலையை முடித்துக் கொடுக்கும் அவகாசம் நெருங்கிவிட்டது என்பதாலும் அன்று ரத்தினம் விடியும் முன்பாகவே கிளம்பி விட்டிருந்தான். ஆட்களுக்குக் பணியைப் பிரித்துத் தந்துவிட்டு ஒயர்களைக் கழுத்தில் போட்டு இணைப்புகளைப் பரிசோதித்தபடியே வாயில் கவ்விய இண்டிகேட்டருடன் புதிய காங்கிரீட் தளத்தின் மீது அமர்ந்திருந்தான். வெண்பசு போல அசைந்தபடியே வந்து நின்ற காரை அவன் கவனிக்கவில்லை. எதிர்வீட்டிலிருந்து மூன்று நான்கு பேர் சத்தமிட்டுச் சிரித்தபடியே வாசலுக்கு வந்து அழைத்துச் சென்றதைக் கண்டதும் உறைந்து விட்டான். உள்ளே செல்பவள் கௌசல்யா என்பதைத் துல்லியமாகக் கண்டான். மறைந்து அடியில் கிடந்த காட்சிகள் படம் போல முன்னே வந்தன. இத்தனை ஆண்டுகளுக்குப்

பின் அவளைப் பார்த்தது அவனை வலுவிழக்கச் செய்தது. பூவை அவள் தலையில் வைத்துக்கொள்ளும் இடம், அந்த நடை போன்றவை எவ்வளவு ஜனத்திரளிலும் அவளைக் கண்டுபிடிப்பதற்கான தூண்டிலாக அவனுக்கு இருந்தது. கொஞ்சம் உடம்பு போட்டிருக்கிறாள். அந்தப் பின்னழகின் திரட்சியை அவன் கைகள் அறியும். உள்ளே பலமாகச் சிரிப்பொலி கேட்டது. செம்பட்டை நிறத்தில் அவள் முடிகள் மின்னுவதைக் கண்டான். அப்பொழுதே காதோர இளநரையை மறைக்க மருதாணி பூசி சரி கட்டியவள். இன்று பரவலாகிவிட்டிருக்கும் நரைக்கு அதே போலத் தலையில் முக்கால்வாசிக்குத் தேய்த்துக்கொண்டிருக்கிறாள் போலும். பிள்ளைகள் உறங்கிய பிறகு அவனது இடது கையைப் பிடுங்கி மருதாணி வைத்துவிடுவாள். அவன் சிரிப்புடனும் காதலுடனும் அவளைப் பார்த்தபடி அமர்ந்திருப்பான். அறைக்கு வந்து காலை வரை கைகளைப் பத்திரமாக அசையாது வைத்திருந்து விடிந்ததும் அவளை நினைத்தபடியே கழுவுவான். கைகள் செம்பருத்தி போலச் சிவந்திருக்கும். தனக்குள்ளாகச் சிரித்தபடி பாதிநரைத்து விட்டிருக்கும் தலையைத் தொட்டுப் பார்த்தவாறு அவளை நோக்கியபோது அவளது நடையின் வேகம்தான் மட்டுப்பட்டிருக்கிறதேயன்றி அந்த நளினம் குலைந்து விடவில்லை என்பதைக் கண்டான். இவ்வளவு தொலைவு அவளது உறவுப்பெண்ணோடு அதுவும் காரில் வருமளவிற்கு விஷயம் என்னவாக இருக்கும் என்ற மன அரிப்பிலிருந்து அவனால் விடுபடமுடியவில்லை. அவள் கட்டைப்பையைப் பற்றியபடி வந்த போது மறைந்துகொண்டான்.

அவர்கள் சென்ற சிலமணி நேரத்திற்குப் பின் அந்த வீட்டுக்கு வழக்கமாகச் செல்வது போல நுழைந்தான். அங்கிருந்து தான் தற்காலிகமாக மின்சாரம் எடுக்கப்பட்டிருந்தது. எப்படிக் கேட்பது? என யோசனை தோன்றிய மறுவினாடியே ஏன் கேட்க வேண்டும்? என ரோஷத்தோடு திரும்ப முயன்ற போது எதற்காக வந்திருப்பாள்? என்ற கேள்வியின் கொக்கியில் சிக்கி அங்கேயே நின்றான். யாருமற்ற முன் அறையில் ஓடிக்கொண்டிருந்த மின்விசிறியை அணைக்கும் போது சிறிய தட்டுப் போன்ற நீள அகலத்தில் அந்தத் திருமண அழைப்பிதழ் கண்ணில் பட்டது. பாய்ந்து எடுத்துப் புரட்டியதும் அது பூரணியுடன் சம்பந்தப்பட்டது என அறிந்தான். இன்னும் ஒரு மாதமும் பத்து நாட்களும் இருந்தன. தன்னை அது துளியும் சீண்டவில்லை எனச் சொல்லிக்கொண்ட போதே கோபத்திலும் இயலாமையிலும் அவன் உடம்பு நடுங்கிற்று. விஷயம் இவ்வளவு தூரத்திற்கு வந்த பிறகும் கூட ஒரு தகவல் போலக் கூட இதை அறியவில்லையே என்ற சுயகழிவிரக்கம் அவனுள் படர்ந்தது. ஒருவேளை தன்னை

அகாலம்

அழைக்காமலேயே விட்டு விடுவார்களோ என்ற நினைப்பு எழுந்ததும் அவனே மீண்டும் மின்விசிறியைச் சுழல விட வேண்டியிருந்தது. ரத்தினம் இதுகாறும் புதையல் என மறைத்து வைத்தவையனைத்தும் வெறும் மணலாகக் கண்முன்னே உதிர்வதைத் துடிக்கும் உதடுகளோடு பார்த்து நின்றான்.

அன்றிரவு முழுதும் உறங்காமல் கண்ணாடி ஓட்டின் வழித் தெரியும் நட்சத்திரங்களை வெவ்வேறு கோணத்தில் உருண்டு புரண்டு படுத்தபடி பார்த்துக்கொண்டிருந்தான். வெளியே வந்த போது ஏழெட்டு நாய்கள் உறுமலும் முறைப்புமாகக் கறுவிக் கொண்டு இணையை அடையச் சுற்றிக்கொண்டிருந்தன. மீண்டும் வான் நோக்கி முகமுயர்த்தி பரவிக்கிடந்த நட்சத்திரங்களைக் கண்ட போது தான் பூரணிக்கு என்ன செய்ய வேண்டும் என்பது குறித்து ஓரளவு தெளிவுக்கு வந்திருந்தான். சரியாகக் கூட உண்ணாமல் அந்த யோசனையின்படியிலேயே அமர்ந்துகொண்டு எழுதி எழுதி அழித்தவாறு மனதிற்குள்ளாக சீட்டுக்குலுக்கிப் போட்டுப் பார்த்தபடி இருண்ட அந்த ஒற்றை அறைக்குள் கிடந்தான். தொடர்பற்றுப்போன இத்தனை வருடங்களில் பூரணி எதன் மீது மோகத்துடன் இருக்கிறாள் என்பதை அறிய முடியாமல் திணறினான்.

அந்த வீட்டில் அழைப்பிதழில் அவள் பெயரைக் கண்டதுமே குளிர்ச்சி தலையிலிருந்து முதுகுதண்டு வழியாக அவன் குதிக்கால் வரை ஊடுருவிச் செல்வதை உணர்ந்தான். பேதை போலத் தன் பெயரை அதில் தேடினான். இல்லை எனக் கண்டபோது சரி தான் எனத் தலையசைத்துக்கொண்டான். இந்த வருடங்களில் தன் மீது அவளுக்கு ஈரம் படர்ந்திருக்கக்கூடும் என நம்பினான். எட்டு ஆண்டுகள் அம்மாவோடு நிழலாக ஒரு காப்பாளனைப் போல இருந்தவன். பூரணியும் பிரியங்களோடு மடியில் அமர்ந்து விளையாடியவள் தான். கை பிடித்து அழைத்துப்போய் செல்ல மிரட்டல்களோடு வேண்டியதை வாங்கிச் சுவைத்தவள் தான். அவள் முடியைக் கலைத்து விட்டவர்களை, கிள்ளி வைத்தவர்களை, இவள் திருப்பி அடித்தவர்களைப் பற்றியெல்லாம் கைகளை வீசி கால்களால் தரையை உதைத்துக் கதைகளாகச் சொன்னவள் தான். ஆறாம் வகுப்புக்கு வேறு பள்ளிக்கு மாற்றிய போது கூட ரத்தினம் தான் முதல் நாள் போய்விட்டு வந்திருந்தான். வீட்டிற்கருகே வந்து ஏற்றி, விட்டுச்செல்லும் அந்தப் பள்ளியில் சேர்ந்த பின் சில மாதங்களிலேயே அவனிடமிருந்து கசப்புடன் விலகிச் சென்றாள். உடன்படிக்கிறவர்களின் வீட்டுக்குப்போய்த் திரும்பும்போது அந்தக் கசப்பு வெறுப்பாக ஆயிற்று. தோழிகளின் நிழல்களைக் கூட அவள் வீட்டு வாசலை எட்டாமல் அவர்களின் அம்மாக்கள்

பார்த்துக்கொண்டனர். அவளைக் காணுந்தோறும் நூதனமாகச் சிரித்துக் கண்களால் அவளை உதாசீனப்படுத்துவதைக் கண்டு கொண்டாள். அழுதபடியே தன் சிநேகிதிகளிடம் காரணம் கேட்ட போது பதில் ரத்தினம் என வந்தது. அதன்பின், மூர்க்கமாக அவனைப் புறமொதுக்க ஆரம்பித்தாள். அன்றிருந்து பூரணி தன்னுடன் போட்ட சச்சரவுகளை ரத்தினத்தின் காதுகளுக்குக் கௌசல்யா கொண்டு செல்லவேயில்லை.

ஒரு விடுமுறை தினத்தில் விடிந்ததிலிருந்தே புகைந்து கொண்டிருந்த பேச்சு அவன் கால் வைத்ததுமே பற்றி எரிய ஆரம்பித்துவிட்டது. முன்னரே பூரணியிடம் அவமானச் சொற்களைக் கேட்டிருப்பினும் கூட குழந்தை எனக் கடந்து சென்றுவிடுவான். அன்று மனம் கூசும் சொல்லால் அவனை அடித்து அவன் அவள் பிறந்த நாளுக்காக வாங்கித் தந்திருந்த கைகடிகாரத்தைத் தெருவில் வீசி “வெளியில போ... இல்லைனா செத்துருவேன் . . .” எனப் பற்களை நறநறவெனக் கடித்து ஆங்காரமாகக் கத்தினாள். கௌசல்யா ஊடே புகுந்து அவளை அறைந்து அறைக்குள் தள்ளிச் சென்றும்கூடத் திமிறியபடியே முன் அறையை நோக்கி முன்பை விடவும் குரல் உயர்த்தியபடியே வந்தாள். அவன் இப்போதைக்குச் சென்று விட்டுச் சூடு தணிந்த பின் வரலாம் என எழுந்தான். கௌசல்யா பின்னாலேயே வந்து அந்த அவமானத்தின் மேல் உமிழ்வது போல “இனி இங்க வர வேண்டாம்...” எனச் சொல்லும் போதே தழுதழுக்கும் குரலை அடக்கி வேறுபக்கம் திரும்பினாள். அந்தக் கணத்திலேயே வயோதிகம் தன் மேல் கவிவதை உணர்ந்தவன் போல அவ்வளவு நிதானத்துடன் மனம் அறைந்து குரலிடுவதைக் கேளாதவன் போல “செரி குட்டீ . . .” என்றான். அவர்கள் நெருக்கமாக இருக்கையில் அவளைக் கொஞ்சும் சொல் அது. எதுவும் பேசாமல் ஆபத்தான வளைவை அபாயகரமாகத் திரும்புவது போல கௌசல்யா சலேரென உள்ளே சென்று மறைந்தாள். அந்த எரிக்கும் வெயிலில் தேவையற்று முளைத்த மரம் போல நின்றபோது எட்டு ஆண்டுகளுக்குப்பின் தன் அம்மாவின் முகமும் அந்த வீடும் அந்த நிர்கதியை ஊடறுத்துக் கொண்டு அவன் கண்முன் வந்து நின்றது.

உள்ளம் குமைந்து அம்மாவுக்கு அருகில் ரத்தினம் உட்கார்ந்து வெற்றிலை இடித்துக்கொண்டிருந்தான். அவமானம் அழிக்கவியலாத கறை போல மனதில் படிந்து கிடந்தது. அழுகைக்கு இடையே ஓராயிரம் முறை அம்மா சொல்லியிருந்த பெரியம்மாவின் சிரிப்பைப் போன்ற உதாசீனத்தை எண்ணிக் கொண்டான். பூரணி வெகு சாதாரணமாக நெடுநாள் ஊறிக் கிடந்த வெறுப்பனைத்தையும் திரட்டி எடுத்து அதைச்

செய்திருப்பாள். அவனது ஒற்றை அறையின் சுவர்கள் முழுக்கவும் காலாண்டரும் கடிகாரமும் இருப்பதாக அவனுக்குத் தோன்றியது. பத்து நாட்களுக்கும் முன்பே அந்தத் தேதி வரை கிழித்து வைத்து விட்டு அந்த நாளுக்காக ஆர்வமிக்க மணப்பெண் போலக் காத்திருந்தான். அவளுக்காக எடுத்து வைத்திருந்த நகைகள் ஒவ்வொன்றையும் அன்றாடம் நீர் ஊற்றப்பட்ட செடியைப் பார்ப்பது போல வளர்ந்திருக்கிறதா எனத் தூக்கிப்பார்த்து திருப்தியுடன் உள்ளே வைத்துப்பூட்டினான்.

சாடையாக கௌசல்யா அது குறித்துப் பேசியதைக் கேட்டு அவனிருக்கும் தெருவுக்குக்கூட பத்திரிக்கை வைக்கக்கூடாதென பூரணி கண்டிப்புடன் சொல்லியிருந்தது ரத்தினத்துக்குத் தெரிந்திருக்கவேயில்லை. முகவரி தெரியவில்லையோ என அந்த அழைப்பிதழை எடுத்துத் தான் என்ன செய்கிறோம் என்பதைக்கூட மறந்து அதிலிருந்த எண்ணுக்குப் பக்கத்து வீட்டிற்குச் சென்று கேட்டு தொலைபேசினான். மறுமுனையின் குரல் யாருடையதாக இருக்கும் என்ற கற்பனையில் பரவிய நடுக்கத்தை எச்சில் கூட்டி விழுங்கிச் சரி செய்த பின் அது எடுக்க ஆளின்றி அலறி அடங்குவதைக் கேட்டுச் சோர்வுடன் கண்களை மூடிய போதே, தான் செய்ததென்ன என்பது அவனுக்குப் புரிந்தது.

பூரணியின் மணநாளின் போது அவன் ஊரிலேயே இருக்க வில்லை. வந்து நின்ற பேருந்தில் ஏறி அது எங்கு இறுதியாக நிற்குமோ அந்த ஊருக்கு டிக்கெட் கேட்டதும் ஏதும் காட்டிக்கொள்ளாமல் சிரித்தபடியே கிழித்துக்கொடுத்த நடத்துநர் அவனைத் தீவிரமான முகத்துடன் திரும்பித் திரும்பிப் பார்த்தபடியே இருந்தார். ஏறிய உடனேயே மானசீகமாக மனதிற்குள் கௌசல்யாவிடம் பேசிக்கொண்டே இருந்தான். மரங்களும் கட்டிடங்களும் பின்னால் ஓடும் வேகத்திற்கு நிகராக நினைவுகள் அவன் தடுத்து நிறுத்த முயன்றும் முடியாமல் கண் முன் ஓடின. இறங்கி மதுக்கடைகளையொட்டிய தெருக்களிலேயே இரண்டு மணிநேரத்துக்கும் அதிகமாகச் சுற்றிவிட்டுத் தாங்கவியலாமல் அந்தப் பத்திரிக்கையை அங்கேயே கிழித்து எறிந்தான். உள்ளிருந்து பீறிட்டு வரும் கொந்தளிப்பையும் நிராதரவான அனாதைத்தனத்தையும் அவன் உணர்ந்ததும் இதுகாறும் மனதிற்குள் வலுவாக நின்றிருந்த தூண்கள் அடுத்தடுத்துச் சரிவதை நிறுத்த முடியாமல் திணறினான். கிட்டத்தட்ட ஐம்பதை எட்டும் வயதில் குடிக்கப்பழகி ஒவ்வாமையால் அங்கேயே குரல் புரண்டு வெளிவருவது போன்ற சத்தத்துடன் வாந்தி எடுத்துச் சோர்ந்து அமர்ந்தான். பிறகு எழுந்து தொலைவான ஞாபகமாக ஆகிவிட்ட அண்ணனின் வீட்டுக்கும் அக்காளின் வீட்டுக்குமாக

ஏறக்குறையப் பத்தாண்டுகளுக்குப்பின் சென்று அவர்களைத் திடுக்கிட வைத்தபிறகு அந்த ஊருக்குள் உலவி நேரத்தைப் போக்கி உண்டுவிட்டுத் திரிந்தான். நடுநிசியில் விழிப்புத் தட்டி எழுந்தமர்ந்து மீண்டும் கண்மூடும் போதும் அந்த அனாதைத்தனம் மீளவும் தலைதூக்க எவரிடமும் சொல்லிக்கொள்ளாமல் ஒரு வாரத்திற்குப்பின் வீடு திரும்பினான். அப்போது அம்மாவின் நினைப்பு அவனுக்கு வரவேயில்லை. தனக்கு எவருமில்லை என்பதையே அவன் மனம் முரசு போல அதிர்ந்து அறிவித்துக் கொண்டேயிருந்தது. ஊரிலிருந்து நேராகத் தன் ஒற்றை வீட்டுக்குள் சென்று ரத்தினம் தாழிட்டுக்கொண்டான். மறுநாள் காலை வாயில் நுரைதள்ளக் கூரையை வெறிக்கப்பார்த்தவாறு விரைத்துக்கிடந்த ரத்தினத்தை அவன் இறந்து எட்டுமணி நேரத்துக்குப்பிறகு கதவை உடைத்து எடுத்தனர். "உன்னயப் பாக்க வந்திருந்தா உன்ன வுட்டுப்போட்டுப் போக மனசில்லாம பேசாம கிடந்திருப்பன். அதனால தானோ என்னமோ அப்ப உன் நெனப்பே வரலைம்மா . . ." என அவனது உடம்பின் தலைமாட்டில் அமர்ந்திருந்த அம்மாவின் கையைப் பற்றியபடியே சொல்லிக் கொண்டிருக்கையில் தான், தன் உடலை நோக்கி கௌசல்யா வருவதைக் கண்டான்.

வெள்ளையில் மஞ்சள் கலந்த துணியில் கட்டப்பட்டு ஒரு பொதிமூட்டை போல ரத்தினத்தைக் கீழே இறக்கி வைத்த பத்து நிமிடங்களுக்குள் எடுக்கும்படி ஆனது. வாசனைத் திரவியங்களை அவன் மேல் ஓயாது தெளித்தபடியே இருந்தபோதும் அந்த வாடையை விரட்டவே முடிந்திருக்கவில்லை. அந்தக்கூட்டத்திலிருந்து விலகித் தொலைவிலிருந்த வீட்டின் நிழல்விழுந்த நீளமான படிக்கட்டில் கௌசல்யா அழுது வாடிய முகத்துடன் படுத்துக்கிடந்தாள். சரண்யாவையும் அழைத்து வந்திருந்தாள். அறுத்துத் தைக்கப்பட்ட அவனது உடல் வந்து சேர ஆன எட்டுமணி நேரமும் துளி நீர் அருந்தாமல் அந்தப் பழைய நாட்களை எண்ணித் தேம்பியபடியே கிடந்தாள். ரத்தினத்தின் அம்மாதான் அவளுக்குத் தகவல் சொல்ல ஆள் அனுப்பி இருந்தாள். அவன் தேடிக்கொண்ட முடிவுக்கு அங்கு உலவிய காரணங்களில் ஒன்றுகூட அவன் மனதிற்குள் இருந்தவை அல்ல. அங்கிருந்தவர்களின் ஏச்சுக்கும் எதிர்ப்புக்குமிடையே அம்மா கௌசல்யாவைக் கூட்டிவரச் சொன்னாள். சரண்யாவின் நிழலின் அண்மையில் வந்த போது ஆட்கள் தாமாகவே ஒதுங்கி "போய்ப் பாரு போ." என முகத்தைத் திருப்பிக் கொண்டனர்.

"கடசி முட்டும் ஒண்டியாவே அலய வுட்டுப்போட்டு யென்ன மயித்துக்குடீ ஆட்டிக்கிட்டு வந்திருக்க... த்தூ ..." என ரத்தினத்தின் அக்கா குணவதி அவளது கையைப் பிடித்திழுத்தாள்.

“யெங்கலையெல்லாம் ஓரங்கட்டிப்போட்டு உன்னயே தான தலயில தூக்கிவச்சுக்கிட்டு ஆடுனான்... அதுக்குத் தண்டனயாத் தான் இப்படி வீங்கிப்போய் கிடக்கறான் பாரு...” எனச் சொல்லச் சொல்ல அவனது இளைய அக்காவின் கண்ணீர் பெருகிற்று. கைத்தாங்கலாக அழைத்து வந்து தலைமாட்டில் மரச்சேரில் அமர வைக்கப்பட்டிருந்த அவனது அம்மா எழுந்து மூக்கைச் சீந்தி அழுகையையும் அதனூடே கழித்து எடுத்து

“எம் பயனுக்கு முந்தான வாசத்தைக் காட்டுனவ அவ... ஒண்ணா மண்ணா பொழங்குணவ... வழிய வுடு... அவளோட காத்து அவம் மேல படட்டும்... அவளுக்கு அவம் மேல இருக்கிற பந்தம் வேற ஒருத்தருக்கும் கிடையாது...” என்றதும் அதுவரை மறைத்து நின்றிருந்த அவளது மகள்கள் ஒதுங்கினர். அவனது அண்ணனின் தோளை இடித்து அண்ணி ஏதோ சொன்னாள். இருவரும் தள்ளிச் சென்றனர்.

கௌசல்யா மிக மெதுவாகச் சிறிய தள்ளாட்டத்துடன் வந்து தலைநிமிர்ந்ததும் அடிப்பட்ட நாயின் ஊளை போல ஓலியெழுப்பித் துணி சுற்றப்பட்ட அவனது தலையை வருடினாள். தலையிலும் மார்பிலும் அடித்துக்கொண்டு ‘ரத்தனா ... ரத்தனா... ஏய்... எஞ்செல்லமே...’ என அவன் கால்களில் விழுந்து வணங்கி சுற்றிலும் நிற்பவர்களை மறந்து அவளுக்குப்பிடித்த இப்போது வீங்கிப்போயிருந்த அவனது உதடுகளை, அவள் ஓராயிரம் முறை முத்திய அவனது கன்னத்தை விரல்களால் வருடினாள். ரத்தினத்திற்கு சிலிர்த்துக் கண்ணீர் முட்டியது. ரத்தினம் அம்மாவின் கையை விடுத்து அவளருகே வந்து

“நானும் உங்கூட வீட்டுக்கு வந்தர்றேன் குட்டீ... உங்கூட பேசிக்கிட்டே சாப்பிடுவனல்லோ... அதே நெனப்பா இருக்கு கௌசு ... என்னையும் கூட்டிக்கிட்டுப் போயிரு ... ஆனா நீ வான்னு சொன்னா தான் வருவேன். பாப்பாவை நான் பாத்துக்கறன் ...” என சரண்யாவின் கையை எடுத்துத் தன் கைகளுக்குள் வைத்தவனாக கௌசல்யாவின் முகம் பார்த்துச் சொல்லிக்கொண்டிருக்கும் போதே அவன் உடம்பின் மீது கோடித்துணி போட பங்காளிகள் அவளை விலக்குவதைக் கண்டான். தான் தூக்கி வளர்த்து மேலே வீசி அழ வைத்துக் கீழே பிடித்த பாப்பா எவ்வளவு வளர்ந்துவிட்டாள். பாப்பாவின் கண்களும் மூக்கும் கௌசல்யாவின் ஜாடை தானே. பளிச்சென்று ஆகிவிட்டிருக்கும் முகத்தைக் கைகளில் ஏந்தி “ஒனக்கு என்ன வேணும் பாப்பா...” என்று கேட்டான்.

அவன் உடம்பைப் பார்த்ததிலிருந்தே வெடவெடப்பு வந்த காய்ச்சல்காரி போல சரண்யா நடுங்கிக்கொண்டிருந்தாள்.

அச்சத்திலும் அழுகையிலும் மூத்திரம் முட்டியது. கேவிக்கேவி சிறுகுழந்தை போலத் தேம்பியவாறு அம்மாவின் பின்னால் நின்றுகொண்டாள். அவன் சுடுகாட்டுக்குத் தூக்கப்பட்ட போது கௌசல்யாவின் கைப்பற்றிதான் அம்மா எழுந்து நின்று மார்பில் அடித்துக்கொண்டு குலுங்கினாள்.

ராஜம்மாள் கௌசல்யாவைக் கூட்டிப்போய் அவன் பெட்டியைத் திறந்து காட்டினாள். ரத்தினம் வாடகைக்கிருந்த வீட்டுக்காரர் அவன் அக்காவை அழைத்து அவனது பெட்டியைத் துணிகளை சாமான்களைக் காட்டி எடுத்துப் போகச் சொல்லி யிருந்தார். ஒழுங்காக வைக்கப்பட்டிருந்த அறையைக் கண்டதும் தன் கணவனின் அலட்சியபாவம் செல்வியின் நினைவில் ஒரு கணம் வந்து போனது. அந்த ஒழுங்கு கௌசல்யாவிடமிருந்து அவனுக்கு வந்திருந்தது. உடைக்கப்படாத அவனது பெட்டியைக் கொண்டு வந்து கதவைத் தாழிட்டு விட்டு அடித்துத் திறந்த சமயத்தில் அவர்களுடைய கணவர்கள் அவர்களது அண்ணனுடன் ஆஸ்பத்திரியின் வாசலில் ரத்தினத்தின் உடம்பை வாங்கக் காத்திருந்தனர். மூன்று சிறிய பெட்டிகளிலிருந்த நகைகளைக் கண்டதும் இருவரும் ஒருவரையொருவர் பார்த்தபடி

“கொல்லையில போனவன் . . . மொட்டைப்பயன் . . . இவனெதுக்கு இப்படிச் சேத்தி வச்சுருக்கறான். தெல்லவாரி நாயி . . .” எனத் திட்டித் தீர்த்தனர்.

“யாரு கண்டா . . . அந்தக் கண்டாரோலி முண்டைக்குப் போய்ப் பூட்டிவுட்டுக் கொஞ்சோணு நொட்டோணும்னு நெனச்சுக்கிட்டு இருந்தானோ . . . என்னமோ . . !” என தங்களுக்கு மட்டும் கேட்கும் குரலில் பேசியபின் வெளியே கேட்கும் குரல்களால் பேச்சை நிறுத்தி அவற்றை இருவரும் சமபங்காகப் பிரித்துக்கொள்வதென முடிவெடுத்தனர். தன் பீரோவில் அவற்றை மாற்றி வைத்த பின் அரற்றியபடியே கிடந்த அம்மாவிடம் செல்வி அதை வைத்துவிட்டுச் சென்றுவிட்டாள்.

கௌசல்யா அந்தப் பெட்டியைத் திறந்ததுமே அவளது புடவை மடிக்கப்பட்டு பாச்சைக் குண்டுகளின் நறுமணத்துடன் உள்ளே இருந்ததைக் கண்டாள். அதைப் பார்த்த பின்பு தான் ராஜம்மாள் அவளுக்குத் தகவல் சொல்லவே ஆள் அனுப்பினாள். நகைகளைக் கண்ட மிதப்பில் அதைச் சகோதரிகள் கவனிக்கத் தவறி விட்டிருந்தனர். எங்கோ பார்த்தது போலத் தோன்றியதும் குழம்பிக்கிடந்த கடந்த காலத்திற்குள் சென்றுவிட்டுத் திரும்பி வந்தாள். அவளுக்கு மிகப்பிடித்த புடவை அது. எட்டு ஆண்டு களுக்கும் மேலே இருக்கும் என்று தோன்றியது. அவளை மறக்க முடியாமல் வீட்டிற்கருகே சுற்றிக்கொண்டிருந்த அந்த

நாட்களில் ஒரு நாள் இருட்டியபிறகு மதிலேறிக் குதித்துக் காயப்போட்டிருந்த சிறு பூக்கள் கொண்ட சேலையை உருவிச் சுருட்டி எடுத்து வந்திருந்தான். அவனுக்குச் சிறிய பூக்கள் மீது அப்படியென்ன மோகமோ..? என கௌசல்யா கேட்டிருக்கிறாள். அவளது வீட்டின் பின்கட்டில் அவன் கொண்டு வந்து வைத்து விரும்பி வளர்த்த மல்லிகையும் ரோஜாவும் கண் முன் வந்தது. அவன் போலவே அவை அபாரமாகப் பூத்து நிற்கும். கௌசல்யா அப்பூக்களைத் தலையில் சூடிக்கொள்ளவதை மனக்கண்ணில் பார்த்தபடியே நீரூற்றுவான். இந்தப் புடவையை எடுத்த போது பூரணி பிடுங்கி வீசியிருந்த அந்தச் செடிகளைப் பார்த்திருப்பானா..? அவளது உடல் நடுங்கியது. அவனை அவ்வப்போது எவரும் அறியாமலாவது சந்தித்துக் கொண்டிருந்திருக்கலாமோ..? என்று தோன்றியது. அவளுக்கு ரத்தினம் எரிக்கும் நினைவாகவே இருந்தான். மீளமுடியாத அந்தச் சுழித்தோடும் ஞாபகத்தின் சுழலில் அவள் சிக்கிக் கொள்ள விரும்பவில்லை. அவளது மகள்களையொட்டி நீண்டு கிடந்த எதிர்காலம் குறித்த அச்சவுணர்வு அவளுக்குள் அவனைத் தலையெடுக்க விடவில்லை. அவளை நெருங்க மேலதிகாரி முயன்ற போது ரத்தினத்தின் பெயரைத் தயங்காமல் சொல்லி வரையறுக்கப்பட்ட எல்லைக்கு வெளியே அவனை நிறுத்தினாள். அந்தப் புடவையைக் கண்டதுமே சுருக்கிட்டு அவனோடே போய்விடலாம் என்ற எண்ணம் அவளை முடுக்கிவிட்டது. அவனுடைய அந்தக் காதலை வேறு எவ்வாறு எதிர்கொள்வதென்று அவளுக்கு விளங்கவில்லை. மகள் கையைப் பிடித்ததும்தான் நிகழ் உலகத்துக்கு மீண்டு சற்று முன் நினைத்துக் கொண்டதை எண்ணிக் கலங்கியவளாக அவளை அணைத்துக் கொண்டாள். அவள் அழுதபடியே அங்கிருந்து சென்றதும் அங்கு நின்றுகொண்டிருந்த ஒருவனை ராஜம்மாள் அழைத்து அதைக் கொடுத்துக் குழிமேட்டுக்கு வேகமாக ஓடச்சொன்னாள். தான் சொன்னதாகச் சொல்லி அவன் குழியோடு இந்தப்புடவையையும் சேர்த்துப் போட்ட பின் மண்ணைத் தள்ளச் சொன்னாள்.

தோளுக்கு மேல் வளர்ந்துவிட்ட கன்னிமுத்துவின் இரண்டு பையன்களையும் அருகில் அமர வைத்து முகத்தை வருடி ராஜம்மாள் ஆசை தீரப் பார்த்துக்கொண்டேயிருந்தாள். அதில் இரண்டாமவன் ரத்தினத்தின் நிறமும் உடல்வாகும் கொண்டிருப்பதைக் கண்டு கண்களில் நீர் மல்கச் சிரித்தாள். அவனுக்குத் தான் பெண் தேடிக்கொண்டிருப்பதாகச் செல்வி இடையே புகுந்து கேலியுடன் அவனை நோக்கிக் கண் சிமிட்டினாள். சொத்தைப் பிரிக்கச் சொல்லிச் சண்டையிட்டுக் கிளம்பிய கன்னிமுத்து ஏறக்குறையப் பத்தாண்டுகளுக்குப் பின் ரத்தினத்தின் சாவுக்குத் தான் வந்திருந்தான். பேரன்களைக்

கண்ட பூரிப்பில் கிழவிக்குத் தெம்பு ஏறி விட்டிருப்பதுபோல சேலையைத் தூக்கிப் பிடித்தபடி அங்குமிங்கும் மூச்சு வாங்க நடந்தாள். அதைக் கண்ட குணவதி தன் பெண் பிள்ளையை அவளிடம் அனுப்பி அவர்களுக்கருகே இருத்தினாள். தன் மூன்று மக்களுக்குப் பிறந்த ஐந்து பேரப்பிள்ளைகளும் கொள்ளுப்பேத்தியு மாக ரத்தினம் இல்லாத அந்த வீடு அவளது துயரத்தின் நீளத்தைக் குறைக்க முயன்றது. கொள்ளுப்பேத்தி தன் மடியில் ஒன்றுக்குப் போனதைக் கண்டு ராஜம்மாள் தன் பற்கள் இல்லாத வாய்திறந்து ஈறு தெரியப் பல ஆண்டுகளுக்குப்பின் சிரித்தாள். வெற்றிலை வாசம் வீசும் தன் வாய் குவித்து பேத்தியை முத்த அருகில் கொண்டு வந்ததும் அது கதறி அழத் தொடங்கிற்று. வெடுக்கெனக் குழந்தையைப் பிடுங்கிய மூத்த மருமகள்

“இதெல்லாம் எப்போ சுடுகாட்டுக்குப் போகுமோ . . ! எங்களுக்கெல்லாம் எப்ப விடிவுகாலம் பொறக்குமோ. . . எல்லோரையும் அனுப்புச்சுட்டு எப்படிக் கல்லு மாரி உட்காந்துக் கிட்டு இருக்குதுன்னு பாரு...” எனச் சுற்றிலும் இருப்பவர்களிடம் முறையீடு போலச் சொன்னாள்.

“யேண்டீ கழுதமுண்ட... நீ என்னயத் தூக்கிச் சுமந்துக்கிட்டா இருக்கிற . . . இல்ல உன்ற வூட்டுக்காரன் கொண்டாந்து கொட்டுனதுல ஒக்காந்துட்டுக் கெடக்கறனா... திருட்டுமுண்ட...”

“இதப்பாரு இந்த வார்த்த கீர்த்த பேசுனீன்னா எக்குத்தப்பா ஆய்போயிரும் பாத்துக்க . . . இந்த கெரகத்துக்குத் தான் இந்தப்பக்கமே வராம கிடந்தேன்... ச்சீய்... பொம்பளயப்பாரு... பேச்சப்பாரு...”

“பொம்பளைக்கு என்னடீ கொறச்சலு... ஏழெட்டென்னத்த பெத்துப்போட்டு அதே சூட்டோட அடுப்புல வெந்து வேல செஞ்சவடீ . . . உன்னய மாரி ரெண்டுக்கே இங்கவலிக்குது . . . அங்கவலிக்குது மூலையில படுத்துட்டு முக்கிட்டு கிடந்தவோன்னு நெனச்சுக்கிட்டயா . . ? இந்தா இங்க முழிச்சுப்பாத்துக்கிட்டு உட்காத்துக்கிட்டு இருக்கறதுக பூராவும் என் நெலத்துல வெளச்சதுக தானேடீ பரதேசி முண்ட . . . எம் மாமியாக்காரி முன்னாடி தலயத் தூக்கவே நானு நாலு நாளு யோசிப்பேன். நீயி நேருக்கு நேரா நின்னு பொம்பலைங்கறயா . . .”

“முண்ட கிண்டைன்னா எதையாவது எடுத்துப் போட்டுருவன் பாத்துக்க . . . விளஞ்சு நிக்கறதுக்கெல்லாம் என்னத்த நொட்டீட்ட நீயி . . .”

“அடி செருப்பால . . . அந்த வெளக்கமாத்த எடுடா ரத்தனா . . .” என்றதும் அப்படியே சில வினாடி உறைந்து

"ஐய்யோ ... எஞ் செல்வம் என்னய வுட்டுப்போட்டுப் போயிருச்சே... போன வாரத்திக்கி இன்னேரம் எங்கிட்ட தங்கமா பேசிக்கிட்டு இருந்தயே அய்யா..." என்றபின் "கட்டுன நாள்ல இருந்து ஏன்னு எட்டிப் பாக்காத நாயீ... ஒரு சொம்புத்தண்ணி மோந்து கொடுக்காத முண்ட ... எங்கிட்ட வந்து பங்கு கேக்கறா ... வெட்கங்கெட்ட முண்ட ..."

இருவரையும் நிறுத்த மகள்கள் தடுத்த போதும் பேச்சில் காரம் ஏறியபடியே சென்றது. 'ஏம்மா நீ தான் சித்த வாய அடக்கிகிட்டு கிடவே ..." என்றதும்

"இந்தா ஒனக்கும் சேத்து அல்லாருக்கும் சொல்றன் ... இது அத்தனயும் நாஞ் சம்பாரிச்சது... என்னயக் கொண்டுக்கிட்டுப் போறவரைக்கும் இங்கிருந்து சல்லிப்பைசாவ நகுத்த முடியாது. யெனக்கப்பறம் யாருக்கு என்னன்னு என்னோட இஷ்டப்படி எழுதி வச்சுட்டுத் தான் போவேன். தின்னு அழிச்சாலுஞ் செரீ... மாளிகையா கட்டி கொட்டமடுச்சாலுஞ் செரீ ... இல்லீனா வித்துப்போட்டு பரதேசம் போனாலுஞ் சேரீ ..."

சட்டென எழுந்து உள்ளே சென்ற மருமகள் கன்னிமுத்துவுடன் திரும்பி வந்தாள். அவனுக்கு வழிவிட்டு ஒதுங்கியது கண்டு ராஜம்மாள் முகத்தைத் திருப்பிக் கொண்டாள். அந்த அமைதியைக் கிழித்து

"இவனயக் கண்டா எனக்கென்ன பயமா ... போய் உன்னம் ஊர்ல யாரைத் தெரியுமோ அத்தன பேரையும் கூட்டிக்கிட்டு வாடீ... இவனாரு..! எங்கால் வழியா வந்தவன் தானோ ..!"

கன்னிமுத்து நெருங்கி வருவதைக் கண்டு உள்ளே படிந்த அச்சத்தை மறைத்தவளாக நிமிர்ந்து அவனைப் பார்த்து

"தலச்சன் புள்ளயாத் தாண்டா நீ பொறந்த..! சொல்லு... இந்த வூட்டுக்குன்னு யென்னத்த பண்ணியிருக்கற ... ஒன்ற பொறந்தவ பொழைக்க வக்கில்லாம இங்க வந்து ரெண்டு வருஷம் கிடந்தாளே ... அப்ப எட்டிப் பாத்தயா ... இல்ல ரெண்டாமத்தவ பத்து வருஷம் கழிச்சு புள்ள பெத்தாளே வந்து ஒரு எட்டு பாத்திருப்பயா ..? சொத்துக்கு மட்டும் ஆளு மாத்தி ஆளா வுட்டுக்கிட்டே இருப்ப ..! ஒருத்தன் பனாதியா திரிஞ்சு ஆளு அம்பு இல்லாம மொட்டைப்பயனாவே போய்ச் சேர்ந்துட்டான் ... அவனுக்கு ஏதாவது வழி பாத்தயா ..! உம் பொண்டாட்டியோட சொந்தக்காரப்புள்ளய கேளுடா கேளுடான்னா தலதலயா அடிச்சுக்கிட்டேன் ... காதுலயே வுழுகாத மாரி இருந்த ... கண்ணாலத்தக்கீது அவனுக்குப்

பண்ணி வச்சா சொத்துக்கு எங்க ஆளு வந்துருமோன்னு திரும்பிக்கூட பாக்காம போயிட்ட ... இப்ப அவனும் போய்க் குழில படுத்துட்டான் ... அதுக்குப் பால் ஊத்தீட்டு வந்து ஒரு மணி நேரங்கூட ஆகல ... உம் பொண்டாட்டிய அனுப்பீட்ட சொத்துக்கேக்கறதுக்கு ... த்தூ ... த்தெரி ... அம்மாகாரிய ஒரு நாளாவது சாப்புட்டயான்னு கேட்டிருப்பயாடா நீயீ .. ! இந்த வூடு வாசலு நகைகயெல்லாம் என்னோட இதுக்கு சமன்டா ... யெனக்கு ஒரு வாய் கஞ்சி ஊத்துனா உம் பொண்டாட்டிக்கு பவுசு போயிரும் ... ஆனா எஞ்சொத்த மட்டும் நக்கோணும்..." எனச் சொல்லச் சொல்ல கன்னிமுத்து அம்மாவின் வாயிலும் கன்னத்திலும் அடித்தான். கண்ணாடி கீழே விழுந்தது கூட தெரியாமல் அவள் முடியைப் பற்றி இழுத்தபோது அவனை ஏழெட்டுப்பேர் பிடித்து இழுத்துச் சென்றனர் ...

"உடுங்கய்யா என்னய ... அவளுக்குத் திமுரு மயிறப் பாத்தயா... ஊரெல்லாம் கடன வாங்கி வச்சிருக்கறன் ... நானென்ன ஊம்பிக்கிட்டா போறது .. ? அந்தத் தாயோளி எவளோடதையோ புடிச்சு நக்கீட்டு அவள மேஞ்சுக்கிட்டுக் கிடந்தான் ... தொண்டு நாயக் கொண்டாந்து நடுவூட்ல வச்சு அழகு பாத்தா .. ! அந்த நாதாரி முண்டய கூட்டியாந்து அவன் மேல் அவளோட இது படோணும் மயித்த புடுங்கோணும்ன்னு முன்னாடி கொண்டாந்து நிறுத்துற ... என்னய எத்தன கேள்வி கேக்குறா இந்த முண்ட ... இவள அடிச்சுப்புடுங்கீட்டுப் போறதுக்கு எத்தன நேரம் ஆயிரும் ... பெத்தவளாச்சேன்னு பல்லக்கடிச்சுக்கிட்டு இருந்தா தூக்கி கனம் பாக்குறாளா ..." என அவிழ்ந்த வேட்டியை கட்டியபடியே சேரில் போய் விழுந்தான்.

இல்லாத சாபங்களையெல்லாம் அடியில் வீங்கிய உதடு திறந்து மகன் மேல் ராஜம்மாள் பொழிந்து கொண்டேயிருந்தாள். நகக்கீறல்களுக்கும் காயத்திற்கும் எண்ணெய் வைத்த பின்பும் அழுகையை ஒப்பாரி போல இழுத்து இழுத்து நீர் கூட அருந்தாமல் சோர்ந்து போய் உறங்கினாள். தங்கைகளும் மாப்பிள்ளைகளும் எவ்வளவு தடுத்தும் கன்னிமுத்து இரவோடு இரவாகக் கிளம்பி நின்று "அந்த முண்டைக்குக் காரியம் பண்ணோணும்னா சொல்லி வுடுங்க... இவ மூஞ்சில முழுச்சாலே பாவம் புடுச்சுக்கும்... த்தூ ..." என்றபோது மருமகன்கள் திகைத்து ஒருவரையொருவர் பார்த்துக்கொண்டனர். சட்டென்று திரும்பி "இங்கயிருக்கறவங்க யாராச்சும் அவ மனச கலச்சு சொத்துல சிக்கல் பண்ணப் பாத்தீங்கன்னா அத்தன நாய்களையும் கோர்ட்க்கு இழுத்து வுட்டுப் போடுவன் ஜாக்கிரதை ..." என உறுமிய பின் உடன் வந்தவர்களைக் கூட்டிக்கொண்டு காரில் ஏறினார். அது

இருட்டில் சென்று மறைவது வரை நின்றிருந்தவர்கள் துளியும் அசையாமல் அந்தத் தடத்தையே பார்த்துக்கொண்டிருந்தனர்.

ராஜம்மாள் ஏதும் பேசாது மூன்று நாட்கள் கிடையில் விழுந்ததும் பெரிய அண்ணனுக்குத் தகவல் சொன்னாள். அவன் மாறாத அதே குரலுடன் 'பய்யன அனுப்பறன் . . .' என முகத்திலறைவது போல பதிலிறுத்து விலகிச் சென்றான். பேரனைக் கண்டதும் கிழவிக்கு எழுந்தமரும் அளவிற்குச் சக்தி வந்துவிட்டிருந்தது. இரண்டாவது பையனை அண்ணி அனுப்பி விட்டிருந்ததற்குப் பின்னாலிருந்த கணக்கைச் செல்வி புன்னகையுடன் கண்டு கொண்டாள். ஒன்றிரண்டு நாட்கள் தங்கியிருந்து பாட்டிக்குத் தோதாக அவள் மனம் இளகும்படி நடந்துகொண்டான். மூன்றாவது நாள் அவளிடமிருந்த ரொக்கத் தொகையையும் நகையின் அளவையும் மகளுக்குக் கேட்காதவாறு அவன் இடித்துத் தந்த வெற்றிலையை மென்று கொண்டே மலர்ந்த முகத்துடன் பெருமை பொங்கச் சொன்னாள். அவன் மேலும் ஒரு வாரம் கழித்து வந்து தன் வீட்டின் நிலைமையை அடிக்குரலில் பேசி கிழவியைச் சரிகட்ட முயன்று வென்றான். வங்கிக்கு அவளைக் கூட்டிச் சென்று திரும்பிவிட்டுச் செல்வான். கட்டை விரல் மையைக் கண்டு செல்வி குறுக்கே புகுந்து கேள்வி கேட்டால் வசவு படை போல அம்மாவிடமிருந்து கிளம்பி வரும். அடுத்த மூன்று மாதத்தில் அந்தத் தொகையில் முக்கால் வீதம் காலியாகிவிட்டிருந்தது. அவன் மிச்சமிருப்பதாகச் சொன்ன தொகைக்கும் அவன் எழுந்து வெளியே சென்றபோது கண்ணாடித் தடுப்புக்குப் பின்னால் அமர்ந்திருந்தவர் கூறிய மிச்ச பணத்துக்கும் பெரிய இடைவெளியிருப்பதை அறிந்தாள். ஏதும் பேசாமல் அவன் கூடவே வந்திறங்கிப் படுக்கையில் போய்க் கண் மூடியதும் ராஜம்மாளின் காதிற்குள் சூடாகக் கண்ணீர் இறங்கிற்று. "அவ்வா... அடுத்த வாரம் வர்றேன்" என்ற பின் திரும்பி அவ்வாவைப் பாத்துக்க அத்தேம்மா . . ." எனச் சொல்லிவிட்டுச் சென்றான். ரத்தத்தை வியர்வையாக்கிச் சேர்த்தவை தன் கையிலிருந்து நழுவுவதாக அவளுக்குத் தோன்றியது. தெம்பு கால்வாசியாகக் குறைந்து போய்விட்டிருந்தது. பணத்தை எண்ணி ஊன் உறக்கமின்றித் தனக்குள்ளாகப் புலம்பிக் கொண்டேயிருந்தாள். உறக்கம் வராது எழுந்தமர்ந்த மறுநாள் தன் படுக்கையருகே ரத்தினம் அமர்ந்திருப்பதைக் கண்டு திடுக்கிட்டு எழுந்தாள். "சாமி..." என அவன் தலையைக் கோதிக் கையைப் பற்றுவதற்குள் மேல் மூச்சு வாங்கியது. துவைக்கும் கல் மேலிருந்து அவளிடம் யாரோ நெருங்குவது போலப் பட்டதும் அவன் கையைப் பயத்துடன் மேலும் பலமாக இறுக்கினாள். அடையாளம்

புலப்படவில்லை. ரத்தினம் சொன்னதும் அருகில் இழுத்து 'சந்தராவா...' என்றபடியே ஆசைதீர முத்தினாள். அவளருகே கிடந்த ஆரஞ்சு பழத்தைத் தொலித்து 'சாப்புடுமா...' எனத் தந்தாள். வாயை இறுக்க மூடி அங்கு கிடந்தவற்றையெல்லாம் அவர்கள் தடுக்கத் தடுக்க ராஜம்மாள் தூக்கி வீசி எறிந்தாள்.

கீழே சுளைகளும் தோலும் போர்வையுமாக இறைந்து கிடப்பதைக் கண்டு செல்வி பயந்து வாடகைக்கிருப்பவர்களை அழைத்து வந்து காட்டினாள். ராஜம்மாள் அங்கு நிற்பவர்களைத் தவிர்த்த திசையில் சுவருடனும் காற்றுடனும் ஏதோ கல்யாண வீட்டில் அமர்ந்திருப்பவளைப் போல உற்சாகமாகப் பேசிக் கொண்டிருந்தாள். அங்கிருப்பவர்களிடம் மெல்லிய சிரிப்பு சிறு அலைபோல எழுந்தது. சம்பந்தமற்ற உளறல்களாக அவர்களுக்குத் தோன்றிற்று. ராஜம்மாள் பேச்சினிடையே உச்சரித்த பெயர்களில் ஒருவர் கூட உயிருடன் இல்லை என்பது செல்விக்கு மெதுவாகப் புரிந்தது. அவள் அம்மாவை நெருங்கி உலுக்கியதும் திரும்பி

"யாரையுமே காணம்ன்னு நெனச்சேன்... எங்கப்பனைக் கொஞ்சம் வரச்சொல்லுடீ... மாடுகளயூம் எருமைகளயூம் கொளத்துல எறக்கோணும். அதுக மரத்தைத் தேய்ச்சுக்கிட்டுக் கிடக்குதுக... ஏன் நிக்கற... போய்ச் சொல்லீட்டு தாயக்கட்டைய எடுத்து வை... அப்பா வந்தொண்ணீம்மும் ஓடியாந்தர்றேன்..." என்றாள். செல்வி ஏதும் பேசாமல் உறைந்து நிற்கையில் ராஜம்மாள் திரும்பி "பய்யன் இந்த கரண்டூ வேலக்குத் தான் போறான்... ஆமா... சம்பாத்தியத்துக்கெல்லாம் கொறச்சலில்லை. வூட்டுக்கேத்த புள்ளயா இருக்கோணும்... எது... அவங்கவுங்க புள்ளைக்குத் தெரியாதா... என்ன பண்ணோணும்னு... வூடு வாசலைப் பாத்தையல்லோ... போ... போய் நல்லதா கொண்டா..." என வேறு பக்கம் திரும்பி மீண்டும் பேசத்தொடங்கினாள். தாமதிக்காமல் மருத்துவரைக் கூட்டிக் கொண்டு வந்த போதும் சத்தம் அடங்கியிருக்கவில்லை. "தொண்டு முண்ட... இந்த வூருக்கே பலாப்பழத்தைக் கொடுப்பண்டீ... உன்னோட வகுத்துல பொறந்ததுக ஏதாச்சும் உருப்பட்டுச்சா... ஹி... ஹி... திம்பேன்... நல்லாத் திம்பேன்... கொட்டை வேணுமா... யாரோட கொட்டை வேணும்... ஹி... ஹி... ஹி... அந்த வூடு மேயற நாயி உன்னய வேண்டாம்ன்னு சொன்னப்பவே செத்துத் தொலைய வேண்டியது தானோ... மானங்கெட்டுப் போய் அவந்தம்பியக் காட்டிக்கிறயா... நானாயிருந்தா நாண்டுகிண்டு போய்ச் சேந்திருப்பேன்... வெட்கங்கெட்ட முண்ட... த்தூ... பொழக்கறாலாமா பொழப்பு..!" என்ற போது அவளை இரண்டு மூன்று பேர் பிடித்துக்கொள்ள ஊசி ஏற்றப்பட்டது. முரண்டு பிடித்துத் தள்ளிவிட முயன்றாள். "எஞ்சொத்து

எல்லாத்தையும் கொண்டு போக வந்துட்டீங்களாடா . . . தொண்டு நாய்களா . . ." என்ற போது செல்வி அவள் முதுகில் அடித்து 'சும்மா இரும்மா... சித்த நேரத்துக்கு..." என்றாள். "எதுக்கு இருக்கறதையெல் லாம் தூக்கீட்டுப் போறதுக்கா . . ." மயக்கத்தில் மூழ்கும் வரை பிதற்றலாக சம்பந்தமற்றது போலவும் சம்பந்தமுள்ளது போலவும் பேசிக்கொண்டே இருந்தாள். "இந்த வூடு நகை சொத்து சுகம் அத்தனயூம் என்னோடது. எந்த முண்டைக்கும் எந்த மயிராண்டிக்கும் நயா பைசா தர மாட்டேன் . . . எவனும் புடுங்கீட்டுப் போக முடியாது . . . வுட மாட்டண்டா" என்ற பின் உறக்கத்தில் ஆழ்ந்து விட்டிருந்தாள்.

நடு இரவில் அவளுக்கு விழிப்புத் தட்டியது. புறங்கையை ஏதோ நெருடுவது போலப்பட்டது. கையால் அளைந்ததும் மாத்திரைகள் சிக்கின. தூர எறிந்து எழுந்து நிற்க முயன்றாள். அவள் கால் விரல்களை எலி கடித்துப் புண்ணாக்கி விட்டிருந்தது. சிரமப்பட்டு சுவரைப் பிடித்ததும் தலை கிறுகிறுப்புக் கூடியது. ரத்தினம் தயாராக நின்று கொண்டிருந்தான். கண்ணாடியைத் துழாவி எடுத்துப் போட்டுக் கொண்டதும் அவனுக்குப் பின்னால் நிற்பவர்களைப் பார்த்தும் பார்க்காதவள் போல அவனது கைகளைப் பிடித்துக்கொண்டாள். சேலையை முழங்கால் வரை தூக்கிப்பிடித்துக்கொண்டு மெதுவாக வந்தாள். கதவிற்குக்கீழே வைக்கப்பட்டிருந்த பெரியகல்லை நகர்த்திவிட்டு ரத்தினம் எவரும் கேட்காதவாறு தாழ் நீக்கினான். ஈரமான காற்று அவளை மோதியதும் கண்களில் கோர்த்து நின்ற நீர் சிதறியது. நாய்களின் குரப்பைக் கேட்டதும் வெறுங்கையை வீசி அவற்றை விரட்டியபிறகு அங்கு ரத்தினம் இல்லாமல் இருப்பதை அறிந்து பதைபதைப்புடன் கால்களை எட்டிப் போட்டாள். மீண்டும் அவனது கை அவளைப் பற்றியது. வெறுச்சென்று கிடந்த சாலையைத் தாண்டியதும் தனியாளாக நிற்பதை உணர்ந்தாள். சிறிய அடிகளை வைத்து நடந்து பேருந்து நிலையத்திற்குள் நுழைந்ததும் அது உறக்கத்திற்குள் அமிழ்ந்து கிடப்பதாகத் தோன்றியது. அந்த ஊருக்கே நீர் வழங்கும் கிணற்றின் மீது கால்களை வெகுவாகப் பிராசைப்பட்டு மடக்கி ஏறி நின்றதும் வானெங்கும் கணக்கில்லா நட்சத்திரங்கள் இறைந்து கிடப்பதைக் கண்டாள். தலை குனிந்து நோக்கிய போது குழாய்கள் வளைந்து நெளிந்து ஆழம் வரை சென்றிருப்பது நிலவின் வெளிச்சத்தில் தெரிந்தது. ஒவ்வொரு குழாய்களிலும் சற்று முன் ரத்தினத்தின் பின்னால் நின்றிருந்த ஆட்கள் அமர்ந்துகொண்டு தங்களுக்குள் ஏதோ பேசுவதும் சண்டையிடுவதும் அவளை நோக்கியபின் மீண்டும் பேசத் தொடங்குவதுமாக இருந்தனர். ரத்தினத்தைத் தேடிச் சலித்து 'எஞ்சாமி எங்கீடா இருக்கற . . ?" என மூச்சு

வாங்கும் இடைவெளியில் அவள் கேட்டது கிணற்றுக்குள் எதிரொலித்து அவளை மீண்டும் அடைந்தது. ஆழத்திலிருந்து அவன் குரல் மேலேறி வந்து அவளை எட்டிற்று. சிறுவயதில் அவன் ஒளிந்துகொள்வது போலத்தான் இப்போதுமா..? என நினைத்ததும் சிரிப்பு வந்தது. அந்த நிலவின் ஒளியில் அவன் முகம் கிணற்று நீரில் துலக்கமாக அவ்வளவு அண்மையில் அவளுக்குத் தெரிந்தது. சற்றும் தாமதிக்காமல் அவனை நோக்கிச் சென்றாள். குழாய்களில் அமர்ந்திருந்தவர்கள் அவள் உடலை ஒவ்வொருவராகப் பிடித்துக் கீழே இருப்பவர்களிடம் வீசினர். அடுத்தடுத்து அவள் சென்று ரத்தினம் உட்கார்ந்திருந்த குழாயில் மோதி அவன் முகம் தெரிந்த நீரைக் கிழித்துக்கொண்டு விழுந்தாள். தொலைத்த எதையோ தேடுபவள் போல ராஜம்மாள் அந்த ஆழத்துக்குள் சென்றுகொண்டேயிருந்தாள்.